अंतर्गत सुरक्षेचा यक्ष प्रश्न

श्री वैद्य यांचे नागपूर, रायपूर व जबलपूर येथे प्राथमिक व शालेय शिक्षण झाले असुन त्यांनी नागपूरच्या इंस्टिट्यूट ऑफ सायन्स मधून गणितात एम. एस्सी. ही पदवी प्राप्त केली आहे. त्याच संस्थेत गणिताचे व्याख्याते म्हणून जुलै १९५६ ते ऑक्टोबर १९५८ या कालावधीत ते कार्यरत राहिले व या नंतर लगेचच त्यांची स्पर्धा परीक्षा मार्गे इंडियन पोलिस सर्व्हिसेस (महाराष्ट्र केडर) मध्ये नियुक्ती झाली.

एप्रिल १९६२ मध्ये त्यांची भारताची प्रमुख गुप्तहेर संस्था, इंटेलिजन्स ब्युरो (आय.बी.) मध्ये प्रतिनियुक्ती झाली व एप्रिल १९९४ मध्ये सेवानिवृत्ती पर्यंत ते याच संस्थेत कार्यरत राहिले तसेच मार्च १९९२ ते ऑगस्ट १९९४ पर्यंत आय. बी प्रमुख. या पदाचा कार्यभार सांभाळला. त्यांनी आय. बी मधील कार्यकालात आय.बी चे क्षेत्रीय प्रमुख म्हणून गुजरात, मुंबई, नागालँड, पंजाब येथे वास्तव्य केले तसेच मधील काळात दिल्ली स्थित आय.बी. मुख्यालयात विविध कामगिरी पूर्णत्वास नेल्या.

निवृत्ती पश्चात ते पुण्यात स्थायिक झाले असुन सांप्रत घडामोडींवर भाष्य करणारे त्यांचे लेखन निरनिराळ्या दैनिकांत प्रकाशित झाले आहे.

अर्पण

नोकरी निमित्ताने तीस वर्षे
मी महाराष्ट्र सोडला
पण जिने मला सोडले नाही;
त्या माझ्या माय मराठीच्या चरणी
भक्तिपूर्वक अर्पण.

विद्याधर वैद्य

मनोगत

हे आत्मचरित्र नव्हे. माझी संपूर्ण कारकीर्द महाराष्ट्रापासून दूर राहून घडली. परंतु तरीसुद्धा मी माझी माय मराठी सोडली नाही. साहजिकच, मराठीतच विचार करण्याची सवय जडली. कुठेही बाहेर गेल्यावर स्वगृही आतुरतेने परतावे तसा निवृत्तीनंतर पुण्यात स्थायिक झालो. व्यवसायातील सवयीनुसार आजूबाजूच्या जनजीवनाकडे चौकस नजर टाकत असताना अनेक विचारांची मनात गर्दी होऊ लागली आणि साहजिकच ती कागदावर अभिव्यक्त होऊ लागली. निरनिराळ्या घटनांवरील लेख याच विचारप्रक्रियेतून तयार झाले. त्यांत व्यक्त झालेली मतें व विचार हे सर्वस्वी माझे स्वतःचे आहेत हे सांगणे गरजेचे आहे. ते व्यक्त करताना कोणत्याही प्रकारे गोपनीयतेचे उल्लंघन होऊ नये याची मी खबरदारी घेतली आहे. पुस्तकातील लेख हे प्रत्येक घटना घडलेल्या सुमारास लिहिले असल्याने प्रासंगिक आहेत. आता ते कदाचित शिळे, कालबाह्य वाटू शकतात पण तरीही ते आवश्यक आहेत असे मला प्रामाणिकपणे वाटते. कारण त्याशिवाय तत्कालीन जनमानसाचा अंदाज येणार नाही. घटनांचे धावते समालोचन हे जास्त नैसर्गिक असते, नाही का? पुस्तकातील काही लेख वेळोवेळी निरनिराळ्या मराठी दैनिकांत प्रसिद्धही झाले आहेत.

मी महाराष्ट्र केडरचा आय.पी.एस. अधिकारी. माझ्या कारकीर्दीतील ३६ पैकी ३२ वर्षे मी भारताची प्रमुख गुप्तहेर संस्था, इंटेलिजन्स ब्युरो (आय.बी.) मध्ये प्रतिनियुक्तीवर काम केले. आय. बी. चा आजवरचा एकमेव मराठी प्रमुख म्हणून जुलै १९९४ मध्ये मी निवृत्त झालो. आय.बी. ने मला अक्षरशः देशभ्रमण घडवले. त्यामुळे 'करावे देशाटन पंडित मंत्री' या म्हणीचा अर्थ कळला. व्यावसायिकदृष्ट्या मोलाचे शिक्षण मिळाले. त्याहीपेक्षा कितीतरी पटीने अधिक मला देशाच्या वैविध्यातील विलक्षण एकात्मतेचा साक्षात्कार झाला. महाराष्ट्राच्या

बाहेर राहिल्यामुळे महाराष्ट्राच्या काही चांगल्या गुणधर्मांबरोबरच काही उणीवांचीही जाणीव मला झाली. याविषयीची खंत मी एका लेखात पुढे व्यक्त केली आहेच.

आजच्या दृक्-श्राव्य माध्यमांच्या युगात लोकांवर सर्वांगीण माहितीचा अक्षरश: भडिमार होत आहे. त्या वर्णनांच्या निष्पक्षपातीपणाबद्दल मात्र ग्वाही देणे अशक्य आहे. वाचकांना निष्पक्ष लेखनाची गरज आहे. गुप्तहेरीच्या व्यवसायात असताना भारतीय राजकारणाची गटारगंगा मी काठावरून तटस्थपणे पहात आलो. परंतु राजकारणापासून पूर्णपणे अलिप्त असल्याने त्या गलिच्छ प्रवाहाचा एकही शिंतोडा मी अंगावर उडू दिला नाही, हे मी अभिमानाने आणि समाधानाने सांगू शकतो. तोच निष्पक्षपातीपणा मी माझ्या लिखाणात कायम ठेवला आहे.

त्या सर्व लेखांचे संकलन एका छोटेखानी पुस्तकात करण्याचा विचार मनात अधूनमधून डोकावत असे, परंतु तो प्रत्यक्षात आणण्यास मात्र माझे ज्येष्ठ मित्र श्री अशोक कर्णिक यांनी लिहिलेल्या अशाच इंग्रजी पुस्तकाच्या नुकत्याच झालेल्या प्रकाशनातून मला प्रेरणा मिळाली. माझे व्यासंगी व विद्वान मित्र डॉक्टर माधव गोडबोले (निवृत्त केंद्रीय गृह सचिव) यांचा आग्रह व सक्रिय प्रोत्साहन यामुळेच हे पुस्तक लिहिणे शक्य झाले. त्यांचे मन:पूर्वक आभार.

पुस्तकातील लेख त्यांच्या कालखंडानुसार विभागले गेले असले तरी ते एकमेकांपासून स्वतंत्र आहेत. पुस्तक कुठूनही उघडून वाचले तरी त्याची वाचनीयता कमी होणार नाही आणि संदर्भ तुटणार नाहीत अशी रचना केली आहे. या लेखनात कांही मान्यवर व्यक्तीविषयींचे टीकात्मक उल्लेख सापडतील. त्या व्यक्तींचे मन दुखावण्याचा हेतू अर्थातच नाही. तरीही ते दुखावले गेले, तर त्याबद्दल मी त्यांची क्षमा मागतो. मी कांही व्यावसायिक लेखक नाही. तात्पर्य, वाचकांनी सांभाळून घ्यावे ही नम्र विनंती!

विद्याधर वैद्य

ऋणनिर्देश

एखाद्या विषया बद्दल, घटने बद्दल उत्कट प्रेरणा मिळाली कि लेखकाचे विचार कागदावर अथवा कंप्यूटर वर एका लेखाच्या रूपात व्यक्त होतात. माझे तसेच झाले. घटना घडत गेल्या, त्या संबंधीच्या विचारांनी मनात गर्दी केली आणि मी लिहिता झालो. तात्पर्य ह्या पुस्तक निर्मितीत मी केवळ एक निमित्त मात्र आहे, माझा वाटा फक्त खारीचा आहे हे प्रथम कबूल करतो.

या पुस्तक प्रपंचा दरम्यान दुर्दैवाने माझे जेष्ठ मित्र श्री. अशोक कर्णिक यांनी या जगाचा निरोप घेतला. माझा प्रत्येक लेख त्यांच्या नजरेखालून गेल्या नंतरच मी प्रकाशनासाठी पाठवत असे. आता त्यांचे मौल्यवान मार्गदर्शन मिळणार नाही या जाणिवेने मन विषण्ण होते. त्यांच्या पवित्र स्मृतीस अभिवादन व श्रध्दांजली.

पुस्तक अस्तित्वात येण्यास लागणारी प्रेरणा मला श्री अशोक कर्णिक व व्यासंगी, विद्वान स्नेही डॉ. माधव गोडबोले यांच्याकडून मिळाल्याचे माझ्या मनोगतात म्हटलेच आहे तरी त्याचा पुनः उल्लेख करून मन:पूर्वक आभार व्यक्त करणे हे माझे आद्य कर्तव्य आहे.

श्रीमती शारदा दुबे व श्री. विशाल सोनी ह्यांनी ह्या पुस्तक प्रकाशनाचे काम जणू स्वत:चे आहे असे समजून सर्व प्राथमिक तयारी केली आणि नंतर विश्वकर्मा प्रकाशनाने ते पूर्णत्वास नेले. त्यांना माझे सहर्ष धन्यवाद.

पुस्तक पाहिल्या बरोबर कुतुहूल वाटणे, ते वाचावेसे वाटणे यावरच पुस्तकाची स्वीकृती अवलंबून आहे. ही किमया केवळ मुखपृष्ठावरील

चित्रानेच साध्य होते. त्या बद्दल चित्रकार श्री. मेघनाद देवधर यांचे कौतुक व आभार.

उत्तम मुद्रणाची धुरा सांभाळणाऱ्या चैताली नाचणेकर यांच्या कामगिरीविना हे अशक्य होते आणि या सर्व खटाटोपात धावपळ करणारे तरंग घारपुरे व दिनेश दुर्गाडे त्यांचे पण मन:पूर्वक आभार.

अंतत: वाचनाचे वेड असलेली आणि त्यात व्यग्र असलेली माझी पत्नी सौ. सुलभा. तिच्या वाचन व्यासंगाचा सदुपयोग करत पुढील प्रत्येक लेख तिच्या चौकस सेन्सॉरशिप मधून पास करून मी हे पुस्तक वाचकांना अर्पण करतो. पत्नीचे आभार कधी मानायचे असतात का?

विद्याधर वैद्य

अभिप्राय

माझे आय.पी.एस. मधील सहकारी श्री. वैद्य यांचा त्यांच्या प्रस्तावित लेख संग्रहासाठी प्रस्तावना लिहिण्याबद्दल फोन आला तेव्हा मला अत्यानंद झाला. आम्ही दोघे १९५८ बॅचचे सदस्य. दोघेही महाराष्ट्र केडरमध्ये असल्याने व निवृत्तीनंतर पुण्यातच स्थायिक झाल्याने साहजिकच संबंध घनिष्ट झाले. नोकरीतील प्रवेशानंतर आमच्या वाटा वेगवेगळ्या झाल्या होत्या. वैद्य (ज्याला आम्ही विदू म्हणतो) आय.बी. (देशाची प्रमुख गुप्तहेर यंत्रणा) मध्ये प्रतिनियुक्तीसाठी निवडले गेले. त्यांची संपूर्ण कारकीर्द आय.बी. तच पार पडली व त्या संस्थेचे सर्वोच्च अधिकारी म्हणून निवृत्त झाले. तेथील काम करण्याची गोपनीय परंपरा त्याने यथोचित पाळली म्हणून की काय महत्त्वाच्या विषयांवरील त्याची मते तो निवृत्त होऊन पुस्तक लिहीपर्यंत कधी कळलीच नाहीत. त्यामुळेच या प्रस्तावनेच्या निमित्ताने त्याचे विचार कळल्याचा खरोखरच खूप आनंद होत आहे. अर्थात मतभिन्नता असणे साहजिक आहे आणि लेखन जवळच्या मित्राचे असल्याचा फायदा घेत त्यावर वेगळे, परखड मत व्यक्त केले तर त्यात वावगे वाटू नये हे आधीच स्पष्ट करतो.

दिल्लीतील राजकारणात वरिष्ठ पातळीवर हेवेदावे कसे चालतात व त्यामुळे देशाचे नुकसान कसे होते यावर पुस्तकात चांगला प्रकाश पाडला आहे. तो भाग विशेष वाचनीय वाटला. परंतु पोलीस खात्यातील प्रचलित समस्यांबाबत आय.बी. ने मार्गदर्शन करावे अशी साधारण पोलिसांची अपेक्षा असते त्याबद्दल मात्र पुस्तकात पुरेसा उहापोह झालेला दिसत नाही.

अंतर्गत सुरक्षेत जातीय सलोखा महत्त्वाचा असतो याबाबत मतभेद नसावा, पण उपाययोजनेबाबत मतभिन्नता उरतेच. हिंदू व मुसलमान यांचा पूर्वेतिहास एकच आहे. आपले पूर्वज पण एकच होते याबाबत संशोधन होणे महत्त्वाचे आहे. हे सत्य उभयतांना पटले तर जातीय सलोखा निर्माण होऊ शकेल असे वाटते.

गुन्हेगार परदेशात आश्रय घेतात. त्यांचे प्रत्यार्पण हा तातडीचा प्रश्न आहे. खरी अडचण राष्ट्रीय मानवाधिकार समितीचा अहवाल ही आहे. ज्या देशात मानवाधिकाराचे हनन होते, तिथे दुसऱ्या देशातील न्याय यंत्रणा प्रत्यार्पणास परवानगी देत नाही. भारतात विशेषतः महाराष्ट्रात व पुण्यात मानवी अधिकारांचे हनन होते असा घोषा या आयोगाने लावला आहे, याबद्दल लेखक चकार शब्दही बोलत नाही याचे वैषम्य वाटते.

या व इतर अनेक भेडसावणाऱ्या समस्यांवर लेखकाचे भाष्य नाही. त्यांची दखल लेखकाने त्यांच्या आगामी पुस्तकात सविस्तर घ्यावी ही अपेक्षा. वरील सर्व कमतरता असल्या तरी एका आय.बी. अधिकाऱ्याने इतर अनेक मुद्यांवर तोंड उघडले हे ही महत्त्वाचे व निश्चितच स्वागतार्ह आहे.

भा.ज.मिसर.
निवृत्त पोलीस महनिरीक्षक,
महाराष्ट्र राज्य

लेखकाचा खुलासा: श्री मिसर यांच्या मतांचा व सूचनांचा मी आदर करतो. त्याबरोबरच स्पष्ट करू इच्छितो की प्रत्येक लेख हा स्वतंत्र व तत्कालीन घट्नांवरील प्रासंगिक भाष्य आहे. समाजाच्या अनेक प्रचलित समस्यांचा आढावा नाही. वरील प्रत्येक प्रश्नांवर एक संपूर्ण वेगळे पुस्तकच लिहावयास हवे. परंतु माझ्या लेखनाचा तो हेतूच नव्हता आणि हीच भूमिका मी मनोगतात मांडली आहे.

अनुक्रमणिका

विभाग १ :

अंतर्गत सुरक्षा

अंतर्गत सुरक्षेचा चक्रव्यूह

भाषा, चालीरिती, राहणीमान अशा अनेकविध वैविध्याने नटलेला भारतासारखा खंडप्राय देश या पृथ्वीतलावर अन्यत्र कुठेही सापडणार नाही. तसेच या सर्व वैविध्यांना एका रेशमी धाग्यात घट्ट बांधून ठेवणारी संस्कृतीदेखील इतर कोठेही अस्तित्वात नाही. भारताचे एक महत्त्वपूर्ण वैशिष्ट्य असे की त्याने आपल्या हजारो वर्षांच्या इतिहासात अनेक परकीय आक्रमणें नुसती झेललीच नाहीत; तर त्या आक्रमकांनाच आपल्या संस्कृतीत सामावून घेतले. परिणामी, एक सांस्कृतिक इंद्रधनुष्यच निर्माण झाले. म्हणूनच सर्वोच्च न्यायालयाने म्हटले आहे कि हिंदुत्व हा धर्म नसून तो एक जीवनसंस्कार आहे. याच भारतीय संस्कृतीने विश्वाला सर्वधर्मसमभाव ही सहजीवन शांततेने जगण्याची महान संकल्पना दिली. भारत नावाच्या या मनोहारी इंद्रधनुष्याचे रंग एकमेकांत इतके बेमालूम मिसळून गेले आहेत की बघणाऱ्याचे भानच हरपते.

वरील वर्णन म्हणजे एखाद्या पर्यटन उद्योगाची जाहिरात आहे असे मात्र कोणीही समजू नये. या सांस्कृतिक प्रशंसेत एक संकटही दडलेले आहे, या दारुण सत्याची शहाण्याने दखल घ्यावी. मधुर फळांनी लगडलेल्या वृक्षाला जसे दगडांचे भय असते, तसेच 'भारत' या देशास

अंतर्बाह्य संकटांचे भय आहे. आपला पूर्वापार अनुभव तेच सांगतो. म्हणूनच सध्याच्या युगात इतिहासाची पुनरावृत्ती होऊ नये यासाठी हा लेखन प्रपंच.

विविधतेने नटलेला देश म्हटला की संकटेही नाना प्रकारची असणार हे ओघाने आलेच. बाह्य आक्रमणांपासून रक्षण करण्यास आपले सैनिकी सामर्थ्य सदैव तत्पर राहीलच; शिवाय आंतरराष्ट्रीय मुत्सद्देगिरीही पणास लावावी लागेल याबाबत दुमत नाही. परंतु ही बाब एवढ्यावरच संपत नाही. देशाचे अंतर्गत स्वास्थ्य हे देखील तितकेच महत्त्वाचे आणि गंभीर स्वरूपाचे आव्हान आहे हे विसरून चालणार नाही. या आव्हानाच्या विविध पैलूंचा आढावा घेण्याचा हा प्रयास आहे. देशापुढे ठाकलेली आंतरिक आव्हाने एक नव्हे; तर अनेक आहेत. धार्मिक तेढ, अनेक प्रकारचे अंतर्गत कलह, दहशतवादाचा कर्करोग, आटोक्याबाहेर जाणारी लोकसंख्या, बांगला देशी घुसखोरांची समस्या, पोलीस यंत्रणेची दुरवस्था, राजकारणातील वाढती गुन्हेगारी, प्रशासकीय संस्थांचे खच्चीकरण ही त्यांपैकी काही प्रमुख उदाहरणे आहेत. या सर्वांवर गांभीर्याने विचार करणे हीच आजच्या काळाची गरज आहे.

या सर्व घटकांविषयी अनेक तज्ज्ञांनी सविस्तर अभ्यासपूर्ण विवेचन, परीक्षण, प्रबंध लेखन केले आहे. त्यात अधिक पांडित्यपूर्ण भर टाकण्याचा हा प्रयत्न नाही. गुप्तहेर संस्थेतील माझ्या तीन दशकांहून अधिक कारकीर्दीत मला आलेल्या अनुभवांवर आधारित असलेले या विविध विषयांवरील माझे आकलन मी प्रस्तुत करत आहे एवढेच! सार्वजनिक जीवनात पदार्पण करणाऱ्या व्यक्तींना अंतर्गत सुरक्षिततेविषयी माहिती देणे हाच मुख्य हेतू आहे.

धार्मिक तेढ

एक निर्विवाद सत्य प्रारंभीच आपण मनावर बिंबवून ठेवणे आवश्यक आहे. ते म्हणजे, भारतास जर एक सार्वभौम, प्रबळ राष्ट्र म्हणून अस्तित्व टिकवून ठेवायचे असेल तर खऱ्या धर्मनिरपेक्षतेस पर्याय नाही. धर्मनिरपेक्षता हा आपल्या संस्कृतीचा वारसा आणि राज्यघटनेचा मुख्य गाभा आहे परंतु याच संकल्पनेचे बेगडे, फसवे आचरण होत असल्याचे आपल्याला दिसते. अंतर्गत सुरक्षिततेस सर्वात घातक असलेल्या हिंदू - मुस्लीम धार्मिक वैमनस्याच्या वातावरणात आपण आज जगत आहोत. मुस्लीम समुदायाकडे संशयाच्या नजरेने का पाहिले जाते? या प्रश्नाचे उत्तर शोधताना ऐतिहासिक पार्श्वभूमी असलेल्या या विषयाचे गंभीर, सविस्तर, परखड, व कटू विश्लेषण करावेच लागेल. अनेक स्तरांवरील व्यक्तीं बरोबर घडलेल्या चर्चेतून जाणवलेल्या विचारांचादेखील यात समावेश आहे. तसे करताना लोकांचा गैरसमज होणार हे निश्चित; पण त्याला इलाज नाही.

भारताच्या स्वातंत्र्य संग्रामात मुस्लीम समुदायाचा मोलाचा वाटा होता हे विसरून चालणार नाही. ('सारे जहाँ से अच्छा' हे जोशपूर्ण गीत मोहम्मद इकबाल यांनीच लिहिले होते. हे आठवते का?) देशातील ९९.९% मुसलमान बांधवांना या देशाबद्दल प्रेम आणि जिव्हाळा आहे. ते निष्ठावान आहेत. परंतु सीमेपलीकडील व कांही अंतर्गत पंचमस्तंभीयांच्या विध्वंसक कारवायांमुळे त्यांची बदनामी होते. शिवाय धर्मांधतेमुळे झालेल्या फाळणीमुळे तर सरसकट त्यांच्याकडेच संशयाने बघितले जाते. हिंदूंनी हा दूषित दृष्टिकोन बदललाच पाहिजे.

दोन्ही समाजांवर कर्मठ सनातनी व प्रस्थापित मुल्ला मौलवींचा पूर्वापार पगडा होता. परंतु बदलत्या काळात दोन्ही समाजांत पुरोगामी विचार मात्र समान प्रमाणात रुजले नाहीत. हिंदू समाजास संत परंपरा, द्रष्टे समाज सुधारक आणि आधुनिक शिक्षण प्रसाराचा भरपूर लाभ

झाला. मुस्लीम समाज मात्र या आघाडीवर दुर्दैवाने कमनशिबी ठरला हे मान्य करावे लागेल. परिणामी, अल्लाने दिलेल्या इस्लामाऐवजी मुल्ला राबवत असलेला इस्लाम अजूनही मुक्तीसाठी धडपडत आहे. उभय समाजांमधील समन्वय आणि संवाद यांचा त्यामुळेच बळी जात आहे, हे उघड आहे.

सरकारने या बाबतीत केलेले प्रयत्न अपुरेच म्हणावे लागतील. राज्यकर्त्यांनी मुस्लीम समाजाकडे प्रामुख्याने एक मतपेढी म्हणूनच बघितले. सामाजिक सुधारणा व शिक्षण प्रसार या क्षेत्रात प्रशासनाची पाटी कोरडीच राहिली. मुस्लिमांमधील फक्त उच्चभ्रूनाच या तुष्टीकरणाचा लाभ झाला; पण त्यांनी देखील आपल्या मागास बांधवांसाठी फारसे काही केल्याचे दिसत नाही. आणखी एक वस्तुस्थिती बेचैन करणारी आहे. ती म्हणजे सर्व शहरांमध्ये व गावांमध्ये गटागटांनी राहण्याची सर्व धर्मीयांची मानसिकता. चौफेर नजर फिरवा म्हणजे हे सत्य डोळ्यांना खुपेल. रहिवासी सोसायट्या, संकुलांचे जाती, धर्माधारित स्वरूप स्पष्टपणे सहज दिसेल. गावांत व शहरांमध्ये आपण नेहमीच कुंभार वाडा, ब्राह्मण आळी, मुसलमान वस्ती आणि सोसायट्या पाहतो. याच बंदिस्त रचनेत छुपे 'स्लीपर सेल' उगवतात आणि त्याचा पाकिस्तानी गुप्तचर संस्था आपले हस्तक निर्माण करण्यासाठी पुरेपूर उपयोग करून घेतात. आधीच पोलिसांना सहकार्य देण्यास नागरिक उत्सुक नसतात. शिवाय दहशतवादी घटनांच्या तपासात सरसकट धरपकड होते, उभय समाजांमधील वितुष्ट वाढते. हे दुष्टचक्र भेदायचे असेल तर हिंदू काय; किंवा मुसलमान काय, सर्वच जनतेने पोलिसांशी सहकार्य केले पाहिजे.

एक सर्वसामान्य हिंदू या सर्व वस्तुस्थितीने प्रभावित होतो. मुस्लीम देशांत इतर धर्मांना थारा नाही आणि धर्मनिरपेक्ष देशात मात्र मोकळ्या व्यक्तिस्वातंत्र्याचे फायदे मुस्लिमांना मिळतात हे त्याला

खुपते. यातूनच निर्माण होते जातीय राजकारण, तेढ आणि सामाजिक विघटन.

अजून वेळ गेलेली नाही. कट्टर मुस्लीम राष्ट्रांनी वेढलेल्या भारताला या आव्हानाला सामोरे जात खरी धर्मनिरपेक्षता राबवायची असेल तर सर्व धर्मांतील पुरोगामी व सुधारक शक्तींना एकत्रितपणे लढा द्यावा लागेल. मुस्लीम समाजात सुदैवाने हे लोण पसरताना दिसते आहे. त्यास शासनाने प्रोत्साहन देणे ही काळाची गरज आहे. त्यात धर्मांध राजकारणाला वाव नाही.

सुरक्षिततेची गुरुकिल्ली : संवेदनशील समस्यांचे निराकरण

जनतेत विविध कारणांमुळे निर्माण झालेल्या असंतोषाचे पर्यवसान आंदोलनांमध्ये होते. प्रसंगी त्यांना हिंसक वळण लागते. आंदोलन एका विशिष्ट प्रदेशापुरते मर्यादित असले तर चर्चेच्या मार्गाने त्याचे निराकरण होते. परंतु ते जर मोठ्या प्रमाणात पसरले किंवा त्यास भावनिक रूप मिळाले तर मात्र बिकट परिस्थिती निर्माण होते. सीमा भागात अशी वेळ आली तर शत्रू राष्ट्राचे फावलेच म्हणून समजा! भारतासारख्या विशाल देशात एकाच वेळी सर्वदूर शांतता असू शकते ही अपेक्षाच मुळात स्वप्नाळू आणि वेडगळ आहे. नदीचे पाणीवाटप अथवा सीमेवरून शेजारील राज्याशी असलेले वाद, वेगळ्या राज्य स्थापनेची मागणी, भाषिक विवाद, विस्थापितांचे पुनर्वसन, मागासलेल्या जनजातींवरचे अत्याचार आणि त्यांच्यावरचा अन्याय, भ्रष्टाचार, असे एक नव्हे; तर डझनावारी प्रश्न आपल्याला आळीपाळीने देशात कुठे ना कुठे भेडसावतच असतात. त्यातून कायदा व सुव्यवस्थेचे हिंसक उल्लंघन केले जाते आणि दहशतवादी कारवायाही सुरू होतात. देशाला आतून पोखरणारी ही वाळवी हे अंतर्गत सुरक्षिततेसमोरचे मोठेच आव्हान आहे.

अशा अनेक प्रश्नांचे यशस्वी निराकरण करण्याची आपली कामगिरी कौतुकास्पद आहे. ईशान्य भारतातील सशस्त्र लढे द्विपक्षी वाटाघाटींनी व वेगळी राज़्ये बनवून सुटले. भाषेच्या आधारावर महाराष्ट्र व गुजरात; तर भावनिक कारणांमुळे उत्तराखंड, छत्तीसगड, झारखंड अशी राज्ये तयार झाली. हिंसक आंदोलना अंती वेगळे तेलंगण राज्य झाले; तर गुरखालँड व बोडोलँड वेगळ्या अस्तित्वासाठी झगडत आहेतच. हे प्रश्नही यथासमयी सुटतील. परंतु नेहमीच हा उपाय लागू पडत नाही, हे फोफावणाऱ्या नक्षलवादी आंदोलनावरून दिसतेच आहे.

विकास विरुद्ध पुनर्वसन

गरिबीतून विकासाकडे, समृद्धीकडे वाटचाल करणाऱ्या देशांनी उपलब्ध नैसर्गिक साधनसंपत्तीचा पुरेपूर वापर करणे अनिवार्य आहे. आपल्याकडे विपुल खनिज संपत्ती आहेच; शिवाय ऊर्जा निर्मितीसाठी लागणारा बारमाही जलस्रोत व अणु ऊर्जा संसाधनेही आहेत. देशभर समृद्ध नद्या वहात आहेत. साहजिकच खनिज उत्खनन, जल ऊर्जे साठी नद्यांवर धरणे आणि अणु ऊर्जा प्रकल्पांची निर्मिती आलीच. या प्रत्येक प्रकल्पात तेथील निवासी जनतेचे विस्थापन अनिवार्य आहे आणि जनतेत असंतोष निर्माण करणारे नेमके हेच कारण आंदोलनांसाठी पुरेसे ठरते. नर्मदा बचाओ आंदोलन, अणुविद्युत विरोधात तमिळनाडूतील कोडन्कुलम येथील आंदोलन आणि महाराष्ट्रातील जैतापूर येथील प्रकल्पांना वेगवेगळ्या कारणांनी जनतेने केलेला तीव्र प्रतिकार याचा फटका सरकारला सोसावा लागला. योजनेसाठी जमिनींचे अधिग्रहण करणे गरजेचे म्हणून प्रस्थापित जनतेला विस्थापित करणे आणि त्याला जनतेने विरोध करणे हे आलेच. यावर एकच ठोस उपाय म्हणजे विस्थापितांचे आधीच समाधानकारक पुनर्वसन करणे हा होय. प्रसंगी आकर्षक मोबदलादेखील उपयुक्त ठरतो. यातील गलथानपणा अथवा भ्रष्टाचार यांमुळे तर परिस्थिती अधिकच बिकट बनते. प्रकल्पात पर्यावरणास

हानी पोहचणार असेल तर आणखी वेगळेच संकट उपस्थित होते. त्यात मानवाधिकार व पर्यावरणवादी संस्था, तसेच आंतरराष्ट्रीय संस्थाही उडी घेतात आणि प्रकल्प लांबणीवर पडतो. विकास खोळंबतो.

विकासाच्या मार्गात येणारे हे अडथळे अंतर्गत स्वास्थ्य बिघडवतात. विस्थापितांच्या हितासाठी स्थापन झालेल्या संस्था आपले राजकीय स्वार्थ जपतात. त्या विरोधात छेडलेल्या आंदोलांमुळे कायदा व सार्वजनिक सुरक्षिततेसमोर भीषण संकट उभे राहते. सुरक्षा दलांना आपल्याच नागरिकांवर कारवाई करावी लागण्याचा दुर्धर प्रसंग ओढवतो. हे सर्व अनिष्ट पर्याय टाळणे अत्यावश्यक आहे. त्यासाठी कोणतीही विकास योजना हाती घेण्याआधी एक सर्वपक्षीय सामंजस्य करार केला पाहिजे. त्यामुळे पुढील समस्या निर्माण होणार नाहीत. राजकारणी डावपेचांमुळे हा उपाय अशक्य वाटतो; पण प्रयत्न करण्यास हरकत नसावी.

देशापुढील सुरक्षिततेच्या अशा इतर प्रश्नांचे विस्तृत विश्लेषण इतरत्र केले आहेच.

पेटलेला पंजाब

पंजाबशी माझा पहिला परिचय झाला तो १९५९ च्या सुरुवातीस. आय.पी.एस. च्या प्रशिक्षणात भारत दर्शन हा एक महत्त्वपूर्ण व गंमतीशीर भाग असतो.त्या दरम्यान आम्ही चंदीगड, भाक्रा - नानगल वगैरे भाग पाहिले. या प्रवासात शहरी व ग्रामीण पंजाब पाहून मन प्रसन्न झाले. कालव्यांचे जाळे, उत्तम् रस्ते, भरघोस पिकांनी बहरलेली पंजाबची भूमी आणि त्यात अंग मोडून काम करणारे शेतकरी. पंजाबात कुठेही भिकारी दिसला नाही. दांडगी शरीरयष्टी, देखणे रूप, दिवसभराच्या मेहनतीनंतर मनोरंजन पण तितक्याच हौसेने करणारा पंजाबी, भांगडा व इतर धमाल लोकनृत्यांची रमणीय दृश्ये यातून पंजाबी लोकांची जीवनाबद्दलची आसक्ती व धडपड स्पष्ट दिसून येत होती. परंतु दृष्ट लागावी तसे अवघ्या वीस वर्षांत हे हसरे चित्र पालटले. पंजाबला दहशतवादाचे ग्रहण लागले.

सन १९८४ मध्ये पुन्हा मी पंजाब बघितला, तो दुःखी, घायाळ व रक्तबंबाळ स्थितीत. भिंद्रनवालेच्या भस्मासुराने घातलेले थैमान आटोक्यात आणण्यासाठी जून १९८४ मध्ये सैन्याने केलेल्या 'ऑपरेशन ब्लू स्टार' या कारवाईने शिखांच्या अस्मितेला, स्वाभिमानाला जबर हादरा बसला होता. चहूकडे अतिरेक्यांविरुद्ध

धरपकडीचे सत्र सुरू होते. युद्धप्रसंगी सैन्याला उत्स्फूर्त साहाय्य करणारा पंजाब सैन्याच्या दहशतवाद विरोधी मोहिमेने गुदमरला होता. देशाच्या संशयित नजरा आपल्यावर रोखल्या आहेत या अपमानजनक जाणीवेने शीख समुदाय गांगरला होता, संतप्त होता. सुवर्ण मंदिरावरील सैनिक कारवाईमुळे तर सूड भावनेने धगधगत होता.

या वातावरणात माझी चंदीगड येथे इंटेलिजन्स ब्युरोचा हिमाचल, हरियाना व पंजाब केंद्राचा प्रमुख सह निदेशक (इन्स्पेक्टर जनरल) म्हणून बढतीसह बदली झाली. २० जुलै १९८४ रोजी जेव्हा आमच्या संचालक साहेबांनी मला बदलीचा हुकूम फर्मावला तेव्हा मी सुन्न झालो. चंदीगडला जाण्यासाठी तत्सम हुद्याचे पंजाबी अधिकारी असताना व आधीच माझ्या अनेक बदल्या झालेल्या असताना हा अतिप्रसंग भांबावून सोडणारा होता. संचालक साहेब म्हणाले, ''वैद्य नागालँडमधील बंडखोरीचा तुला पूर्वानुभव आहे. आता पंजाबमधील दहशतवादाचा अनुभव घे.''

धडधडत्या मनाने मी लगेच दुसऱ्या दिवशी पहाटेच्या विमानाने चंदीगडला रुजू झालो. वैयक्तिक अडचणींमुळे बिऱ्हाड दिल्लीलाच ठेवून पंजाबात एकट्यानेच रहायचे असे ठरले. आयुष्यातील एक अत्यंत अविस्मरणीय आणि रोमांचक कालखंड म्हणजे माझे पंजाबमधील हे एकोणीस महिन्याचे वास्तव्य होय. त्यानंतरही सेवानिवृत्त होईपर्यंत पंजाबशी माझा घनिष्ट संबंध आला.

पंजाबमध्ये गेल्या गेल्या मी प्रथम अमृतसर येथील सुवर्ण मंदिरास भेट देऊन तेथील गुरु ग्रंथसाहेबसमोर माथा टेकला. सुवर्ण मंदिरात प्रवेश केला की एखाद्या धगधगत्या, ज्वलंत व जागृत देवस्थानात असल्याचा आभास होतो. मंदिराचा परिसर चकचकीत स्वच्छ ठेवण्यासाठी चाललेली श्रद्धाळूंची धडपड, भक्तिभावाने ग्रंथसाहेब

समोर डोके टेकून नंतर प्रसाद घेणारे भाविक, सतत अन्नसामग्रीचा पुरवठा होत असलेले लंगर आणि अधूनमधून सतत 'बोले सो निहाल सत् श्री अकाल' च्या गर्जना ऐकून अंगावर एक प्रकारचा रोमांच उभा राहतो. मन उल्हसित होते आणि शिखांच्या धर्माभिमानाबद्दल कौतुक वाटू लागते. काही शतकांपूर्वी वायव्येकडून सातत्याने होणाऱ्या परकीय आक्रमकांपासून मूळ भारतीय संस्कृतीचे रक्षण करण्याच्या मुख्य हेतूने जन्मास आलेल्या लढवय्या खालसा पंथाची सार्थकता पटते. मंदिराच्या आवारात जागोजागी अनेक व्यक्तींनी, संस्थांनी आणि भारतीय सैन्याच्या तुकड्यांनी मंदिराला दिलेल्या भेटीची आठवण व त्याविषयीची कृतार्थता व्यक्त करण्यासाठी श्रद्धापूर्वक बसवलेले संगमरमरी शिलापट हिंदू व शीख लोकांच्या अभिन्नतेची व श्रद्धेची साक्ष देतात. मी सुवर्ण मंदिरास भेट दिली तेव्हा या सर्व वातावरणाची पार्श्वभूमी असली तरी त्याला पराकोटीच्या दुःखाची, संतापाची उद्विग्नतेची काळीकुट्ट झालर होती. रणगाड्याच्या तोफेच्या माऱ्याने जमीनदोस्त झालेल्या व शिखांचे मानचिन्ह असलेल्या अकाल तख्तावरून जखमी भावनांची प्रखर जाणीव होत होती. सुवर्ण मंदिरावरील सैनिकी कारवाई ही एक ऐतिहासिक घोडचूक तर झाली नाही ना, असा विचार अचानक माझ्या मनात चमकून गेला.

शस्त्रास्त्रांनी सुसज्ज दहशतवादी सुवर्ण मंदिरात दबा धरून, मोर्चे बांधून बसले होते. जर्नेल सिंह भिंद्रनवाले याने आपल्या प्रभावी वक्तृत्वाने शीख जनमानसावर भुरळ घातली होती. त्याने धमकी दिली होती कि सुवर्ण मंदिरावरील हल्ला ही स्वतंत्र खलिस्तानची मुहूर्तमेढ ठरेल. या सर्व वल्गना शीख जनतेच्या पाठिंब्यावर नव्हे; तर पाकिस्तानकडून मिळणाऱ्या मदतीच्या व चिथावणीच्या जोरावर होत्या. १९७१ सालच्या बांगला देशच्या युद्धातील लाजिरवाण्या पराभवाचा वचपा काढण्यासाठी बेचैन व अधीर झालेल्या पाकिस्तानला याहून चांगली सुवर्णसंधी मिळाली नसती. पाकिस्तानने त्याचा पुरेपूर उपयोग करून

घेतला. शिखांच्या असंतोषाचा फायदा घेण्यासाठी पाकिस्तानने रचलेल्या कटामागची विचारसरणी अशी होती :

१) रोटी -बेटीच्या व इतर ऐतिहासिक व मानसिक बंधनात गुंतलेल्या हिंदू व शीख समाजांत वैमनस्य निर्माण करणे.

२) शिखांचा आपल्याच देशावरील विश्वास नष्ट करून भारतीय सैन्यातील एक प्रमुख व भक्कम घटक असलेल्या शीख सैनिकांच्या मनोबलावर आघात करणे.

३) युद्ध काळात अभेद्य ठरणारी मोर्चेबंदी खिळखिळी करणे व पंजाबातील शीख जनतेकडून सैन्याला मिळणाऱ्या मदतीस आळा घालणे.

४) देशांत सर्वत्र पसरलेल्या शीख समुदायातील जहाल लोकांकडून घातपात व अराजक माजवणाऱ्या कारवाया घडवून आणणे.

५) परदेशी व भारतीय शीख यांच्या अतिरेकी गटांत समन्वय साधणे.

६) अतिरेक्यांना घातपाताचे व इतर प्रशिक्षण देण्यासाठी पाकिस्तानात प्रशिक्षण शिबिरें चालविणे.

७) स्फोटक पदार्थ, शस्त्रास्त्रे व दारूगोळ्यांचा अविरत पुरवठा करणे.

८) शीख व मुसलमान या दोन्ही अल्पसंख्यांक गटांच्या हिताची एकात्मता, दोघांवर होणारे अन्याय आणि काश्मीर व खलिस्तानच्या मागणीच्या पूर्ततेसाठी जोरदार प्रचार करणे.

९) दहशतवादाचा बीमोड करतांना भारतीय सुरक्षा दलांकडून बळाचा वापर झाला की त्याविरुद्ध मानवाधिकारभंग झाल्याचे जगभर अकांडतांडव करणे.

एकातून दुसरे त्यातून तिसरे अशा उलगडणाऱ्या, फलद्रूप होणाऱ्या या कुटिल नीतीने आपले घातक परिणाम दाखवण्यास सुरुवात केली होती. राजनैतिक, राजकारणी दु:साहसातून निर्माण झालेल्या भिंद्रनवालेच्या भस्मासुराने १९८०-८४ या काळात आपला नंगा नाच सुरू केला होता. पंजाबमध्ये शीख अतिरेक्यांनी पद्धतशीरपणे हिंदूंविरुद्ध हिंसाचार भडकवून त्यांना घाबरवून सोडले होते. दहशतवादाविरुद्धच्या मोहिमेचे संचालन करणाऱ्या पोलीस अधिकाऱ्यांचे खून होण्यास सुरुवात झाली होती. शीख धर्माच्या संरक्षणाच्या बुरख्याआडून केलेल्या या चेष्टांमुळे भिंद्रनवालेची दहशत भलतीच वाढली होती. आपल्या अनुयायांमार्फत त्याने जणू प्रति सरकारच स्थापले असल्याचा भास होत होता. याचा कळस म्हणजे सन १९८४ च्या पूर्वार्धात त्याने चक्क सुवर्ण मंदिरातच ठाण मांडून आपल्या मोहिमेची सूत्रें हलविण्यास सुरुवात केली. मंदिरात दबा धरून बसलेल्या त्याच्या गनिमांचा आणि खुद्द भिंद्रनवालेचा नायनाट केल्याशिवाय गत्यंतर नाही या निर्वाणीच्या युक्तिवादाची परिणती जून ५/६-१९८४ च्या सैन्याच्या सुवर्ण मंदिरावरील कृती म्हणजे ऑपरेशन् ब्लू स्टार मध्ये आणि त्या सोबतच संपूर्ण पंजाबमध्ये अतिरेक्यांच्या विस्तृत धरपकडीसाठी सुरू झालेल्या 'ऑपरेशन वुडरोज' मध्ये झाली.

या अनपेक्षित कारवाईने भिंद्रनवाले व त्याचे गनीम कामी आले; परंतु सुवर्ण मंदिराच्या परिसरातील अकाल तख्त व इतर वास्तूंची पूर्ण नासधूस झाली. पंजाबपुरते म्हणायचे तर परिस्थिती आटोक्यात आल्याचा भास निर्माण झाला खरा; परंतु तो पूर्णपणे फसवा होता. जालिम औषधांचा मारा करून ज्वर काबूत आणलेल्या रुग्णाप्रमाणे पंजाबची अवस्था होती. औषधासोबत अनेक पथ्यें पाळणे, काळजी घेणे अत्यावश्यक होते, पण काही दुर्दैवी गोष्टी त्याच्या अगदी विपरीत घडल्या. सुवर्ण मंदिरावरील कृतीमुळे समस्त शीख समाजात तीव्र नाराजी होती, तर जहाल गटांत सूडाग्नी पेटला होता. पंजाबातील

हिंदूंनी ब्ल्यू स्टार नंतर सुटकेचा निःश्वास सोडण्यापलीकडे जाऊन आनंदीआनंद व्यक्त करण्याचा जो वेडेपणा केला त्यामुळे तर शिखांची अवस्था जखमेवर मीठ चोळल्यासारखी झाली. सुवर्ण मंदिरावर हल्ला करणारा कधी जिवंत राहू शकला नाही याचे ऐतिहासिक दृष्टांत अतिरेक्यांनी जनतेच्या मनावर ठसविले.

या भयानक मानसिक विषप्रयोगाचे परिणाम लवकरच दिसू लागले. ब्ल्यू स्टार नंतर अवघ्या पाचच महिन्यात ३१ ऑक्टोबर १९८४ रोजी तत्कालीन पंतप्रधान श्रीमती इंदिरा गांधींची त्यांच्याच शीख अंगरक्षकांनी गोळ्या झाडून हत्या केली. बऱ्याच उशीराने म्हणजे १० ऑगस्ट १९८६ रोजी कारवाईच्या वेळी सेनाध्यक्ष असलेले जनरल वैद्य यांचा सेवानिवृत्तीनंतर पुणे येथे अतिरेक्यांनी बळी घेतला. अशा अनेक व्यक्तींची अतिरेक्यांनी सविस्तर 'हिट लिस्ट'च तयार केली होती. सावज हेरणे आणि ते टिपण्याच्या कामगिरीचे निरंतर प्रकार सुरू होते .

इंदिरा गांधी हत्येचे दिल्ली व उत्तर भारतात अनेक ठिकाणी जे पडसाद उमटले ते तर घृणास्पद, लज्जास्पद व निंद्य होते असे म्हणणे फारच सौम्य ठरेल. शिखांविरुद्ध झालेल्या हिंसाचारास प्रोत्साहन देण्यात कांही राजकीय पुढाऱ्यांनी प्रदर्शित केलेला फाजील उत्साह, हिंसाचार थांबवण्यास शासनाकडून झालेली हयगय या गोष्टी चुकीच्या होत्याच. परंतु पंतप्रधानपद सांभाळल्यावर राष्ट्राला उद्देशून दूरदर्शनवरून केलेल्या आपल्या पहिल्याच भाषणात राजीव गांधी यांनी 'महावृक्ष कोसळला कि जमीन हादरतेच' असे म्हटले. त्यांच्या या वक्तव्याने शिखांच्या मनात राजीव गांधींच्याविरुद्ध शत्रूत्व निर्माण झाले. ऑपरेशन् ब्ल्यू स्टारने राष्ट्राच्या सुरक्षिततेला हादरा बसला, त्यापेक्षा अनेक पटींनी जबरदस्त आघात वरील दंग्यांमुळे झाला. दंग्यात उध्वस्त झालेल्या शेकडो निरपराध शीख कुटुंबांतील संवेदनक्षम लहान व तरुण मुले - मुली उघड्यावर पडल्या; तर अनेक आई- बाप निःसंतान झाले

व स्त्रियांच्या नशिबी वैधव्य आले. 'ब्ल्यू स्टार' नंतर हळूहळू भरून येत चाललेल्या जखमांवरच्या खपल्या पुन्हा निघाल्या. दहशतवादाला चिथावणी मिळाली.

यातून निर्माण झालेल्या सूडाग्नीने दहशतवादाला देशव्यापी रूप दिले. मिसरूड पण न फुटलेल्या शाळकरी पोरांपासून तरुणांपर्यंत अनेकांचे हात सापडेल त्या हत्याराच्या मुठीवर आवळले गेले. दहशतवादाचा हा राक्षस परदेशापर्यंत फोफावला. तेथील संतप्त शीख तन-मन-धनाने भारतातील शीख अतिरेक्यांना हवी ती मदत करण्यास सिद्ध झाला. परदेशात सहजसाध्य आणि उपलब्ध असलेल्या तंत्रज्ञानाचा उपयोग भारतात हिंसा, जाळपोळ लूटमार व स्फोटक पदार्थांच्या भयंकर भडक्यात होऊ लागला. अतिरेक्यांसाठी पाकिस्तानातील प्रशिक्षण शिबिरे मधमाशांच्या पोळ्यासारखी खुणावणारी ठरत होती. शस्त्रास्त्रे, स्फोटक पदार्थ इत्यादी घातक सामग्रीच्या चोरट्या आयातीत देशात जागोजागी वसलेले धाडसी व संतप्त शीख तरुण भाग घेऊ लागले.

इतर प्रांतांत दंग्यांनी धुमाकूळ घातला तरी इंदिरा हत्येनंतर पंजाब मात्र शांत होते, कारण तिथे हिंदू अल्पसंख्यांक असूनसुद्धा बहुसंख्य शिखांच्या सान्निध्यात ते सुरक्षित राहिले होते. परंतु सूडबुद्धीचा आनंद लपवण्याचा प्रयत्न मात्र शिखांनी केला नाही. इंदिरा गांधी हत्येनंतर रात्री पंजाबात जागोजागी दुकानांतील मद्याचे साठे संपले. शिखांच्या जल्लोषावर नाक मुरडणाऱ्या हिंदूंना ठणकावून उत्तर मिळाले, 'सुवर्ण मंदिरावर सैन्याने हल्ला झाला, तेव्हा आम्ही लोकांनी शोक पाळला व तुम्ही दिवाळी साजरी केली. आता आमची दिवाळी आहे, तुम्ही सुतक पाळा.' शीख व हिंदू समाजांत निर्माण झालेल्या खोल दरीचे याहून अधिक भीषण उदाहरण कोणते असेल? दुसरा याहून धक्कादायक व डोळे उघडणारा अनुभव मला आला तो माझ्याच हाताखाली काम करणाऱ्या एका वरिष्ठ शीख अधिकाऱ्याच्या वक्तव्यातून. अतिशय कर्तबगार व निष्ठावंत असलेला तो अधिकारी

म्हणाला, ''सर इंदिराजींचा जर नसर्गिक मृत्यू झाला असता तर शीख समाजाने स्वत:ला कधीच माफ केले नसते.''

राष्ट्रपती राजवट लागू करून पंजाबमध्ये शांतता व सुरक्षितता प्रस्थापित करण्याचे शासनाचे प्रयत्न चालूच होते. परंतु शीखांच्या भडकलेल्या भावनांचा अकाली दलाने पुरेपूर उपयोग करून घेतला. प्रत्येक सणाच्या वेळी, गुरुद्वारांमध्ये भिंद्रनवाले, इंदिराजींचे मारेकरी व इतर अतिरेक्यांच्या शौर्याचे पोवाडे म्हटले जाऊ लागले. शिखांविरुद्ध झालेल्या हिंसाचाराच्या, अन्यायाच्या आठवणी ताज्या ठेवण्यात आल्या. त्याचप्रमाणे शिखांवरील हिंसेस जबाबदार असलेल्या व त्यांस चिथावणी देणाऱ्या राजकीय गुन्हेगारांवर रीतसर फौजदारी खटले भरण्याची सर्वव्यापी मागणी करण्यात आली. अकाली दलाला हाताशी धरून, त्यांचे मन वळवून सहकार्य संपादन केल्याशिवाय परिस्थिती सुधारणे अशक्य असल्याचे शासनाने आणि राज्यकर्त्यांनी ओळखले.

याच जाणीवेतून १९८५ च्या सुरुवातीपासून पंजाब समस्या वाटाघाटीच्या मार्गाने सोडवण्याचे प्रयत्न सुरू झाले. श्री. अर्जुन सिंह यांच्यासारख्या मातब्बर व कुशल राजकीय व्यक्तिमत्वाची पंजाबच्या राज्यपालपदी नियुक्ती हे त्या दिशेने टाकलेले पहिले पाऊल होते. राज्यपालपदाची शपथ घेताच वेळ न घालवता त्यांनी अकाली नेतृत्त्वाचे चाणाक्षपणे मूल्यमापन केले. संत लोंगोवाल यांचा अकाली दलावर असलेला पूर्ण पगडा पाहून त्यांनी सरदार सुरजीत सिंह बर्नाला व बलवंत सिंह या अकाली दलाच्या नेत्यांचे आपल्या संभाषण चातुर्याने व कुशल मुत्सद्दीगिरीने मन वळवण्याचे काम त्यांनी प्रथम हाती घेतले. पंजाबची समस्या सोडवण्याची केंद्र सरकारची मनापासून प्रबळ व प्रामाणिक इच्छा आहे, धडपड आहे हे त्यांनी अकाली नेत्यांना पटवून दिले. त्या दोघांचे सहकार्य लाभताच त्यांच्यामार्फत संत लोंगोवाल यांना पंतप्रधान राजीव गांधींशी प्रत्यक्ष वार्तालाप करण्यास राजी केले. पंजाब समझोत्याची लिखित (आणि अलिखित?) कलमें तयार झाली

आणि जुलै १९८५ च्या शेवटच्या आठवड्यात लोंगोवाल, बर्नाला आणि बलवंत सिंह ही त्रयी वाटाघाटींसाठी दिल्लीला आली. अर्जुन सिंह यांनी मोठ्या चतुराईने व कल्पकतेने सर्व योजना केली होती, त्यामुळे वाटाघाटी तडकाफडकी यशस्वी झाल्या आणि २४ जुलै १९८५ रोजी पंजाब समझोत्यावर उभयपक्षी शिक्कामोर्तब झाले. या सात कलमी समझोत्यात २६ जानेवारी १९८६ पर्यंत चंदीगड पंजाबला देण्याचे आश्वासन दिले गेले. पंजाब व हरियाणा सीमाप्रश्न, पाणी प्रश्न व इतर नाजुक बाबी सोडवण्याबद्दल स्पष्ट निर्देशही त्यात होते.

या कराराविषयी शीख जनमानसात भिन्न प्रतिक्रिया उमटल्या. शांतताप्रेमी व मवाळ प्रवृत्तीच्या लोकांना हायसे वाटले; तर अनेक जहाल मतांच्या, अतिरेकी समर्थक मडळींनी समझोत्याला विरोध दर्शवला. गुरुचरण सिंह तोहडा व प्रकाश सिंह बादल यांसारखे पुढारी त्यांना समझोता प्रक्रियेत पुरेसे प्राधान्य न दिले गेल्याने दुखावले गेले. पण त्यांचा इलाज नव्हता कारण पाताळयंत्री म्हणून तोहडा कुप्रसिद्ध होते; तर बादल अनिर्णायक प्रवृत्तीचे होते. त्यांच्याशी चर्चा झाली असती तर काहीच पदरात पडले नसते.

अतिरेक्यांना करार नामंजूर असल्याचा प्रत्यय महिनाभरातच आला. संधी साधून त्यांनी २० ऑगस्ट १९८५ रोजी संत लोंगोवाल यांची हत्या केली. या घटनेने शीख हळहळले. या सहानुभूतीच्या वातावरणात नंतर सप्टेंबरमध्ये लगेच पंजाबात निवडणुका झाल्या आणि त्यात अकाली दलाचा दणदणीत विजय झाला. परंतु हा विजय हा वास्तविक देखाव्याच्या लढाईतील विजय होता. खरी वस्तुस्थिती अशी होती की बर्नाला, बलवंत सिंह प्रभृतींबरोबर काँग्रेस व अकाली दलाच्या उमेदवारांची परस्पर सहमतीच्या आधारावर आधीच चर्चा झाली होती. तात्पर्य, ही निवडणूक म्हणजे काँग्रेस व अकाली दलातील मैत्रीपूर्ण सामना होता. (मॅच फिक्सिंग म्हणतात ना ते हेच!) त्यात एरवी दिसणारी कडवी चुरस नव्हती. ग्रामीण भागात बहुसंख्य

असलेले शीख अकाली उमेदवारांकडे; तर शहरी भागातील बहुसंख्य असलेले हिंदू काँग्रेसकडे झुकणार हे उघड असताना त्या दृष्टीनेच उमेदवार ठरवलेले बरे हा सोपा युक्तिवाद होता. हे सर्व राजकारण बाजूला ठेवले तरी यात एक महत्त्वाची जमेची बाजू होती. ती म्हणजे निवडणुकांत जनतेचा उत्साही सहभाग. लोकशाही पद्धतीने प्रश्न सोडवण्याच्या बाजूने जनतेने दिलेला तो कौल होता. शिवाय पंजाब समस्या सोडवायची तर शिखांच्या प्रतिनिधित्वाचा दावा करणाऱ्या अकाली दलाला सत्तारूढ होऊ देऊन त्यांच्यामार्फतच ती सोडवणे सोईस्कर होते. राजकीय मुत्सद्देगिरीचा तो परिपाक होता. सत्ता वाटून भोगण्याचा, दुसऱ्याला उपभोगू देण्याचा समंजसपणा जर एका दशकापूर्वी काँग्रेस पक्षाने दाखवला असता व अकाली दलाला शह देण्यासाठी, सत्तेपासून वंचित करण्यासाठी ते घातकी डावपेच खेळले नसते, तर पंजाब समस्येने कदाचित कधीच एवढा रुद्रावतार धारण केला नसता. भिंद्रनवालेचे भूत मानगुटीस बसलेच नसते. उशीरा का होईना; पण समज आली हे काय कमी झाले? ती टिकेल अशी अपेक्षा असणे साहजिक होते; पण लवकरच ही अपेक्षा फोल ठरली.

सप्टेंबर १९८५ च्या शेवटच्या आठवड्यात बर्नाला व बलवंत सिंह हे अकाली दलाच्या सरकारचे अनुक्रमे मुख्यमंत्री व उपमुख्यमंत्री झाले. बादल व तोहडा यांची मने वळवून त्यांचे सहकार्य मिळवण्याचा प्रयत्न बर्नाला यांनी केला, परंतु किमान उपमुख्यमंत्रिपदाचा हट्ट धरून बादलनी तो निष्फळ केला. बर्नाला सरकारची कारकीर्द जरी या गालबोटाने सुरू झाली तरी एकंदरीत आशेच्या व उत्साहाच्या वातावरणात ती सुरू झाली होती. ही अनुकूल वातावरण निर्मिती करण्यात अर्जुन सिंह यांचाच सिंहाचा वाटा होता. अगदी सुरुवातीपासून ज्या खुबीने, गुप्तपणे सर्व सूत्रें त्यांनी हलवली, कामाची माणसे हाताशी घेतली त्याला तोड नाही. मागे वळून पाहता मला असे वाटते, की त्यांना काश्मीरमध्येही पाठवणे योग्य ठरले असते.

बर्नाला सरकारच्या राज्यकारभाराची सुरुवात तर ठीक झाली. जनतेचे लोंढे सचिवालयात आपले प्रश्न सोडवण्यासाठी धाव घेऊ लागले. मंत्र्यांच्या निवासस्थानी व कार्यालयात गर्दी जमू लागली. प्रदीर्घ राष्ट्रपती राजवटीनंतर पुन्हा सत्ता हाती आलेले जनतेचे प्रतिनिधी, म्हणजेच मंत्री, जनतेच्या नावाखाली आपले उखळ पांढरे करू लागले. सर्व कांही अगदी इतर राज्यांतील लोकतंत्राच्या प्रयोगात आपण पाहतो तसेच सुरू झाले. पहिले चार - पाच महिने पुन्हा मिळालेल्या मोकळ्या व निश्चिंत जनजीवनात चळवळींना आणि कटकटींना वाव मिळाला नाही. विरोधकांच्या चळवळींकडे जनतेने दुर्लक्ष केले. दहशतवाद्यांचा हिंसाचार पण एकंदरीत खालच्या पातळीवरच होता. परंतु हे सर्व अल्पायुषी ठरले. कारण पंजाब कराराच्या अंमलबजावणीतील गलथानपणा.

सत्तारूढ झाल्यावर पंजाब कराराच्या संदर्भात आपण काय मिळवले हे दाखवण्यासारखे बर्नाला सरकारजवळ कांहीही नव्हते. २६ जानेवारी १९८६ रोजी चंदीगडचे पंजाबला हस्तांतरण तर झाले नाहीच; उलट त्यासंबंधी घडलेल्या किळसवाण्या तमाशाने मने विटली. हस्तांतरणासाठी पंजाब व हरियाणा विधिमंडळांची औपचारिक मान्यता आवश्यक असल्याने २५ जानेवारीच्या रात्रभर दोन्ही विधानसभांचे सदस्य तिष्ठत बसले होते. प्रजासत्ताकदिनाची परेड कोणत्या शासनाच्या अखत्यारीत असेल हा यक्ष प्रश्न टांगणीवर असल्याने तीन वेगवेगळी (चंदीगड, हरियाना व पंजाब) निमंत्रणें वितरणासाठी तयार होती. पण शेवटपर्यंत चंदीगडचा हा सौदा काही दिल्लीत पार पडू शकला नाही. पहाटेपर्यंतच्या अनिश्चिततेनंतर केंद्र शासित चंदीगडच्या शासनातर्फे प्रजासत्ताक दिनाचा सोहळा पार पडला. बर्नाला सरकारची विश्वासार्हता आणि केंद्र सरकारची नियत या दोहोनाही मोठाच तडा गेला होता.

तसाच गंभीर आचरटपणा सीमा प्रश्न सोडवणुकीच्या बाबतीतही घडला. चंदीगडच्या मोबदल्यात पंजाबचे पाक सीमावर्ती अबोहर व फाजिल्का हे कापूस संपन्न तालुके मिळावेत हा हरियानाचा हट्ट होता. परंतु सीमा प्रश्नात गावनिहाय भाषेची व भौगोलिक सान्निध्याची खात्री करून सीमेवरील प्रदेश पंजाब अथवा हरियानाला जाणार होते. हे तत्त्व हरियानाच्या अबोहर फाजिल्का मागणीच्या आड येत होते. कारण त्या प्रदेशांशी हरियानाची भौगोलिक सीमा संलग्न नव्हती. या पेचातून एक पोरकट पळवाट काढण्यात आली. तोपर्यंत अज्ञात असलेले पंजाबमधील कंदूखेडा हरियानाच्या सीमेवरील अबोहर फाजिल्का क्षेत्राला लागून होते. कंदुखेडा हरियाणाला मिळाले तर त्या खेड्यामार्फत अबोहर फाजिल्का भागात हरियानाचा चंचुप्रवेश होऊ शकतो या अत्यंत निंद्य व बेजबाबदार युक्तिवादाच्या आधारावर कंदुखेडा येथे रहिवाशांच्या मातृभाषेबद्दल (म्हणजे हिंदी अथवा पंजाबी) जनमत घेतले गेले. पुन्हा एखाद्या निवडणूक संघर्षाचे हिडीस दृष्य कंदुखेडात आठवडाभर दिसले.

अगदी पूर्वीपासून शिखांचा हिंदूंवर राग असे की भाषावार प्रांतरचनेच्या वेळी हिंदूंनी लबाडी केली. ते घरी पंजाबी बोलत असूनही, त्यांना हिंदी येत नसूनही त्यांनी आपली मातृभाषा हिंदी असल्याचे सांगितले. परिणामी, प्रांतरचनेत क्षेत्राच्या दृष्टीने पंजाब तोट्यात आला. हिंदूंच्या या चलाखीबद्दल नाराजी व्यक्त करण्याची संधी जाणकार शीख सोडत नाहीत. तात्पर्य, एका यःकश्चित खेड्यात भाषेच्या प्रश्नावर जनमत घेऊन काय साध्य झाले; तर जुन्या कटू आठवणींची उजळणी झाली. चंदिगडचे फिस्कटलेले हस्तांतरण आणि जनमत संग्रहाचा कुप्रयोग या दोन घटनांनी केंद्राच्या पंजाब समस्या सोडवण्यामागील आस्थेचे पितळ उघडे पडले. माझ्या मते, शीख दहशतवाद आणखी चिघळण्यास ही दुर्दैवी फसवणूक बऱ्याच अंशी कारणीभूत झाली. बर्नाला सरकारचे शासन त्यानंतर कधीही स्थिरावले नाही. अकाली

दलामार्फत दहशतवादाचा बीमोड करण्याचा डाव फसला. परिस्थिती पुन्हा बिकट बनली आणि पंजाबवर दुर्दैवाने पुन्हा राष्ट्रपती राजवट लादावी लागली.

परंतु तोपर्यंत दहशतवादाचा पाया पुन्हा मजबूत झाला होता. खालसा पंथाचा व पंथ रक्षणाचा मुखवटा घातलेल्या पंथिक कमिट्या म्हणजेच अतिरेक्यांच्या निरनिराळ्या टोळ्या सक्रीय झाल्या होत्या. पाकिस्तानातील प्रशिक्षण शिबिरें आपले काम चोख पार पाडत होती. शस्त्र व दारूगोळ्याचा पुरवठा चालू होताच. शिवाय पंजाबमधील बँकांवर दरोडे घालून मिळवलेल्या पैशातून बेकार तरुणांना अतिरेकी गटांत सामील होण्यास प्रोत्साहन दिले जात होते. त्याच सुमारास म्हणजे १९८८-८९ दरम्यान काश्मीरमध्ये देखील पाकिस्तानच्या उघड मदतीने दहशतवाद उफाळून येत होता. काश्मीरमार्फत पंजाब व पंजाब मार्फत काश्मीर असे सर्व प्रकारचे दहशतवादी दळण वळण प्रस्थापित झाले होते. पंजाबपुरतेच बोलायचे तर १९८७-९१ या कालखंडात तेथील दहशतवादाचे चित्र खालीलप्रमाणे होते:

१) दहशतीच्या जोरावर जनतेचे सहकार्य, २) अतिरेक्यांविरुद्ध खटले चालवणाऱ्या न्यायाधीशांवर जरब इतकी की पकडलेल्या अतिरेक्यांना जामिनावर न सोडणारा मॅजिस्ट्रेट गेलाच. शेवटी तर न्यायमूर्ती मंडळी अतिरेक्यांच्या खटल्यांवरील नेमणूक टाळू लागली. ३) दहशतवादा विरुद्ध सक्रीय झालेल्या अधिकाऱ्यांची आणि कांही वेळा त्यांच्या समस्त परिवाराची हत्या होऊ लागली, ४) बस व रेल्वे प्रवाशांच्या सरसकट कत्तली होऊ लागल्या. परिणामी, रात्रीची वाहतूक बंद व कडक सुरक्षा व्यवस्थेत दळणवळण सुरू ठेवण्यात आले होते. ५) शीख पंथीयांच्या मर्यादेला अनुरूप असा पोषाख घालण्याची शाळा कॉलेजातील विद्यार्थिनींवर सक्ती करण्यात येत होती; अन्यथा त्यांची हत्या केली जात होती. ६) वृत्तपत्रे व टीव्ही या माध्यमांच्या अधिकाऱ्यांचे खून करून प्रसृत होणाऱ्या बातम्यांवर

नियंत्रण आणण्यात आले होते. या आणि अशा अनेक गोष्टींत दहशतवादाने संपूर्ण जनजीवनावर भीतीचे पांघरूण लादले होते. दहशतवादाच्या विरोधात सुरक्षा दलांच्या कारवाईने कंटाळलेली जनता अतिरक़्यांच्या दहशतीने पार खचली. इकडे प्रशासनाचे म नोबलदेखील पार तळाला पोहोचले होते, कोण कधी अतिरेक्यांच्या हिट लिस्ट वर येईल याचीच धास्ती प्रत्येकाच्या मनात निर्माण झाली होती.

परंतु हिंसा आणि दमनचक्राने शासन चालत नाही. तशा चळवळीही यशस्वी होत नाहीत. हिंसेने जनतेची मनें जिंकली जात नाहीत हे सत्य दहशतवादी नेत्यांनी दृष्टीआड केले होते. दहशतवादी नेतृत्वदेखील कुठल्या पातळीचे होते? ना त्यांना आध्यात्माची व नीतिमत्तेची चौकट होती; ना उदात्त ध्येयांचे बंधन. ते नेतृत्व सरसकट गुन्हेगारी व दरोडेखोरी प्रकारचे आणि स्वार्थी वृत्तीचे होते. त्यांच्यात सामील होणारेही बेकार व केवळ लुटालुटीने सहज मिळणाऱ्या द्रव्यामुळे त्यांच्याकडे आकर्षित झालेले होते. रात्री -अपरात्री खेड्या -पाड्यात कोणाच्याही घरांत शिरून तेथील स्त्रियांवर बलात्कार करणे नित्याचे झाले होते आणि नेमकी हीच गोष्ट जनतेला कोणत्याही परिस्थितीत असह्य होती. दहशतवादाची कबर नेमकी इथेच खोदली गेली. शीख धर्माच्या उदात्त शिकवणी व मर्यादा कायम ठेवण्याचे उद्दिष्ट वरकरणी सांगणारे दहशतवादी नेतृत्त्व आतून स्त्रीलंपट, भोगी, मद्यात भिजलेले व ऐषारामात लोळणारे असल्याची सत्य स्थिती जसजशी उघडकीस येऊ लागली तसा जनतेचा संयम संपला. त्रास सहनच करायचाच असेल, तर दहशतवादाविरुद्ध शासनाला मदत करून सहन केलेला परवडला ही निर्वाणीची भूमिका हळूहळू जनतेच्या मनात रुजू लागली. परंतु मनोबल संपलेले शासन व यंत्रणेतील परिवर्तनाचा लाभ घेण्यास अजूनही समर्थ नसलेले पोलीस असा प्रकार होता.

श्री जे. एफ रिबेरो यांची पंजाबच्या पोलीस महसंचालकपदी झालेली नियुक्ती ही या पार्श्वभूमीवरची एक आशादायक घटना ठरली. मुंबईचे माजी पोलीस आयुक्त रिबेरो हे एक कसलेले, निष्णात व कर्तबगार आय.पी.एस. अधिकारी. पंजाब पोलिसांच्या नेतृत्त्वाची सूत्रे हाती येताच त्यांनी हतबल पोलीस यंत्रणेत नवीन प्राण फुंकले. अतिरेक्यांविरुद्धच्या पोलीसांच्या लढ्यास धार चढू लागली. रिबेरोंचे व्यक्तिमत्त्वच तसे होते. साहजिकच अतिरक़्यांनी त्यांनाच मारण्याचा घाट घातला. जालंदर येथील सशस्त्र पोलीस दलाच्या छावणीत धडक मारून त्यांच्यावर दहशतवाद्यांनी केलेल्या भीषण हल्ल्यातून रिबेरो केवळ स्वतःच्या प्रसंगावधानाने वाचले. त्या प्रसंगाने पंजाब पोलिसांचे मनोधर्य आणखी उंचावले. दहशतवादाविरुद्ध चाललेल्या मोहिमेस रिबेरोंच्या कारकीर्दीत एक योग्य दिशा मिळाली होती. परंतु दहशतवादाचे भिनलेले विष इतक्या सहजासहजी उतरणारे नव्हते. विसाव्या शतकाचे शेवटचे दशक उजाडले तरी पंजाबच्या क्षितिजावर शांततेचे किरण दिसत नव्हते. बर्नाला सरकार बरखास्त करून आणलेल्या राष्ट्रपती राजवटीचीही एक मर्यादा होती. राष्ट्रपती राजवटीची मुदत अखेरीस वाढवणार तरी किती? निवडणुका घेणे अपरिहार्य असले तरी त्या शांततेने पार पडतीलच याची शाश्वती नव्हती. पाकिस्तान विविध अतिरेकी गटांना (पंथिक कमिट्यांना) कळसूत्री बाहुल्याप्रमाणे नाचवत होता. निवडणुका होणे हे पाक व्यूहरचनेच्या विपरीत होते.

साहजिकच, अतिरेकी गटांनी निवडणुकांवर बहिष्कार टाकला. त्यांच्या धमक्यांना घाबरून निरनिराळ्या अकाली दलांनी माघार घेतली. मतदानात भाग घेतल्याचे दुष्परिणाम सांगून जनतेस भेडसावण्यात आले. अत्यंत तंग व काळजीयुक्त वातावरणात आणि कडक सुरक्षा बंदोबस्तात अखेर फेब्रुवारी १९९२ मध्ये निवडणुका झाल्या खऱ्या; परंतु त्यांना केवळ एक घटनात्मक औपचारिकतेचे रूप होते. पंचवीस

टक्क्यांहून कमी लोकांनी मताधिकार वापरण्याचे धाडस केले. शिखांचे प्रतिनिधित्व करणाऱ्या निरनिराळ्या अकाली दलांच्या बहिष्कारामुळे मिळालेल्या मोकळ्या मैदानात काँग्रेस पक्षाने विशाल बहुमताने बाजी मारली. सरदार बेअंत सिंह पंजाबचे नवे मुख्यमंत्री झाले. पूर्वीची त्यांची ख्याती यथातथाच असल्याने त्या आधीच्या धुरंधर नेत्यांच्या मंत्रिमंडळांची झालेली वाताहत लक्षात घेता बेअंत सिंह यांची राजवट पण अल्पायुषीच ठरेल असा सर्वसाधारणपणे राजनैतिक विश्लेषकांचा कयास होता.

जेव्हा मुळातच अपेक्षा कमी असतात अशा वेळी बहुतेक व्यक्ती यशस्वी ठरतात असे बऱ्याच वेळा घडते. पंजाबमधील निवडणुका जरी एक फार्स म्हणून बदनाम झाल्या होत्या, तरीही घटनात्मक पद्धतीने विशाल बहुमताने निवडून आलेले सरकार कायदेशीर पणे पाच वर्षे अबाधितपणे कार्य करत राहिले होते, ही फार मोठी व महत्त्वाची जमेची बाजू होती. एरवी दर सहा महिन्यांनी राष्ट्रपती राजवटीत मुदतवाढ करण्याच्या प्रक्रियेत अनिश्चितता असे. त्यामुळे शासनाच्या कृती व गती मध्ये खंड पडत असे. पुढे कोणता पक्ष सत्तेवर येणार याच्या काळजीमुळे हे घडत असे. शासकीय अधिकारी व पोलीस यंत्रणा यांचा उत्साह थंडावल्यामुळे परिस्थितीवरील पकड ढिली पडत असे. या परिस्थितीत या निवडणुकीने अशाश्वत वातावरण नाहीसे केले. केंद्र व पंजाब या दोन्हींमधे एकच म्हणजे काँग्रेस पक्षाचे सरकार व पंजाबमध्ये ते पूर्ण पाच वर्षे चालण्याची कायदेशीर हमी अशी वस्तुस्थिती म्हणजे एका परीने पाच वर्षांच्या प्रदीर्घ राष्ट्रपती राजवटीला निर्वाचित् शासनाचा मुखवटाच जणू लाभला होता. राज्यातील अनिश्चितता अशा तऱ्हेने संपली होती. पोलीस यंत्रणा शाश्वत व निश्चिंतपणे काम करण्याच्या मन:स्थितीत आली. रिबेरोंनी पोलिस दलाचे मनोबल आधीच स्थिर राखले होते. आता मोहीम पुढे चालवण्यासाठी एक खंदा लढवय्या महा निदेशक पंजाबला मिळाला

होता. त्याचे नांव होते कुंवर पाल सिंह गिल. पंजाबचे आणि देशाचे हे सर्वात मोठे भाग्य! पुढे काय घडले ते बघा.

आसाम केडरचा आय.पी.एस. अधिकारी असलेला के पी एस गिल यांनी आधीही पंजाबमध्ये प्रतिनियुक्तीवर निरनिराळ्या भूमिका यशस्वीरित्या पार पाडल्या होत्या. ऑपरेशन ब्लू स्टार नंतर पुन्हा एकदा सुवर्ण मंदिरात पक्के ठाण मांडून बसलेल्या अनेक अतिरेक्यांना 'ऑपरेशन ब्लॅक थंडर' या कारवाईत गिल यांच्या नेतृत्वाखाली सुरक्षा दलांनी हुसकून बाहेर काढले आणि ताब्यात घेतले होते. रक्तपाताशिवाय आणि मंदिराच्या वास्तूला एकही गोळी लागू न देता देता यशस्वी झालेल्या या कारवाईची सर्वत्र प्रशंसा झाली होती. अशा पद्धतीने जर ब्लू स्टार हाताळले गेले असते तर किती अनर्थ टळला असता असे अनेकांनी उघडपणे बोलूनही दाखवले होते.

मुख्यमंत्री झाल्यावर सरदार बेअंत सिंह यांनी सर्वात शहाणपणाचे काम काय केले असेल, तर ते म्हणजे गिल यांना त्यांनी संपूर्ण मोकळीक दिली. एखाद्या कसलेल्या व कुशल नेत्याप्रमाणे गिल यांनी पोलीस यंत्रणेवर आपली मजबूत पकड बसवली. त्यांच्या विश्वासातले सहकारी गोळा केले. सर्व थरांतून त्यांच्या जिवास जीव देणारे अधिकारी तयार झाले. इकडे अतिरेक्यांच्या उपद्रवास त्रासलेल्या जनतेच्या पण जिवात जीव आला. लोक पोलिसांना विश्वासाने माहिती देऊ लागले. त्या आधारावर जणू शिकारी वृत्तीने गिल यांच्या दहशतवादविरोधी पथकांनी अतिरेक्यांचा फडशा पाडायला सुरुवात केली. अतिरेक्यांची सीमेपलीकडील कुमक लोकांच्या नजरेस जसजशी पडू लागली, तसतशी त्यांची जनमानसातील उरलीसुरली बरी प्रतिमाही नष्ट होण्यास वेळ लागला नाही. दहशतवादाची मुळें उखडली जाण्यास या बदलाचा फार फायदा झाला. त्यानंतर पंजाबात प्रत्येक स्तरावर झालेल्या, लहान मोठ्या निवडणुका लोकांच्या पूर्ण सहभागासह पार पडू लागल्या. दहशतवादाच्या भीतीने पंजाब सोडून

इतरत्र गेलेले लोक, व्यापारी, त्यांचे व्यवसाय, गुंतवणूक व संपत्ती पंजाबात परतू लागली. दहशतवादाची झळ सोसलेल्या पंजाबी माणसास पुन्हा शांतता अनुभवता येऊ लागली. इकडे पंजाब पोलिसांच्या दबावामुळे पांगापांग होऊन कमजोर झालेले दहशतवादी गट पंजाब सोडून इतर राज्यांत आश्रय घेऊ लागले. पण गिल यांच्या पथकांनी त्यांचाही शिकारी वृत्तीने पाठलाग करून नायनाट केला. काही गट पाकिस्तानात आश्रय घेऊन संधीची वाट बघत बसले.

परिस्थिती अशा तऱ्हेने निवळल्यावर आधीच्या निवडणुकांवर बहिष्कार टाकणाऱ्या निरनिराळ्या अकाली गटांना पश्चात्ताप होऊ लागला. त्यांचा जनतेशी संपर्कच तुटला होता. साक्षात्कार झाल्याप्रमाणे एरवी दहशतवादाविरुद्ध चकार शब्द न काढणारे ते लोक आता हळूहळू दहशतवादाचा धिक्कार करू लागले..

पंजाब सुधारण्याचे श्रेय मात्र पूर्णपणे पंजाबी जनतेस द्यायला हवे. पंजाबी माणूस मेहनती, शांतताप्रिय आहे. गरज होती एका खंबीर पोलिस नेतृत्त्वाची. ते गिल यांनी दिले. आणि त्यांना हवे होते तसे काम करण्याचे स्वातंत्र्य तत्कालीन मुख्यमंत्री सरदार बेअंत सिंह यांनी दिले. अतोनात कष्टाअंती आणि अनेक निरपराधी जीव गमावल्यावर मिळालेली ही शांतता टिकवणे आता राजकारणी मडळींच्या हाती आहे. इतिहासापासून त्यांनी कांहीतरी शिकावे हीच अपेक्षा.

पोलीस यंत्रणेविषयी बोलायचे तर दहशतवादविरोधी मोहिमेत त्यांनी उचललेली कठोर पावले आणि राबवलेली कडक नीती ही ज्वराने पिडलेल्या रुग्णाला दिल्या जाणाऱ्या औषधासारखी होती. हे औषध तात्पुरते असावे लागते. त्याचा नियमित आहार म्हणून उपयोग केल्यास ते मारक ठरते. तात्पर्य, पोलिस यंत्रणेने आता आपले घटनात्मक कर्तव्य कसोशीने पार पाडण्यावर लक्ष केंद्रित करावे.

पंजाबचे ग्रहण अशा प्रकारे सुटले आणि सुटता सुटता शिकवून गेले की आपला लढा आपण स्वतःच हिमतीने लढायचा असतो; बाहेरच्यांच्या मदतीने नव्हे. ईशान्येतील प्रश्न आपण असेच स्वावलंबनाने सोडवले होते. त्याची या ठिकाणी आठवण होते.

०००

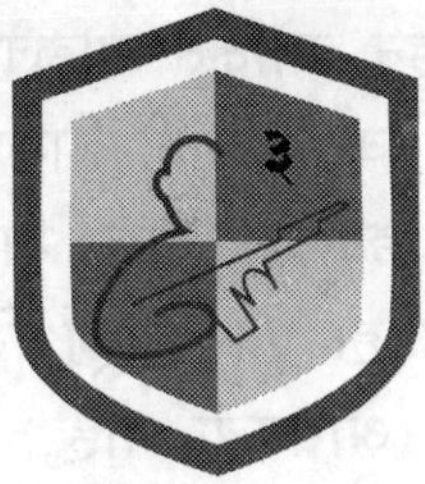

नवलाईपूर्ण नागालँड

नागालँड हा भारतरूपी रंगीबेरंगी व रम्य वाटिकेतील एक मोहक कोपरा. आधुनिक संस्कृतीची झळ लागेपर्यंत नागा लोक एक निष्पाप, समाधानी व आनंदी सामुदायिक जीवन जगत होते. सुमारे सोळा-सतरा निरनिराळ्या पोट जमातींमध्ये विभागला गेलेला नागा माणूस आपापल्या जमातीच्या बोलीत एकमेकांशी संपर्क राखतो. डोंगराळ प्रदेशात राहणारे हे लोक शरीराने काटक व सुदृढ, दिसायला जसे सुरेख तसेच मनाने निर्मळ, साधे, पापभिरू व दिलेला शब्द पाळणारे. जीवनमूल्यें इतकी शुद्ध की घराला कुलपाची आवश्यकताच भासू नये (आता हे जवळपास इतिहासजमा झाले आहे). लढवय्येपणा त्यांचे अंगी उपजतच असतो. पूर्ण मांसाहारी असलेल्या नागा मंडळींच्या पोटात कोणत्याही सजीवासाठी समान स्थान असते. परिणामी, नागालँडमध्ये प्रवेश केल्यावर मोकाट कुत्री, मांजरे यांच्यासारखे चतुष्पाद प्राणी; तसेच सरडे, पाली, साप व उडणारे पक्षी क्वचितच दिसतात. पावसाळ्यात रस्त्यावरील दिव्याभोवती घोंगावणाऱ्या पाकोळ्याही ते आवडीने खातात.

एकोणिसाव्या शतकात संपूर्ण नैसर्गिक अवस्थेत असलेल्या या प्रदेशात ख्रिश्चन मिशनऱ्यांनी प्रवेश केला. समाजसेवा, शिक्षण प्रसार

व वैद्यकीय सेवा या माध्यमांच्या साहाय्याने त्यांनी नागा मंडळींची मने जिंकली. आपल्याकडून उपेक्षित राहिलेल्या या प्रदेशात निर्माण झालेली धार्मिक, सांस्कृतिक पोकळी मिशनऱ्यांनी सहजतेने भरून काढली. टेकड्या - टेकड्यांवर स्थित गावांत चर्च दिसू लागले. परिणामी, आज नागालँड हा एक संपूर्ण ख्रिस्ती प्रांत आहे. नागा मनावर बॅप्तिस्ट चर्चचे पूर्ण अधिपत्य आहे.

समाजसेवा, शिक्षणप्रसार यांसारख्या चांगल्या गोष्टींबरोबरच एक महत्त्वाचा; पण अनिष्ट असा, राष्ट्राच्या मूळ सांस्कृतिक प्रवाहापासून वेगळेपणाच्या जाणीवेचा देखील कळत नकळत इथे उगम झाला. आपल्या औदासिन्यामुळे या प्रवृत्तींनी जोर धरला. ब्रिटिश अधिपत्याखाली जेमतेम शांततेने नांदणाऱ्या नागा मडळींना ब्रिटिश राजवट संपताच आपल्या स्वतंत्र व वेगळ्या अस्तित्वाची जाणीव झाली. नव्हे; काही खोडसाळ प्रवृत्तींनी ती करून दिली. देशाच्या इतर भागांशी नसल्यासारखा संपर्क, इतर भारतीयांशी अस्तित्वात नसलेली वैचारिक देवाणघेवाण व स्वातंत्र्याच्या चळवळीपासून असलेली अलिप्तता यामुळे नागा समाज फुटीर कुप्रचारास सहज बळी पडला. नागा बंडखोरीचा जन्म झाला तो या सर्व परिस्थितीमुळे.

सर्वसामान्य भारतीयाच्या नागालँड संबंधीच्या औदासिन्याची माझ्या एका अनुभवावरून कल्पना येईल. १९७५ च्या मे महिन्यात मी मुंबईला असताना माझी कोहिमाला (नागालँड ची राजधानी) बदली झाली. तेथील एकंदर गोष्टींची माहिती जाणण्याच्या हेतूने माझे तेथील पूर्वाधिकारी श्री. जोशी (ते नंतर आय.बी. चे संचालक झाले) यांना मी ट्रंककॉल लावला. ट्रंक ऑपरेटरने तत्काळ सांगितले,: इंटरनॅशनल् कॉल नोंदवा. नागलँड हे भारतातीलच एक राज्य आहे हे पटवून देण्यासाठी मला थोडे प्रयास पडले. तसेच एकदा नागालँडचे एकेकाळचे मुख्यमंत्री होकिशे सेमा हे काही कामानिमित्त मुंबईस आले असताना एका पंचतारांकित हॉटेलात उतरले. स्वागतकक्षाने त्यांचा चेहरामोहरा

व नावावरून ते जपानी असावेत असा तर्क काढला आणि परदेशी नागरिकांनी भरावयाचा फॉर्म पुढे केला. आपण नागालँडचे मुख्यमंत्री म्हणजेच भारतीय आहोत हे त्यांना चक्क पटवून द्यावे लागले.

आपलाच दाम खोटा, दुसऱ्याला दोष देण्यात काय अर्थ? १९५६ साली सुरू झालेल्या बंडखोरीचा उद्रेक कलेकलेने वाढत गेला. भारताच्या ईशान्य भागाच्या सुरक्षिततेसमोर त्यामुळे या उद्रेकाचे एक मोठे आव्हान उभे ठाकले. बंडखोरांना शस्त्रास्त्रे, प्रशिक्षण व आश्रय अशी तिन्ही प्रकारची मदत चीन व तत्कालीन पूर्व पाकिस्तान (आताचा बांगला देश) यांच्याकडून मिळत होती. गनिमी युद्धात तरबेज असलेल्या नागा बंडखोरांनी आपल्या सैन्याला जेरीस आणले. बंडखोरांचे नेतृत्व अंगामी झापू फिजो यांच्याकडे होते. भारतातून परागंदा झालेल्या व इंग्लंडमध्ये एका ब्रिटिश यजमानाच्या आश्रयास राहून फिजो या बंडखोरीची सूत्रे हलवत होता. राजवट नसली तरी ब्रिटिशांचा विघ्नसंतोषीपणा सुटला नव्हता. सुंभ जळला तरी पीळ जळत नाही म्हणतात तसला हा प्रकार. नागा चळवळीचे समर्थन् करणारे कांही विलायती रेव्हरंड पण सक्रीय होते तर व्यक्ती स्वातंत्र्याच्या सबबीखाली फिजोला जणू राजकीय अभय दान व आश्रय इंग्लंड मधे मिळत होता. या सर्व गोष्टींचा परिपाक म्हणजे नागा बंडखोरीचा वाढता प्रभाव व नागालँडला दिलेला संपूर्ण राज्याचा दर्जा, तेथील जनजीवनाची जोपासना करण्या संबंधीची राज्य घटनेतील तरतूद व नागालँडमध्ये होणाऱ्या निवडणुकांद्वारे तेथील लोकांच्या हाती सोपवलेली राजवटीची सूत्रे या सर्व उपायांनीदेखील बंडखोरीला आळा बसू शकला नाही. १९७० च्या आसपास तर बडखोरी शिगेस पोहोचली.

इकडे जवळच्याच मिझोराम या राज्यात पण लाल डेंगाच्या नेतृत्त्वाखाली मिझो बंडखोरीने उच्छाद मांडला होता. जानेवारी १९७५ मध्ये तर मिझो बंडखोरांनी मिझोरामचे पोलीस महानिरीक्षक, उपमहानिरीक्षक

(माझा बॅचमेट लाल बहादुर सेवा) आणि पोलीस अधीक्षक यांना त्यांच्याच कार्यालयात शिरून गोळ्या घालून ठार केले होते. लाल बहादुर सेवा उमदा आणि नावा प्रमाणेच खरा बहादूर होता. आमच्या प्रशिक्षणाअखेर त्याला सर्वोत्कृष्ट नेमबाजीचे पदकही मिळाले होते. या दुर्धर घटनेने ईशान्य भारतातील परिस्थिती खऱ्या अर्थाने बिकट झाली होती.

अशा पार्श्वभूमीवर १९७५ च्या एप्रिलमध्ये माझी बदली सीमावर्ती नागालँड व मणिपूर प्रदेशाचा आय.बी. चा प्रमुख म्हणून झाली. कुठे झगमगलेली मुंबई आणि कुठे बंडखोरीत धगधगणारे नागालँड, मणीपूर. माणसांच्या जंगलातून वाट काढणाऱ्या लोकल्स व बसेसच्या गोंगाटात रमलेली मुंबई एका टोकाला तर डोंगर कपाऱ्या व निबिड अरण्यांतून येणाऱ्या मशीनगन माऱ्याच्या भयानक प्रतिध्वनीत भयभीत झालेले नागालँड. दिनमानात जवळपास तासाचा फरक. मुंबईत पहाटेच्या साखर झोपेच्या वेळी नागालँड मधे सूर्य कासराभर वर आलेला तर सायंकाळी मुंबई सजलेली असतांना गाढ झोपलेली ईशान्य भारताची ही सीमावर्ती राज्यें. मला सगळेच विचित्र, पूर्णपणे नवखे होते ते स्थलांतर.

नागालँडची बढती म्हणजे जणू एक संकटच असे माझ्या आप्तेष्टांना वाटले. मुंबई ते कोहिमा हा तीन दिवस व चार रात्रींचा रेल्वे प्रवास (ज्यात तीन बेळा गाड्या बदलायच्या) आणि पुढे तीन तास मोटारीने डोंगरांतून प्रवास. अशा दुर्गम प्रदेशात झालेली बदली रद्द करून घ्या, असा सल्ला पण हितचिंतकांनी दिला; तर कांहींनी व्ही. आय.पी सूत्रांना हलवण्याची पण भलावण केली. मुलांना शिक्षणासाठी दुसरीकडे ठेवावे लागणार, पत्नीवर तीन वर्षापूर्वीच हृदयाची शस्त्रक्रिया झाली होती वगैरे समस्यांची जाणीवही करून देण्यात आली. माझी पत्नी मात्र कुठेही बरोबर येण्यास तयार होती. नोकरीच्या सुरुवातीसच मनावर बिंबवल्या गेलेल्या आदर्शाचा शेवटी विजय झाला. वरिष्ठ अधिकारीच

जर कचरले तर खालच्या लोकांना देशाच्या काना कोपऱ्यांत बदली करून धाडण्याचा आपल्याला काय नैतिक अधिकार आहे, असा प्रश्न मी स्वतःलाच विचारला. मला शालेय दशेपासून आधार देणाऱ्या मोठ्या बहिणीने व मेव्हण्यांनी मुलांना नागपूरला स्वतःकडे ठेऊन घेण्याचे आश्वासन दिले आणि माझा निर्धार बळकट केला. मे १९७५ च्या मध्यात मी कोहिमात रुजू झालो.

दिमापूर हे नागालँडमधील एकमेव रेल्वे स्टेशन. तेथून कोहिमापर्यंतचा डोंगराळ रस्त्यावरचा नागमोडी प्रवास करतानाच मी भारावून गेलो. कोहिमाला माझ्यासाठी राहण्यास टेकडीवर प्रशस्त बंगला होता. त्याच्या आवारातून अति दूरपर्यंत पसरलेले डोंगर व त्यातून नागमोडी वाट काढणारा दिमापूर- कोहिमा राजमार्ग असे मोहक दृश्य दिसे. ऑफिसचे कामही अगदी नव्या धर्तीचे, मन गुंतवणारे, व्यावसायिक समाधान देणारे व आव्हानपूर्ण होते. लवकरच माझे घरगुती सामान आले. मुलांची नागपूरला शिक्षणाची सोय लावून पत्नी आली. घर मांडले गेले व आम्ही रुळलो. तेथील अधिकाऱ्यांच्या पत्नींशी तिची मैत्री झाली. त्यांच्या सहवासात ती रमली; तर माझ्या व्यवसायात मी. थोडक्यात काय, तर नागालँडने आम्हाला कवेत घेतले होते. तिथे जाण्याचा मी घेतलेला निर्णय योग्य व शहाणपणाचा होता याची मला खात्री पटली.

मणिपूरसुद्धा माझ्या कार्यक्षेत्रात असल्याने वेळोवेळी मणिपूरची राजधानी इंफाळला भेट द्यावी लागे. मणिपूर राज्य भौगोलिकदृष्ट्या एखाद्या वाडग्याच्या आकाराचे. चारही बाजू डोंगराळ; तर मधोमध सखल पठार, असा विस्तृत प्रदेश. डोंगराळ भागात नागा, कुकी, पैते अशा अनेक जमाती विखुरलेल्या होत्या; तर इंफाळ भोवतालच्या पठारी प्रदेशात मैती लोक वसलेले. इंफाळमध्ये प्रवेश केल्याबरोबर पुण्यासारख्या सुसंस्कृत भागात आल्याचा उगीचच भास होतो. सकाळी स्वच्छ शालेय पोषाख करून सायकलवरून मुली व

मुलें शाळेत जाताना दिसत. मणिपुरी संस्कृतीवर असलेला बंगालचा ठसा लक्षात येतो. भाषा मणिपुरी, पण लिपी मणिपुरी व बंगला अशी दोन्ही. मणिपुरी होळी तर डोळ्यांत अंजन घालणारी. एरवी देशाच्या इतर भागांत होळी म्हणजे रंग व चिखलाचा हिडीस हुडदंगा. इंफाळमध्ये पांढरे शुभ्र धोतर व अंगरखा घालून कपाळावर टिळा लावून होळी खेळली जाते. एखाद्या मंदिरात ढोल मृदंगाच्या लयबद्ध तालावर भजनें, लोकनृत्यें. इत्यादी कार्यक्रम होत. मणिपुरी नृत्य तर देश भर प्रसिद्ध आहेच. सर्व पाहून मन प्रसन्न होत असे आणि भारतीय संस्कृतीच्या विविधतेची ओळख पटत असे.

इंफाळपासून मोटारीने तासाभराच्या रस्त्यावर मोइरांग गाव आहे. नेताजी सुभाष चंद्र बोस यांच्या आझाद हिंद सेनेने दुसऱ्या महायुद्धात मोइरांगपर्यंत धडक मारली होती. नेताजींच्या तेथील स्मारकाची दुर्दशा झाली असून ते उपेक्षित अवस्थेत असल्याचे पाहिल्यावर मात्र मन खिन्न झाले. काळाप्रमाणे चलनात असलेल्या इतर राष्ट्रीय नेत्यांच्या स्मृतीचे डांगोरे पिटणारे मनोरे बांधले जातात; तर दुसरीकडे सच्च्या, जाज्वल्य देशभक्तांच्या व स्वातंत्र्य सैनिकांच्या आठवणींची तोंडाला पाने पुसल्यागत बोळवण केली जाते- फक्त एका कंजुषपणे बांधलेल्या स्मारकावर! बालपणापासून नेताजीविषयी माझ्या मनात नेताजींबद्दल कमालीचा आदर व कुतुहूल. आझाद हिंद सेनेची स्फूर्तिदायक समरगीते शाळेत असताना आम्ही मुलें उत्साहाने गात असू. मोइरांगच्या उपेक्षित स्मारकाने माझा विरस केला.

१९७५ हे वर्ष नागलँडमध्ये बंडखोरीविरोधी मोहिमेत निर्णायक ठरले. या वर्षाच्या पूर्वार्धात बंडखोरांची दोन पथके शस्त्रसामग्री गोळा करण्यासाठी ब्रह्मदेशाच्या (सध्याच्या म्यानमारच्या) वाटेवर असताना सुरक्षा दलांनी त्यांना रोखले. त्यावेळी झालेल्या चकमकीत बंडखोरांचे बरेच नुकसान झाले. त्या काळात या चकमकी महत्त्वाच्या ठरल्या. पुढील पाच- सहा महिन्यांत सुरक्षा दलांच्या दबावासमोर बडखोरांनी

गुडघे टेकले आणि वाटाघाटींची तयारी दर्शवली. त्यावेळी सर्व ईशान्य राज्यांचे राज्यपाल लल्लन प्रसाद सिंह हे सेवानिवृत्त आय.सी.एस अधिकारी होते. एक कुशल व कर्तबगार प्रशासक म्हणून त्यांची ख्याती होती. त्यांच्या कणखर धोरणासमोर नमण्याखेरीज नागा बंडखोरांसमोर दुसरा पर्यायच नव्हता. १० नोव्हेंबरला वाटाघाटी सुरू झाल्या खऱ्या; पण सुरुवातीसच बंडखोरांनी अट घातली, की आम्हाला फीजोंचे मार्गदर्शन आहे. त्यांचाही या वाटाघाटीत समावेश व्हावा. हा वेळकाढूपणाचा व लुच्चेपणाचा युक्तिवाद श्री. सिंह यांनी सपशेल धुडकावून लावला. अखेर कोंडीत सापडलेल्या नागा नेतृत्वासमोर दुसरा पर्याय उरला नाही आणि नोव्हेंबर १९७५ मध्ये ऐतिहासिक शिल्लाँग करारावर उभय पक्षांनी शिक्कामोर्तब केले. नागालँडमध्ये शांतता प्रस्थापित करणारा तो करार होता. त्या अन्वये भूमिगत नागांनी स्वेच्छेने भारतीय घटना मान्य केली व शस्त्रास्त्रे समर्पित करून त्यांच्यासाठी उघडलेल्या शांतता शिबिरांत ते दाखल झाले. पूर्ण वीस वर्षे अशांततेत पिचलेल्या नागालँडने शांततेचा सुस्कारा सोडला. त्यानंतर जवळपास चार -पाच वर्षे नागालँड हे ईशान्येकडील सर्वात शांत राज्य होते असे म्हटले तर ती अतिशयोक्ती होणार नाही. परंतु त्या नंतर शिल्लोंग कराराबद्दल नाराजी असलेल्या कांही बंडखोर नागा गटांनी सीमापार ब्रह्मदेशाच्या डोंगराळ व जंगली भागात आश्रय घेऊन पुन्हा बंडखोरीस सुरुवात केली. नागालँडमध्ये प्रचलित असलेले सत्तेचे राजकारण हे बऱ्याच अंशी त्या कलाटणीस पोषक ठरले. आजकाल तर राजकारण व बंडखोरीचे साटेलोटेच असल्यासारखे वाटते. सत्तेच्या राजकारणाबद्दल सांगावे तितके थोडेच आहे. देशाच्या निरनिराळ्या भागांत त्याची असह्य झळ सोसावी लागत आहे. ईशान्य भारताच्या बाबतीत बोलायचे म्हटले तर अरुणाचल व आसाम सोडून सगळीकडे आमदारांच्या बेरीज वजाबाकीचे राजकीय अंकगणित अविरत चालू आहे. मंत्रिमडळे विस्तृत असतात. लहानशा विधानसभेत बहुमताच्या दृष्टीने एकेक आमदार महत्त्वाचा असतो. त्याला किंमत असते व ती

दिली पण जाते. सीमावर्ती प्रांतात जनतंत्राला लागलेली ही कीड बंडखोरीस खतपाणी पुरवते. राष्ट्राच्या सुरक्षिततेस याचा सर्वात मोठा धोका आहे. भ्रष्टाचार व सार्वजनिक जीवनमूल्यांची अधोगती या बाबतीत ईशान्येकडील राज्यांची देशातील इतर भागांशी चढाओढ आहे, असे म्हटले तर ते वावगे ठरणार नाही. गुप्तचर व्यवसायात या व अशा अनेक विकृत प्रवृत्तींचे दर्शन घडते व विषाद वाटतो.

शिलाँग करारावर सह्या करणाऱ्या सहा बंडखोर नेत्यांपैकी दोघांची, म्हणजे फिजोचा भाऊ केवियाले आणि झिमिक राम्यो, यांच्याशी माझे अनेक वेळा संबध आले. ते दोघेही आता या जगात नाहीत. केवियालेंचा भविष्यावर व हस्तरेखा शास्त्रावर विश्वास होता. कोणाच्या सलगीच्या प्रयत्नांस दाद न देणारा केवियाले (अंकल याले) या विषयांवर चर्चा करायला एकदम तयार असे. एका भेटीत मी त्याचा हात बघून ठोकून दिले, ''अंकल याले, तुम्ही अजून किमान वीस वर्षे जगाल, लिहून घ्या.'' मी कांही हस्तसामुद्रिक नाही, परंतु ते भाकित, सहज बोललेले शब्द खरे ठरले, असो! या कोणालाही रुचणाऱ्या युक्तीने अंकल यालेंचा अबोलपणा कमी झाला. जवळीक निर्माण झाली, हळूहळू वाढली. अडीच वर्षाच्या नागालँडच्या वास्तव्याअखेर माझ्या बदलीच्या वेळी त्यांनी एक आपुलकीने भरलेले लांबलचक पत्र मला लिहिले व सोबत माझ्याकडून वरील विषयावर वाचावयास घेतलेले पुस्तक परत केले. ते पत्र मी अद्याप जपून ठेवले आहे. विरुद्ध गटांच्या लोकांना आपल्याशी बोलावेसे वाटणे, संबंध ठेवावेसे वाटणे यात किती तरी व्यावसायिक साफल्य आणि समाधान आहे.

असाच एक गमतीदार अनुभव जुलै, ऑगस्ट १९७७ या काळात आला. मार्च १९७७ च्या सार्वत्रिक निवडणुकीत जनता पक्ष यशस्वी होऊन सत्तेवर आला. मोरारजी देसाईंनी पंतप्रधानपद भूषविले. नागा प्रश्नाबद्दल फिजोचा सारखा हट्ट असे की भारतीय पंतप्रधानांनी त्याच्याशी बोलणी करावीत. या उलट इंदिरा सरकारची भूमिका अशी

होती की, फिजो ब्रिटिश नागरिक आहे. नागालँड भारताचा अविभाज्य घटक आहे. असे असताना त्या संबंधात परदेशी नागरिकांशी बोलणी करण्याचा प्रश्नच उद्‌भवत नाही. फिजोनी भारतीय नागरिकत्व स्वीकारावे, त्यानंतरच त्यांच्याशी वार्तालाप शक्य आहे.

या मुद्यावर प्रश्न अडकलेला होता. सतारूढ झाल्यानंतर मोरारजींनी पवित्रा जरा बदलला आणि म्हणाले, ''मला कसलाही विधिनिषेध नाही, मी कोणाशीही बोलण्यास तयार आहे.'' चतुर फिजोला चंचु प्रवेशाची मिळणारी संधी पाहून आनंदाच्या उकळ्या फुटल्या असतील; पण त्याला मोरारजी ही काय चीज आहे हे अर्थात ठाऊक नसावे. १९७७ च्या उन्हाळ्यात लंडन येथे झालेल्या राष्ट्रकुल परिषदेच्या वेळी लंडन भेटीत फिजोची मोरारजींशी भेट घडली आणि मोडली. मोरारजींनी आपल्या नेहमीच्या स्पष्ट व कणखर भाषेत फिजोला ठणकावून सांगितले, ''बंडखोरीचा नि:पात करण्यात येईल, वगैरे.'' डाळ न शिजल्याने फिजो निराश व मनातून संतापला असावा. त्यांने आपल्या निवासस्थानी परतल्यावर झालेल्या संवादाचे सविस्तर विवेचन लिहिले, जरा अक्कलहुशारी व खोडसाळ बुद्धीने. फिजोचे अक्षर मोत्याच्या दाण्यासारखे सुरेख होते व त्यांच्या तल्लख स्मरणशक्तीचे नागा लोकांना कौतुक होते. त्याने लिहिलेला चर्चेचा मजकूर वाचून कोणालाही वाटले असते की त्याने संभाषण चोरून ध्वनिमुद्रित केले असावे. फिजोने तो वृत्तांत नागालँडमधील आपल्या अनुयायांना व राजकीय पक्षांच्या काही बंडखोर समर्थक असलेल्या नेत्यांना गुपचुप पोहोचता केला. हेतू हा कि तो वृत्तांत वाचून त्यात कांगावा केल्याप्रमाणे भारत सरकार नागा जनतेचा नायनाट करण्यास टपलेले आहे असा नागा जनतेचा गैरसमज व्हावा आणि असंतोषास चालना मिळावी.

फिजोचा अहवाल सुदैवाने वेळीच आमच्या हाती आला व योग्य मार्गाने पंतप्रधानांपर्यंत आम्ही तो पोहोचवला. तो वाचून संभाषण टॅप

केले असावे असा मोरारजींचाही ग्रह झाला. ते संतापले. त्याच वेळी लोकसभेचे पावसाळी अधिवेशन सुरू होते. पंतप्रधानांच्या फिजो भेटीबद्दल सर्वांनाच मोठे कुतुहूल होते. लोकसभेत त्याबद्दल विचारणाही झाली. मोरारजींनी निवेदन केले व त्याबरोबर आपला संशयही व्यक्त केला. देशातील प्रमुख दैनिकांत, साप्ताहिकांत व मासिकांत मोरारजी - फिजो यांच्यातील चमचमीत वार्तालाप समग्र छापण्यात आला. तर्क वितर्क करण्यात आले. हा वृत्तांत नागालँडमधूनच मिळाला, या सरकारी खुलाशामुळे तर हे काम करणारे आय.बी. व्यतिरिक्त दुसरे कोण? या निष्कर्षाप्रत सगळे जण आले. संशयाची सुई आमच्या दिशेने वळली. चौकस प्रश्न टाळता-टाळता माझी पुरेवाट झाली. परंतु खरा विनोद तर यानंतर घडला. फिजोने पाठवलेला वृत्तांत नागालँडमध्ये प्रसृत करण्यामागील डाव फसल्याने बंडखोर नेतृत्त्व व त्यांचे पंचमस्तंभी मित्र चिंताग्रस्त झाले. फिजोचा अहवाल फुटला कसा, आय.बी. कडे तो कोणी दिला हे गूढ उकलण्यासाठी त्यांचे एक उच्चस्तरीय शिष्टमंडळ घेऊन झिमिक रॅम्यो माझ्याच बंगल्यावर हजर झाले व म्हणाले, ''मिस्टर वैद्य, फिजोचा अहवाल सरकारच्या हाती कसा पडला, ही गुप्त बाब उघडकीस कशी आली ते शोधून काढण्यास आम्हाला तुमची मदत हवी, प्लीज.'' मला ती जगावेगळी विचित्र विनंती ऐकून कमालीचे आश्चर्य वाटले. त्या मंडळींशी संबंध बिघडू न देणे, संपर्क चालू ठवणे हे देखील कामाच्या दृष्टीने आवश्यक होते. या प्रकरणातील हवा काही काळानंतर जाणार होती हे जाणून मी कांही सौम्य आश्वासने देऊन त्यांची बोळवण केली. नागा मंडळी भोळी आहेत कि खुळी असा प्रश्न मात्र मला पडला. आज देखील तो प्रसंग आठवला की मला हसू येते.

या आणि अशा अनेक अनुभवांती, अडीच वर्षांनंतर माझी दिल्लीला नॅशनल डिफेन्स कॉलेजच्या एक वर्षाच्या अभ्यासक्रमासाठी निवड झाली. डिसेंबर १९७७ च्या अखेरीस मी सपत्नीक नागालँडचा निरोप

घेतला. जितक्या बावरलेल्या मनःस्थितीत मी नागालँडमध्ये प्रवेश केला होता, त्यापेक्षा कितीतरी जड अंतःकरणाने आम्ही तो रम्य प्रदेश सोडला. तेथील वास्तव्य म्हणजे व्यावसायिक व अन्य दृष्टींनी एक अती मौलिक शिक्षण होते. तेथील वास्तव्यात मैत्री जडलेल्या व प्रोत्साहित केलेल्या तरुण विद्यार्थ्यांपैकी कांही पुढे राजकारणात सक्रीय झाले. भारतीय लोकशाहीवर त्यांच्या मनात विश्वास निर्माण झाला होता. ही मंडळी त्यांच्या दिल्ली भेटीत मला आवर्जून भेटत तेव्हा एक अनोखे समाधान व आनंद लाभत असे. जोडलेले संबंध स्वच्छ मैत्रीचे असले की माणसा - माणसातील अंतर केवळ भौगोलिक राहते; मानसिक नव्हे. ईशान्येवरील पकड मजबूत करण्यासाठी हे लक्षात ठेवणे आवश्यक आहे.

ooo

चक्रव्यूह: सीमा सुरक्षेचा

राष्ट्राच्या सीमेची सुरक्षितता हा प्रश्न कोणत्याही देशाला कधीच स्वस्थ बसू देत नाही आणि ही सुरक्षा व्यवस्था देशाच्या भौगोलिक परिस्थितीवर अवलंबून असते. ती जितकी किचकट तितका प्रश्न जास्त गुंतागुंतीचा व कठीण बनतो. मॉरिशस किंवा श्रीलंकेसारखे बेट रूपी देश व इंडोनेशियाचा द्वीप समूह, चहू बाजूने भूभागाने घेरलेला नेपाळ, तसेच प्रचंड सागरी किनारा व तितकीच विस्तृत भू सीमा असलेले खंडप्राय भारत, अमेरिका अथवा चीन यांच्या सुरक्षा समस्या समान असणे अशक्य. फाळणीमुळे अस्तित्वात आलेले व हजारो मैलांनी विभागलेले पूर्व आणि पश्चिम पाकिस्तान प्रत्यक्ष युद्धात दोन आठवडेदेखील एकत्र टिकू शकले नाहीत हे समस्येच्या जटिलतेचे अगदी अलीकडचे उदाहरण. सीमा सुरक्षा या प्रश्नाच्या गंभीर स्वरूपाची या वास्तवामुळे कल्पना येईल.

भारताच्या सीमा सुरक्षेकडे याच गंभीर दृष्टिकोनातून पाहणे अत्यावश्यक आहे. वास्तविकता अशी आहे कि सुरक्षिततेची वरील सर्वे आव्हाने भारतासमोर एकवटून आली आहेत. पश्चिम व दक्षिणेस अति विस्तृत सागरी किनारपट्टीतसुद्धा वैविध्य आहे. तमिळनाडू, केरळ चे श्रीलंकेशी असलेले सान्निध्य सतत नियंत्रणाचे प्रश्न उभे करते. मलबार, कोकण

किनारपट्टी दहशतवाद्यांच्या कारवायांमुळे नेहमी सावध असते; तर सौराष्ट्र व कच्छचा समुद्र किनारा पकिस्तानपासून जणू कांही हाकेच्या अंतरावर असल्याने निरंतर डोकेदुखीस कारण होत आहे. भूभागाची हद्द तर कायमची धगधगत असते. कच्छचे वाळवंट वर्षातील कांही महिने दलदलीमुळे; तर बाकीचा काळ मृगजळाने भेडसावणारे भयानक फसवे रूप घेते. राजस्थानचे वाळवंट चोरट्या वाहतुकीस उपयुक्त आहे, कारण तिथे पहारा करणे कर्मकठीण. काटेरी तारांचे कुंपण असूनदेखील पंजाब - पाकिस्तान सीमा सशस्त्र दलांना स्वस्थ बसू देत नाही; तर जम्मू काश्मीरची ताबा रेषा चकमकीची वाटच पाहात असते व सतत अतिरेक्यांच्या घुसखोरीने अशांत असते. उत्तरेस हिमालयाचे संरक्षण असूनदेखील भारत- चीन सीमा ही एक धगधगती रणभूमी आहे. ईशान्येकडील नागालँड -मणिपूरशी संलग्न म्यानमार ही डोंगराळ सीमा तिकडील बंडखोरांनी शत्रूकडून शस्त्रास्त्रांची आयात करण्यास व संपर्क ठेवण्यास भरपूर वापरली आहे. बांगला देशाच्या सीमेवरून अव्याहत होणारी घुसखोरी ही तर एक न संपणारी डोकेदुखी झाली आहे. इतकी प्रचंड आव्हाने पेलणारा भारत हा जगातील एकमेव देश आहे असे विधान केल्यास अतिशयोक्ती होणार नाही. हे आव्हान आपण समर्थपणे झेलत आहोत मान्य; परंतु सीमा सुरक्षेचा हा चक्रव्यूह सतत रूप बदलणारा असून सुरक्षा व्यवस्थेचे सतत पुनरावलोकन व सुधारणा करण्याशिवाय गत्यंतर नाही.

प्रथम दक्षिणेच्या विशाल सागरी किनाऱ्यांची समीक्षा करूया. समुद्र किनाऱ्यांवर देखरेख करण्यासाठी तटरक्षक दलाची व्यवस्था असून ती आपल्यापरीने चोखपणे कार्यरत आहे. परंतु ७४१७ कि.मि. पसरलेल्या विस्तृत किनारपट्टीसाठी ती नेहमी अपुरीच ठरते. तटरक्षक दलाच्या जोडीला किनारपट्टीवरील टेहळणी मजबूत करणे अत्यंत गरजेचे आहे, हे भारताच्या नकाशावर एक नजर टाकताच कळेल. किनाऱ्याचा भूभाग हा संबंधित राज्यांच्या नियंत्रणाखाली असल्याने

अशा एकूण नऊ राज्यांशी समन्वय साधून तेथील पोलीस ठाण्यांची संख्या वाढवण्याची गरज आहे. आधुनिक तंत्रज्ञानाच्या या युगात उपग्रहाद्वारे किनारपट्टीवरची देखरेख जास्त मजबूत करण्याचा विचार झाला पाहिजे. मार्च १९९३ मध्ये मुंबईत झालेल्या बॉम्बस्फोटांच्या मालिकेसाठी वापरलेली स्फोटके पाकिस्तानातून समुद्रमार्गानेच आली होती. नंतर २६ नोव्हेंबर २००८ साली मुंबईत दहशतवादी हल्ला करणारे पाकिस्तानी अतिरेकी समुद्र मार्गेच दक्षिण मुंबईच्या किनाऱ्यावर आले होते. या दोन प्रसंगांपासून मिळालेला धडा विसरून चालणार नाही. त्यातील एक महत्त्वाचा मुद्दा म्हणजे सागर किनाऱ्यांशी संबंधित सर्व यंत्रणांमध्ये जागरूक सहकार्य व माहितीची तत्पर देवाण घेवाण अपरिहार्य आहे. अंदमान व लक्षद्वीप बेटसमूहांचा उपयोग किनारपट्ट्यांच्या सुरक्षिततेच्या दृष्टीने उत्तम देखरेख ठेवण्यासाठी करावा आणि त्यासाठी तेथील सैनिकी दल वाढवावे. पौर्वात्य आणि पाश्चिमात्य देशांमधील सागरी व्यापार मार्गाच्या अगदी मोक्याच्या ठिकाणी आपला समुद्रकिनारा आहे, यावरून तेथील सुरक्षितता किती जपावी लागणार हे उघड आहे.

भारत - पाक सीमेवर काटेरी कुंपण बांधण्यात आले असून शिवाय तेथे बी.एस.एफ ची गस्त अहर्निश चालू असते. त्यासंबंधी आणखी एक पूरक उपाय पुढे सुचवलेला आहे, त्याचाही विचार व्हावा. जम्मू-काश्मीर सीमा ही तर कायमची स्फोटक बनली असल्याने दहशतवाद्यांच्या घुसखोरीचे संकट सतत राहीलच. भारतीय सैन्य या समस्येचा चोख बंदोबस्त करत असले तरी कारगिलसारख्या प्रसंगांची पुनरावृत्ती होऊ न देण्याची चोख दक्षता सैन्यदलाने घ्यावी.

ढेकणांनी बुजबुजलेल्या फर्निचरसारखी भारत- बांगला देश सीमेची स्थिती झाली आहे असे म्हटल्यास वावगे होणार नाही. देशात सुमारे दोन कोटींच्या वर बांगला देशी घुसखोर अस्तित्वात आहेत हे सांगून खरे वाटत नसले तरी सत्य आहे. बंगाल, त्रिपुरा व आसाम सीमेवरील

त्यांच्या प्रभावी अस्तित्वामुळे तेथील राजकीय समीकरणे पार बदलली असून देशविरोधी कारवायांना पोषक परिस्थिती निर्माण झाली आहे. आसाममध्ये तर जवळपास अर्ध्या विधानसभा क्षेत्रात त्यांचे बहुमत असून नजीकच्या भविष्यात त्यांच्यापैकीच एक आसामचा मुख्यमंत्री झाला तर आश्चर्य वाटू नये. या एकंदर परिस्थितीचा आढावा घेता एक माजी राज्यपाल व आय.बी. चे माजी निदेशक चक्क इशारा देत म्हणाले होते की देश आणखी एका फाळणीच्या उंबरठ्यावर उभा आहे. पण खरी शोकांतिका अशी की या दारुण परिस्थितीस आपणच जबाबदार आहोत. कारण एकगठ्ठा मतांच्या राजकारणापायी त्या भागातील तत्कालीन राज्यकर्त्यांनी घुसखोरीकडे जाणून बुजून कानाडोळा केला, नव्हे; प्रोत्साहन दिले. यापेक्षा मोठे दुर्दैव कोणते? सीमा सुरक्षिततेच्या सर्वच भेडसावणाऱ्या समस्यांत सर्वाधिक घातक अशी ही समस्या आहे.

आता प्रश्न उद्‌भवतो की या खडतर आव्हानाचे निराकरण करावे तरी कसे? देशात जागोजागी, विशेषत: शहरी भागात बांगला देशी अतिशय कमी वेतनात मिळतील ती कामे करतात आणि त्यामुळेच तेथील जीवनात मिसळून जातात. अशा लोकांना शोधून मायदेशी पाठवणे अशक्यप्राय आहे कारण 'दयाळू मायबाप' शासनाने त्यांना रेशन कार्ड, शाळेचे दाखले, वगैरे आवश्यक दस्तावेज राजकारण्यांच्या अथवा कंत्राटदारांच्या मदतीने पुरवले आहेत. त्याच्या आधारे त्यांना आधार कार्डेदेखील मिळाली आहेत. तात्पर्य, त्यांना सामावून घेण्याशिवाय गत्यंतर नाही. एक उपाय मात्र करता येईल, पण त्यासाठी राजकीय इच्छाशक्ती हवी. ते काम म्हणजे अशा मंडळींना हुडकून त्यांचे मताधिकार रद्द करणे. एकगठ्ठा मतांच्या लालसेने उद्‌भवलेल्या या समस्येचे निराकरण याच एका मार्गाने करता येईल. अशा मोहिमेस तथाकथित धर्मनिरपेक्ष आणि विरोधी पक्षातील लोक हिंदुत्वाचा अजेंडा म्हणून टाहो फोडत विरोध करतील हे ओघाने

आलेच; परंतु प्रभावी माध्यम प्रसाराने त्या विरोधाचा बीमोड करावा लागेल, कारण देशाच्या सुरक्षिततेपुढे इतर सर्व मुद्दे गौण आहेत. अशा मोहिमेमुळे निदान भविष्यातील घुसखोरीस तरी बऱ्याच अंशी आळा बसेल.

दुसरी एक अभिनव कल्पना विचार करण्यासारखी आहे. बांगला देशाची सीमा बव्हंशी सपाट क्षेत्र असल्याने संपूर्ण सीमेलगतच्या पट्ट्याचे ५०० मीटर लांबीचे भूखंड पाडून तेथे सैनिक फार्म बनवावे आणि त्यांच्या लागवडीचे काम देशाच्या इतर भागांतून आलेल्या सैन्याच्या निवृत्त जवानांना नेमून द्यावे. जवान ग्रामीण भागातून आले असल्याने ते निवृती पश्चात तिथे स्थायिक होतील. संरक्षण मंत्रालयात अशा व्यवस्थेकडे काळजीपूर्वक लक्ष दिले जाते. अशा जवानांची दर तीन वर्षांनी दुसऱ्या फार्मवर बदली करण्याचे धोरण ठेवल्यास हितसंबंध प्रस्थापित होण्याचा धोका टळेल. अशा योजनेतील उत्पादन, सैन्याला रसद पुरवठा करण्यासाठी, आर्मी सर्व्हिस कोअर करेल. शिवाय सीमेवरील घुसखोरीदेखील संपुष्टात येईल. नावीन्यपूर्ण कल्पना सहजी मूळ धरत नाहीत, कारण आपली मानसिकताच अशी नकारात्मक आहे. परंतु गंभीरपणे विचार करण्यास काय हरकत आहे? आणि हाच प्रयोग पंजाब सीमेवर पण राबवल्यास सांप्रत सीमा सुरक्षा व्यवस्थेस बळकटी पण मिळेल.

मृगजळ म्हणजे काय हे बघावेसे वाटले तर कच्छच्या रणाला भेट द्यावी. विस्तृत, सपाट खारट जमिनीचा हा अनोखा प्रदेश. मीठ जलग्राही असल्याने हिवाळ्यात रात्रीच्या दवाने या पृष्ठभागाचे विशाल भुसभुशीत जमिनीत रूपांतर होते. त्यात गुडघ्यापर्यंत पाय रुततात आणि सूर्य कासराभर वर येईपर्यंत दवाचे बाष्पीभवन होताच जमीन कॉन्क्रीटसारखी कडक होते तिच्यावरून १०० कि.मी. वेगाने गाडीही हाकता येते. समोर बघावे तर अगदी काही अंतरावर विशाल तळे दिसते जे जसजसे पाठलाग कराल तसतसे मागे सरकते. प्रथम कुतूहल

व रम्य वाटणारे हे न संपणारे दृश्य म्हणजेच मृगजळ. अधिक पाठलाग केला आणि मागे वळून पाहिले तर चारी बाजूस मृगजळ आणि दिशेचा बोधच नाहीसा होतो आणि छातीत धडकी भरते. रणाच्या पलीकडे पाकिस्तानचे वाळवंट. आता कोणी म्हणेल अशा सीमेला काय धोका? पण वस्तुस्थिती अगदी भिन्न आहे. रणाच्या पश्चिमेच्या पाक सरहद्दीवर दलदलीचे सर क्रीक हे ९६ कि.मी. लांब पसरलेले भूशीर आहे. समुद्राच्या सान्निध्यामुळे आणि खारेपणामुळे ही दलदल निर्माण झाली. सर क्रीक सीमेवर असल्याने उभय देशांचा त्यावर हक्क असल्याचा दावा म्हणजेच वाद आहे. त्याची अद्याप अनेक वाटाघाटी होऊन देखील सोडवणूक झालेली नाही. या सर क्रीक खाली भूगर्भात नैसर्गिक वायू आणि खनिज तेलाचा साठा असल्याचे अनुमान आहे. उन्हाळ्याच्या किंवा कोरड्या हवेच्या काळात सैन्याचे भरधाव रणगाडे कच्छचे रण पार करून पलीकडे गुजरातेत थडकू शकतात. १९६० च्या दशकाच्या सुरुवातीस पाकिस्तानने याच भागात आक्रमण केले होते. नंतर ब्रिटनच्या शिष्टाईने करार झाला आणि पाक सीमेलगतचा छाडबेट हा हिरवळ असलेला मोक्याचा टापू आपण गमावला. या सर्व वर्णनावरून कच्छच्या रणाचे सामरिक महत्त्व व या सीमेच्या सुरक्षिततेची अत्यावश्यकता कळावी. सीमा सुरक्षा दलाकडे या भागाच्या सुरक्षिततेची जबाबदारी आहे. यातील दलदलीच्या भागात गुडघ्यापर्यंत रुतलेले पाय काढत गस्त घालणारे जवान पाहिले की या सर्व आव्हानाची भीषण जाणीव होते. सामरिक डावपेचात आपल्या गाफिलतेचा फायदा घेऊन आक्रमण (जसे कारगिल) होण्याची शक्यता म्हणूनच विचारात घ्यावी लागेल.

कच्छची खारट भूमी पाहता एक कल्पना सुचते. तिचा तंत्रज्ञांनी विचार करावा. आता कृत्रिम पाऊस पाडण्याचे तंत्र पुरेसे विकसित झाले आहे ते सदैव सज्ज ठेवावे. आणीबाणीच्या प्रसंगी परकीय आक्रमण थोपवून धरण्यासाठी रणात कृत्रिम पाऊस पाडून शत्रूस रोखून

धरता येईल. हे शक्य नसल्यास पर्यायी उपाय म्हणून नजीकच्याच समुद्रातून सीमा भागाच्या काही अंतर आत दर ५०० मीटरवर नळ असलेली लांबलचक छुपी पाइपलाईन टाकावी. सामरिक वातावरणात अवघी कच्छ सीमा अशा तऱ्हेने दलदलीचा प्रतिबंधक पट्टाच बनेल. आठवते, १९६५ सालच्या युद्धात लाहोरजवळच्या सीमेवर इच्चोगिल या संरक्षक कालव्यामुळे भारतीय सैन्याच्या चढाईपासून लाहोरचा बचाव करण्यात आला होता. या व्यतिरिक्त नेहमीची पारंपरिक सुरक्षा व्यवस्था काटेकोरपणे अंमलात आणावी.

OOO

दहशतवाद नावाचा कर्करोग

गेल्या अनेक वर्षात दहशतवादी हल्ले; तसेच दहशतवाद्यांच्या झालेल्या अटकेवरून त्यांच्या घातपाती कारवायांचा सविस्तर समाचार प्रसारमाध्यमें घेत आहेत. अगदी गेल्या वर्षीच जेरबंद केलेल्या कुख्यात अतिरेक्यांच्या पार्श्वभूमीवर सुरक्षा यंत्रणेचे हे यश नक्कीच प्रशंसनीय आहे. तरीही या यशाने आपण हुरळून जाणे वेडेपणाचे ठरेल. अटक झालेले अतिरेकी हे पाकिस्तानच्या पटावरील केवळ कांही प्यादी आहेत हे लक्षात असावे. एक गेला तर दुसरे तयार आहेत. एक अतिरेकी गट नष्ट झाला तर लगेच दुसरा उगवतो. म्हणूनच 'मॅलिग्नन्ट कॅन्सर' या भयंकर रोगाशी दहशतवादाची तूलना करता येईल. तात्पर्य, ही मोहिम म्हणजे दीर्घकालीन युद्ध आहे, चकमक नव्हे आणि हा रोग समूळ नष्ट करण्याखेरीज गत्यंतर नाही हे विसरू नये. दर वर्षी २६/११ ला मुंबईवरील बॉंब हल्ल्यातील हुतात्म्यांना समारंभपूर्वक श्रद्धांजली वाहिली जाते, प्रसारमाध्यमें त्यांच्या स्मरणार्थ रकाने भरतात आणि सभा पण होतात! परंतु वेगाने होणाऱ्या घडामोडींच्या ओघात पुढील दुर्घटना होईपर्यंत हे सर्व विस्मृतीत जाते. दहशतवादाचा प्रदीर्घ त्रास भारताइतका जगात कोणत्याही देशाने भोगलेला नाही. तरीही आपण मात्र त्या इतिहासातून आणि अनुभवांतून कांहीच बोध घेतलेला नाही हे आपले दुर्दैव.

दहशतवाद हा कर्करोगापेक्षा अनेक पटीने घातक असतो हे विदारक सत्य आपल्याला कधी उमगणार? याच तुलनेची मुद्देसूद चिकित्सा पुढील उपचारांसाठी मार्गदर्शक ठरावी.

१) कर्करोग हा निसर्गाने रुग्णाला दिलेला शाप असतो. रुग्ण हाच त्याचा एकमेव शत्रू. दहशतवाद म्हणजे मात्र शत्रू देशाने भारताविरुद्ध छेडलेले छुपे युद्ध असते. एका संपूर्ण देशाला नामोहरम करण्याची ती कुटील मोहीम असते. आधुनिक युगात उघड युद्ध आर्थिकदृष्ट्या न परवडणारे असल्याने या छुप्या मार्गाचा अवलंब करणे जास्त सोईस्कर ठरते. शिवाय मदतीला त्या देशांतील छुपे हस्तक (स्लीपर सेल) असतात ते वेगळेच. भुट्टोच्या वलगना आठवा. ते म्हणत, "भारताला हजार ठिकाणी चिरे पाडून रक्तबंबाळ करू" ती धमकी चोख अंमलात आणली जात आहे. पाकिस्तानात कितीही गोंधळ, अराजक, अस्थैर्य माजू दे, परंतु भारतात दहशतवादाचा उच्छाद मांडण्याच्या मानसिकतेबद्दल मात्र तेथील राज्यकर्त्यांचे / सैन्याचे पूर्ण एकमत आहे.

आणि आपल्याकडे? जाऊ द्या!!

२) कर्करोगाच्या उपचारात जागतिक तज्ज्ञांचे, वैद्यकीय क्षेत्रातील आधुनिक तंत्रज्ञानाचे व समाजसेवी संस्थांचे भरघोस साहाय्य मिळते. या उलट दहशतवादाचा भारत एकट्याने अनेक वर्षे सामना करत असून अनेक पाश्चात्य देश मदत तर सोडाच; परंतु केवळ वरपांगी सहानुभूती दाखवत आले आहेत. अफगाणिस्तानात दहशतवादाचे बीज पेरणाऱ्या अमेरिकेला ९/११ नंतर या धोक्याचा साक्षात्कार झाला. आता अमेरिका मध्य पूर्वेतील अस्थैर्याच्या प्रश्नात गुंतली आहे. आपल्या दुखण्यात तिला तूर्त रस नाही. तशी अपेक्षाही करू नये.

३) कर्करोगाच्या उपचारात मुख्य हल्ला कर्करोगाच्या पेशींवर केला जातो. त्या प्रयत्नांत कांही चांगल्या पेशींचे बळी पण पडतात. पण त्याला पर्याय नसतो कारण अंतिम ध्येय जगण्याचे असते. (सुक्या बरोबर थोडे ओलेही जळणारच हे सत्य लक्षात ठेवा). मग हाच न्याय दहशतवादाच्या बाबतीत का लावू नये? (न्यायशास्त्रात देखील ''चॉईस ऑफ ईव्हिल्सचे'' स्पष्ट प्रावधान आहे.) अतिरेक्यांच्या हल्ल्यात शेकडो निरपराध बळी पडतात, सुरक्षा दलांतील हुतात्म्यांची तर रास लागते. ते आपण निमूटपणे सहन करतो पण तपास मोहिमेत एखाद दुसरा संशयित मारला गेला तर मानवाधिकार भंगाची आरड बोंब कितपत ग्राह्य आहे?

सुरक्षा दलांच्या दहशतवादविरोधी कारवायांत कोणत्या प्रकारचे अडथळे येतात किंवा आणले जातात याचा विचार करणेही आवश्यक आहे. पोलिसांच्या कारवाईनंतर लगेच धरपकड केलेल्या संशयितांचे सगेसोयरे प्रसार माध्यमांकडे धाव घेतात आणि संशयित किती साधा, सज्जन व सोज्वळ होता याचे पाढे वाचले जातात आणि वृत्तपत्रांचे पण फावते. दुसरीकडे मानवाधिकार आंदोलक तर अशा प्रसंगांसाठी टपलेलेच असतात. राजकारणी मडळींना त्यात एकगठ्ठा मतांचे दडलेले घबाड दिसते आणि धर्मनिरपेक्षतेचा पाझर फुटतो. परिणाम सांगायची गरज नाही. पोलीस तपासात नाना अडथळे येतात व यंत्रणा निष्प्रभ, अपयशी होते. या बचाव तंत्राचा पद्धतशीर उपयोग करण्याचा चतुर सल्ला वेळोवेळी आय.एस.आय. चे म्होरके त्यांच्या हस्तकांमार्फत देत असतात.

आता मानवाधिकाराच्या बाबतीत अमेरिकेचे माजी अध्यक्ष अब्राहम लिंकन यांचे स्पष्ट विचार बोध घेण्यासारखे आहेत. संपूर्ण अमेरिका तेव्हा यादवी युद्धाने ग्रासली होती. एक संघ देश म्हणून तिचे अस्तित्वच धोक्यात होते. २२ ऑगस्ट १८८२ रोजी होरेस ग्रीली यांना लिहिलेल्या पत्रात लिंकननी आपली नीती ठामपणे मांडली. ते

काय म्हणाले त्याचा हा सारांश:

'माझ्या धोरणाबद्दल मी कोणालाही भ्रमात ठेऊ इच्छित नाही. माझे धोरण आहे एकसंघ अमेरिकेचे रक्षण करणे. मग त्यासाठी कोणतेही अप्रिय, निर्धृण व कठोर उपाय योजावे लागले तरी मी ते हमखास करेन. मग देशातील गुलामगिरी संपूर्ण, किंवा अंशतः नष्ट झाली काय अथवा मुळीच नष्ट न झाली तरी बेहतर! देश अखंड ठेवण्यासाठी मनाची खात्री पटल्यास माझे धोरणही वेळोवेळी बदलण्यास मी मागे पुढे पाहणार नाही. अंततः सर्व मानव समानतेचा हेतू साध्य करणे हेच माझे ध्येय असेल.'

अमेरिका समर्थ आणि एकसंघ राहिला तो लिंकनमुळे. निश्चयाचा महामेरू म्हणजे लिंकन. खरे ना? आपल्या देशास असा महामेरू कधी लाभणार? चाणक्य नीती आपण सपशेल विसरलो. नेपाळ मार्गे भारतात शिरताना पकडलेला भटकळ हा काही एकुलता एक अतिरेकी नव्हे. पूर्वी पण असे घडले आहे. नेपाळ मार्गे भारतात अशा छुप्या दळणवळणाची सोय शत्रूने पद्धतशीरपणे केलेली आहे. भारत नेपाळ सीमेलगतच्या तराई भागात नजरेत खुपतील इतक्या सातत्याने मदरसे स्थापन झाले. सीमेलगतचे हे मदरसे म्हणजे अतिरेक्यांचे तात्पुरते विश्रामगृह असते. प्रत्येक महत्त्वाची धरपकड नेपाळ सीमेवरच कशी होते? त्याला आळा घालण्यात किंवा नेपाळ सरकारवर त्या विरुद्ध दबाव आणण्यात आपण अपयशी ठरतोय का? आपली तथाकथित धर्मनिरपेक्षता तर या बोटचेप्या वृत्तीमागे नाही ना?

भारतासारख्या वैविध्यपूर्ण देशात अनेक कारणांवरून आंतरिक लोकवाद, असंतोष आणि तीव्र आंदोलनें भडकण्यास भरपूर वाव आहे. महागाई, भ्रष्टाचार व कुप्रशासनाने हैराण झालेल्या जनतेचा संयम आता सुटला आहे. अशा संधीचा शत्रू फायदा न घेईल तर नवलच! पंजाब, ईशान्येतील बंडखोरी व नक्षलवाद ही त्याचीच ज्वलंत

उदाहरणें आहेत. दहशतवाद हा आता आपल्याला झेपण्यासारखा कर्करोग नाही. या रोगास त्वरित नष्ट करण्याखेरीज गत्यंतर नाही.

दहशतवाद हा कर्करोगापेक्षा अनेक पटींनी घातक आहे, हे वरील विवेचनानंतर तरी सर्वसामान्यांना पटावे आणि ही समस्या मेणबत्ती मोर्चे, जाहीर शोक / धिक्कार सभा व साखळी उपोषणें करून सुटणारी नाही, याचेही आकलन व्हावे. हा प्रश्न सोडवण्यासाठी गरज आहे ती सर्वसमावेशक राजकीय सहमतीची. युद्धप्रसंगी पूर्ण देशाची एकता आपण अनुभवलेली आहे. दहशतवाद हे तर आधुनिक युगातील महायुद्ध, आक्रमणच समजावे. मग त्या विरोधातील लढ्यात आपण का एकत्र होत नाही? केवळ दोषारोपण हा वरील आढाव्याचा हेतू नाही. उपचार पण आहेत. त्या अनुषंगाने खालील कार्यसूत्री विचारात घेण्यासारखी वाटते.

१) संयुक्त राष्ट्रसंघात (यूनोमध्ये) अनेक महत्त्वाचे ठराव केले जातात, पण अद्याप दहशतवादविरोधी ठराव झाल्याचे आठवत नाही. आंतरराष्ट्रीय सहमतीने तसे व्हावे. दहशतवादास खतपाणी घालणाऱ्या देशांवर आंतरराष्ट्रीय दबाव टाकला जावा. त्यांना बहिष्कृत करावे. अतिरेक्यांचा तत्काळ प्रत्यार्पण करण्याचे बंधन संबंधित देशांवर घालावे.

२) या विषयावर राष्ट्रीय पातळीवर सहमती व व्यूहरचनेसाठी संसदेचे स्वतंत्र सत्र बोलवावे. त्यात दहशतवाद हा एकमेव शत्रू समजून राजकीय मतभेद बाजूला ठेऊन सहमती व्हावी.

३) दहशतविरोधी कायद्यांच्या राजनैतिक गैरवापरावर नियंत्रण ठेवून त्यातील ढवळाढवळ बंद करावी.

४) दहशतवादासंबंधीचे खटले त्वरित निकालात काढण्यासाठी जलद न्यायालयांची स्थापना करावी आणि शिक्षांची त्वरित

अंमलबजावणी केली जावी. तसेच सुरक्षा दलांना पुरेशी मोकळीक तर द्यावीच; परंतु त्यांच्या कामकाजावर कडक नजर पण असावी.

५) मानवाधिकाराचे लक्ष स्वच्छ प्रशासनावर केंद्रित करावे. प्रत्यक्ष युद्धात मानवाधिकारांना आपसूकच आळा बसतो हे लक्षात ठेवा.

६) पुढील हल्ल्याची वाट बघून नंतर केवळ तात्पुरती डागडूजी करण्याची विलासी सवय सोडावी. ती वेळ आता गेली आहे.

गृहपाठ जरा लांबलचक व कठीण आहे हे खरे; पण अशक्य नक्कीच नाही. शेवटी जाता जाता सुरक्षा दलांना पण एक धोक्याचा इशारा. यशस्वी मोहिमेनंतर यशाच्या श्रेयावरून भांडू नये. समन्वयपूर्वक काम हाच यशाचा मूलमंत्र आहे हे पक्के ध्यानात असावे. श्रेयासाठी चढाओढ ही राजकारण्यांची खोड आहे; आपली नाही.

स्लीपर सेल: निर्मिती आणि निर्मूलन

मुंबई बॉंबस्फोटांनंतर अपेक्षेप्रमाणे जनक्षोभ, टीका, प्रतिक्रिया, तज्ज्ञांचे भाष्य यांचे मोहोळ उठले. आता राहिले मेणबत्त्या पेटवणे, दहशतवादाची प्रतिमा, पुतळे जाळणे, धिक्कार आणि श्रद्धांजली सभा. अखेर सारे काही शांत होईल. पण हीच वेळ आहे स्फोटांवरील चर्चेत अनेक वेळा वापरला गेलेल्या एका शब्दाबद्दल अंतर्मुख होऊन विचार करण्याची. तो शब्द आहे, अतिरेक्यांचे 'स्लीपर सेल'.

प्रत्यक्ष युद्ध करण्याच्या अति खर्चिक उपायापेक्षा स्वस्त मार्ग म्हणून शत्रू देशात जागोजागी स्थापलेल्या हस्तकांचे अड्डे हेच ते स्लीपर सेल. सोईप्रमाणे निर्मित आणि विस्तृत विखुरलेले हे सेल २/३/४ हस्तकांचे मिळून बनलेले असतात. त्यांतील घटक बहुतांशी बेरोजगार, जात/वंश अन्यायाने संतप्त अथवा धर्मांध किंवा जातीय दंगलींत बळी गेलेल्यांचे सूड घेण्यास कटिबद्ध झालेले नातेवाईक असतात. त्यांच्या व्यथा हेरून परदेशी गुप्तचर संस्थांनी त्यांना प्रेरित केलेले असते. त्यांना इतर सेलच्या अस्तित्वाची जाणीव पण नसते. हे अड्डे वरून मिळालेल्या आदेशांचे पालन करतात. त्यांचे केंद्र देशाबाहेर असते. त्यामुळे चुकून एखादा सेल उघडकीस आला तरी तपास तिथेच खुंटतो. सेल सुदैवाने वेळीच उघडकीस आले तर दुर्घटना

टळते. ती अनेकदा टळली पण आहे. पण जनतेला ते गोपनीयतेच्या गरजेमुळे कळत नाही आणि समजा त्यात कांही अटक झाली, चकमक व मृत्यू घडले तरी ठोस पुरावे अप्राप्यच. उलट मानवाधिकार, संबंधित नातलगांचा टाहो, चौकशी आयोग यांचा ससेमिरा पाठीस लागतो. आणि, (सांगायलाच हवे का?) माध्यमांची चंगळ व सुरक्षा संस्थांची दमछाक मात्र होते. म्हणूनच एक अतिशय परिणामकारक प्रतिबंधक उपाय म्हणून अशा अटकेनंतर संबंधित गोतावळा प्रथम माध्यमांकडे धाव घेतो. पुढील घटनाक्रम वरील प्रमाणेच असतो. नाही का? साहजिकच मानवाधिकार चळवळीस एका उद्योगाचेच स्वरूप लाभले आहे. अतिरेक्यांच्या बाबतीत काय करावे याविषयी जनतेचा अनधिकृत कल घेतला तर संत्रस्त जनता एकमुखाने म्हणेल 'विल्हेवाट लावा'. पण आपल्या सहिष्णु संस्कृतीत ते बसत नाही. परिणामी, आरोपी आपल्या दीर्घसूत्री न्यायप्रणालीच्या कृपेने दीर्घकाल सरकारी पाहुणचार झोडतात. एखाद्या अतिरेक्याचे नशीब बलवत्तर असले तर एखादे विमान अपहरण होते व मोबदल्याखातर त्याची 'मानाने' सुटका होते आणि तो दिमाखात 'स्वगृही' सुखरूप पोहोचतो. काही पुढील निवडणुकीची वाट बघतात. इतर उघडकीस न आलेले सेल केंद्राच्या आदेशांची, दुसऱ्या जागेची, वेळेची प्रतीक्षा करतात. एकंदरीत स्लीपर सेलचा हा फॉर्म्युला अतिरेकी यंत्रणा जगभर सर्वत्र वापरतात. भारत हे आव्हान थेट स्वातंत्र्यप्राप्तीपासून पेलतो आहे. स्वदेशात धिक्कारलेल्या आपल्या सुरक्षा संस्थांना इतर देशात मात्र मान आहे हे सांगून कोणाला पटणार नाही. म्हणतात ना घरकी मुर्गी दाल बराबर!!

सुरक्षा यंत्रणांपुढील हे आव्हान म्हणजे दोरखंडाने जखडलेल्या धावकाला शर्यत जिंकायला सांगण्यासारखेच आहे. मनोबल खचवणारी टीका, समाजाचा तिरस्कार व असहकार / औदासिन्य या गोष्टी तर सुरक्षा यंत्रणेच्या पाचवीलाच पुजलेल्या असतात.

अतिरेकी घातपाताच्या शापाचा सामना करायचा असेल तर असे स्लीपर सेल निर्माण न होऊ देणे हाच मार्ग जास्त श्रेयस्कर आहे. पण हे साध्य होणार तरी कसे? दहशतवादाचा सामना सुरक्षा यंत्रणा तर करतच राहील परंतु त्यात समाजाच्या सहकार्याची पण महत्त्वाची भूमिका असू शकते, नव्हे आहेच हे पटायला हवे. जरा विस्ताराने विचार करू. स्लीपर सेल च्या निर्वेध अस्तित्वाला अत्यावश्यक आहे बिनबोभाट वास्तव्य. सभोवतालच्या जनतेचा त्यांच्या अस्तित्वाकडे व कृत्यांकडे कानाडोळा आणि प्रसंगी साहाय्यदेखील. ग्रामीण भागात असे वास्तव्य तुलनेने जरा कठीणच कारण खेडेगावात प्रत्येकाचे सभोवतालच्या घडामोडींकडे सहजच लक्ष असते. मुंबईतील चाळ जीवनातसुद्धा कोणतीही गोष्ट लपून राहात नाही. परंतु इतर शहरी भागात परिस्थिती वेगळीच असते. जनता आपापल्या जीवनात व्यस्त असते. ही तफावत सोडता सर्वदूर मानसिकता मात्र एकच आणि ती म्हणजे जात, भाषा, धर्मनिहाय सामुदायिक वास्तव्याची. गृहसंकुल, सोसायट्या, मोहल्ले, पेठा वरीलप्रमाणे विभागलेल्या असतात. अल्पसंख्यांकांच्या बाबतीत तर हे प्रकर्षाने दिसून येते. परिणामतः अल्पसंख्याक समाज आपल्या सुरक्षित जीवनासाठी गटागटाने वेगळे वास्तव्य पसंत करतो. मुंबईतील उपनगरांची घडण या मानसिकतेचे ज्वलंत उदाहरण आहे. जरा आठवा, काही महिन्यांपूर्वी श्रीमती शबाना आझमींना अनेक वसाहतीत केवळ धार्मिक निकषावरून सदनिका मिळणे दुरापास्त झाले होते. त्यांच्या बाबतीत हे घडते तर इतर सामान्य अल्पसंख्यकांचे विचारूच नका. ही मंडळी स्वाभाविकपणे धर्माधारित वसाहतीत आश्रय घेतात. इतर शहरी भागात पण हीच वस्तुस्थिती आहे. स्लीपर सेलचा उगम इथेच होतो. संपर्क व्यवस्था निर्माण होते. अविश्वासाच्या गर्तेत सापडलेला अल्पसंख्याक समाज त्यांच्या भानगडीत लक्ष देत नाही. सुरक्षा यंत्रणेला साहाय्य करण्यासदेखील कचरतो. शेवटी हानी राष्ट्रीय सुरक्षेचीच होते. प्रत्येक दुर्घटनेनंतर जातीय दंगली झाल्या नाहीत तरी धार्मिक सद्‌भावनेचा

मात्र बळी चढतो आणि हे दुष्टचक्र चालूच राहते. या विवेचनात तिळमात्र अतिशयोक्ती नाही. प्रत्यक्ष अनुभवलेली, नजरेस आलेली अशी अनेक उदाहरणे आहेत. या संदर्भात मलेशियात मला जे आढळले ते सांगावेसे वाटते. ते मुस्लिम राष्ट्र आहे. तेथे गृह संकुलात धर्माधारित विधिनिषेध नाही. सर्व देशांचे व धर्मांचे रहिवासी त्यात राहतात. प्रत्येकाचे धार्मिक सोहळे त्यांच्या मुहूर्तानुसार संकुलातील एकाच प्रशस्त जागी साजरे होतात. आपल्याकडे हे का होत नाही? एकीकडे पाकिस्तानबरोबर संवाद साधण्याची मुत्सद्देगिरी, त्याला कुत्र्याचे शेपूट सरळ करण्याची सार्थ उपमा देता येईल, तर दुसरीकडे आपल्याच बांधवांबरोबर हा दुजाभाव आणि वर डांगोरा पिटायचा सर्वधर्मसमभावाचा. क्या बात है!

दुसरी समस्या भाषिक अडचणीची. म्हणजे उर्दू भाषा मुस्लिमांची असल्याचा गैरसमज. परिणामी, उर्दू भाषेची जाण झपाट्याने कमी होत आहे. दहशतवादी मुस्लिम संघटनांचे आपापसातील पत्र व्यवहार व पत्रकें यांचा उलगडा म्हणजे गुप्तचर संस्थांपुढे अनेकदा एक कोडेच असते. हे क्षुल्लक वाटणारे पण दारुण सत्य आहे. उर्दूला प्रोत्साहन देणे राष्ट्राच्याच हिताचे आहे हे आपल्याला कधी उमजणार? त्याचप्रमाणे सुरक्षा संस्थांमध्ये मुस्लीम कर्मचाऱ्यांचे प्रमाण वाढवण्याची पण निकडीची गरज आहे. फाजील अविश्वासाची किंमत आपण किती काळ मोजणार?

आणि या सर्वांच्या मुळाशी हवा सांप्रदायिक सद्‌भाव. गेली साठ वर्षे बोकाळलेले धर्मांध राजकारण व धर्मनिरपेक्षतेतील भंपकपणा लवकर नष्ट झाल्याखेरीज ते शक्य नाही. स्लीपर सेल या रोगाच्या मुळाशी जाणारा तोच गुणकारी इलाज आहे. पण राजकारणाचे शेपूट कोण सरळ करणार आणि कसे?

रामदेवबाबा आणि अण्णा हजारे प्रभृतींनी वरील जनजागरणासाठी निदान एक दिवसाचे तरी लाक्षणिक उपोषण करावे!!.

OOO

धर्मनिहाय जनगणना

२०११ मधील जन गणनेचा धर्म निहाय तपशील अखेर केंद्र सरकारने जाहीर केला. तपशीला प्रमाणे मुस्लिम समुदायाच्या जनसंख्या वाढीचा दर .८% ने वाढला असून हिंदूंच्या जनसंख्या वाढीचा दर .७% ने घटला असे जाहीर करण्यात आले. ख्रिस्ती आणि इतर धर्मियांच्या वाढीच्या दरात देखील घट झाल्याचे त्या आकड्यांवरून स्पष्ट होते. अपेक्षे प्रमाणे या माहितीचे आपापल्या दृष्टिकोनातून कांही विद्वनांनी विश्लेषण पण केले. त्यांनी त्यात वापरलेल्या आकडेवारीचा सामान्य वाचकांवर होणारा भडिमार त्यांच्या डोक्यात प्रकाश टाकण्या ऐवजी गोंधळात टाकणारा मात्र आहे. परिणामतः आपल्या देशातील धर्माधारित राजकारणाच्या वातावरणात या माहितीचे उलट सुलट अन्वय होणार आणि जातीय वातावरण आणखी दूषित होण्याची शक्यता वाढली आहे. संबंधित तपशील जाहीर करण्यास झालेल्या विलंबामागे संकुचित राजकीय हितें होती असा समज निर्माण होणे पण साहजिकच आहे.

या सर्वा पलिकडे जाऊन केवळ अभ्यासू दृष्टिकोनातून विचार केल्यास एक सत्य ठळक पणे समोर येते, ते म्हणजे पुढील कांही दशकांत आपण चीनपेक्षाही जास्त जनसंख्येचा देश झालो तर आश्चर्य वाटू

नये. तात्पर्य धार्मिक दृष्टिकोनावजी एकूणच या लोकसंख्या स्फ़ोटाचा गांभीर्याने विचार करावयास हवा. लोकसंख्येतील अनियंत्रित वाढीचा देशाच्या प्रगती व सुरक्षेवर होणारा विपरित परिणाम ओळखून केंद्र शासनाने स्वातंत्र्य प्राप्ती नंतर वेळीच नियम बद्ध योजना आखली व ती अंमलात आणण्याचे प्रयत्न पण सुरू केले हे प्रशंसनीय आहे मान्य पण पुरेसे नाहीत असे म्हणायला जागा आहे.

जगातील इतर देशांतील लोकसंख्या वाढीच्या सखोल अभ्यासानंतर कांही निर्विवाद तथ्यें उघड होतात जी समजून घेणे आवश्यक आहे. ते म्हणजे लोकसंख्येतील वाढ ही जशी सुधारलेल्या आरोग्य सेवा आणि त्यामुळे वाढलेले आयुर्मान या मुळे झाली तशीच त्यातील उतार शिक्षण प्रसार, महिला सशक्तीकरण आणि आर्थिक सुस्थिती यावर निर्भर आहे. त्याच प्रमाणे जनतेच्या विविध वर्गांच्या राहाणी मानाचा देखील जनसंख्ये वर बराच परिणाम होतो. आणि या परिमाणांचे थेट उदाहरण म्हणजे पाश्चात्य देशांकडे बघता येईल. समृद्ध, सुशिक्षित अशा या देशांमधे लोकसंख्येत वाढ अगदी नाममात्र आहे असे म्हटले तर वावगे होणार नाही. भारता पुरते बोलायचे म्हटले तर स्वातंत्र्य प्राप्तीच्या वेळी लोकसंख्या वाढीचा जो दर होता त्यातील उतार हा शिक्षण प्रसार व मध्यम वर्गात झालेली लक्षणीय वाढ याचा थेट परिणामच होता हे नक्की. धर्म निहाय या वाढीचे पृथक्करण केल्यास पण हेच दिसून येईल. हिंदू मधे श्रीमंत, मध्यम वर्गीय आणि गरीब असे विभाग पाडले आणि त्यांच्यातील वाढीचे वरील निकषावर पृथक्करण केले तरी हेच स्पष्ट होते. हिंदू समाजात शिक्षण प्रसार मुस्लिम समाजा पेक्षा बराच जास्त असून मध्यम वर्ग देखील फ़ार मोठा आहे. या उलट मुस्लिम समाजात मध्यम वर्ग अगदीच लहान, आर्थिक संपन्नता तूलनेने कमी आणि श्रम जीवी, गरीबीशी झुंजणारी जनता जास्त अशी वस्तुस्थिती असून त्याचाच परिणाम त्या समाजाच्या लोकसंख्या वाढीच्या दरावर झालेला दिसून येतो.

आपल्या कडे उजव्या विचारांच्या शिक्षितांमधे आणखी एक गैर समज आढळून येतो तो म्हणजे बहुभार्या पद्धतीचा लोकसंख्येवरील परिणाम. अनेकांचा असा युक्तिवाद आहे कि मुस्लिम समाजात चार विवाह पुरुषांना मंजूर असल्याने त्या समाजाच्या प्रसारात वाढ होते. निसर्गाने निर्माण केलेली स्त्री मानसिकता व स्त्री स्वभाव यांच्या पार्श्वभूमीवर पाहता कोणालाही पटेल की कोणत्याही स्त्रीला सवत स्वीकार्य नाही. स्त्रीची प्रगत मानसिकता हा म्हणूनच लोकसंख्येच्या बेफ़ाम वाढीवर अचूक उपाय आहे परंतू समाजात पुरुष प्रधान मनोवृत्ती दूर होवून स्त्री सशक्तीकरण जोपर्यंत पुरेसे होत नाही तोपर्यंत हे शक्य नाही. स्त्री शिक्षण म्हणूनच दुर्लक्षून चालणार नाही. तात्पर्य मुस्लिम समाजात स्त्री शिक्षणा वर भर देणे अनिवार्य आहे. उजव्या विचार सरणीच्या लोकांनी म्हणूनच समान नागरिक कायद्या साठी अडून बसण्यात कोणताच शहाणपणा नाही. पुरेशा जनजागृती अभावी मुस्लिम समाजातील खालच्या स्तरात जनसंख्या नियंत्रणा विषयी ऑदासिन्य, नव्हे विरोधच दिसून येतो याचे एक आणखी कारण म्हणजे त्या मंडळींचा धर्माधारित भ्रम कि जो ईश्वर चोच देतो तोच चारा पण देईल. वस्तुस्थितीशी हे विधान अजीबात सुसंगत नाही.

या सर्व विश्लेषणावरून एक गोष्ट नक्की आणि ती म्हणजे लोकसंख्या वाढीच्या समस्येस प्रभावीपणे आळा घालण्याचा एकच उपाय म्हणजे शिक्षण प्रसार, आर्थिक सुबत्ता आणि महिलांच्या जीवनात सुधारणा.

गेल्या सात दशकातील शासनाच्या प्रयत्नांचे वरील परिमाणां पलीकडे जाऊन परीक्षण केल्यास एक कमतरता सहज नजरेत येण्या सारखी आहे. आणि ती म्हणजे लोकसंख्या नियंत्रण उपाय योजनेत लोकप्रतिनिधींच्या प्रत्यक्ष सहभागाचा अभाव. जरा विचार करा. या कार्यक्रमाच्या अंमल बजावणी साठी आजतागायत शासनाने केवळ नोकरशाहीलाच राबवले आहे. जनतेला लोकसंख्या नियंत्रणा बद्दल

जागृत करण्याचे कोणतेही ठोस प्रयत्न स्वत: राजकारण्यां कडून झालेले नाहीत. लोकसंख्येचा प्रश्न हा लोकांशी संबंधित आहे, तेंव्हा जनजागृती साठी लोकांच्याच प्रतिनिधींकडून पुरेसे प्रयत्न व्हायलाच हवेत. मग ते कां झाले नाहीत? याचे कारण एकच. आणि ते म्हणजे राजकारण्यांनी लोकांकडे आणि त्यांच्या भरमसाट वाढी कडे केवळ धार्मिक दृष्टिकोनातून व मत गठ्ठा म्हणूनच पाहिले. आणि अजून पाहात आहेत. तिला आळा घालण्याकडे या मंडळींनी अजिबात लक्ष दिलेले नाही. केवळ नोकरशाहीच्या उत्साही सहभागाने हा प्रश्र्न सुटण्या सारखा नाही. आणिबाणीच्या काळात नोकरशाहीने दाखविलेल्या फ़ाजिल उत्साहाचे आणि तिच्यावर झालेल्या सत्ताधारी राज्यकर्त्यांच्या दबावाचे काय दुष्परिणाम झाले, मोहीम पुढे जाण्या ऐवजी वीस वर्षें मागे गेली हे सर्वषृत आहे.

शेवटी प्रश्न पडतो लोक प्रतिनिधींचा या कार्यक्रमात सहभाग कसा अनिवार्य करायचा? उत्तर सरळ असले तरी त्या साठी राजकीय इच्छाशक्ती आवश्यक आहे. मुळात जनतेचे औदासिन्य आणि आपली मानसिकता अशी कि कोणत्याही अभिनव, कल्पक उपायांचा लगेच कडाडून विरोध होतो. नवीन सूचनेच्या अंमलबजावणी साठी आवश्यक ते जन प्रबोधन आणि गृहपाठ होत नाही आणि परिणामत: कितीही उपयुक्त योजना असली तरी ती बासनात जाते. (आधार कार्ड योजना हे त्यातीलच ताजे उदाहरण). असो. उपाय थोडक्यात असा आणि तो म्हणजे निवडणूक कायद्यात संशोधन करून कोणत्याही पदाच्या उमेदवारीची पात्रता उमेदवाराने आणून दिलेल्या, प्रेरित केलेल्या, प्रजननक्षम वयोगटातील कुटुंब नियोजन केसेसच्या ठराविक संख्येवर निर्भर असणे. उदा: विशिष्ट सदनाच्या निर्धारित मुदती साठी नगर सेवक (२), विधान सभा सदस्य (५), लोकसभा सदस्य (१०) अशा केसेस सदनाच्या प्रत्येक कार्यकालात आणून त्यांच्यावर यशस्वी शस्त्रक्रिया झाल्यावरच संबंधित जागे साठी उमेदवारी मिळावी. अशा

योजनेच्या अंमलबजावणीने भरमसाट उमेदवारी टळेल, निवडणुका सुटसुटीत व चोख होतील व खऱ्या अर्थाने लोककल्याणास वाहून घेतलेले प्रतिनिधीच निवडून येतील. निवडणूक आयोग आणि प्रत्येक पक्ष इतर पक्षाच्या लबाडीवर आपसूकच बारिक लक्ष ठेवेल आणि फ़र्जी शस्त्रक्रियांवर नियंत्रण राहील. (पुन्हा आणिबाणीच्या काळातील विडंबन आठवा!) लायक, योग्य प्रतिनिधी संबंधित सदनात असणे हा जनतेचा घटनात्मक आणि मूलभूत हक्क आहे ज्या पासून तो आजतागायत वंचित होता आणि जो जनतेला मिळालाच पाहिजे. मोकाट लोक प्रतिनिधी आपण अजून किती काळ सहन करणार?

योजनेचा आराखडा पूर्ण अभ्यासाअंती जनते पुढे माडावा, त्यावर सर्व स्तरावर विस्तृत चर्चा व्हावी आणि मगच संसदेत निवडणूक कायद्यात संशोधन व्हावे. तसे झाल्यास धार्मिक दृष्टिकोनातून लोकसंख्या वाढीच्या आकड्यांचे विश्लेषण करण्याची गरजच उरणार नाही आणि तत्संबंधी गलिच्छ राजकारण थांबेल. आहे आपल्यात ही इच्छाशक्ती?

OOO

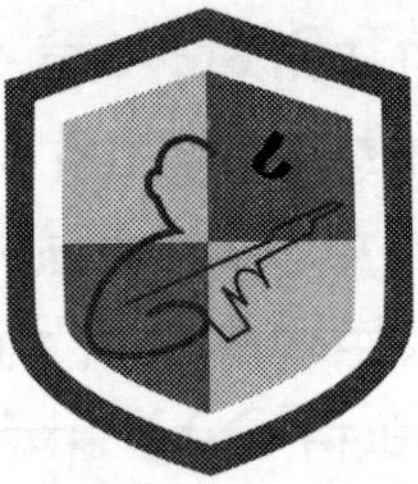

मृत्युदंडाची मीमांसा

याकूब मेमन च्या फ़ाशी नंतर मृत्युदंडाच्या योग्यायोग्यते बद्दल चर्चेचे पेव फुटले. अगदी न्यायविदांपासून सामान्य जनांपर्यंत बऱ्याच लोकांनी या पराकाष्ठेच्या शिक्षे बद्दल उलट सुलट मतें मांडली. एकंदरीत निश्र्चित कल कोणत्याही बाजूने पडला नाही हे विशेष. मी न्याय पंडित नाही, केवळ एक निवृत्त पोलिस अधिकारी व साधा सामान्य, सुशिक्षित नागरिक आहे व या विषयावर त्याच दृष्टिकोनातून विचार करतो जे इतर सर्व सामान्यांना अवगत व्हावे म्हणून हा प्रयत्न.

या विषयाची दोन भागात चर्चा करता येईल. तात्विक आणि भारतीय संदर्भात.

न्याय तत्व हे मानवतेने सभ्य समाजातील सदस्यांना शांत जीवन व्यतीत करण्यास पोषक असावे असे आखलेले आहे. जगातील निरनिराळ्या देशात त्यामुळे साहजिकच त्याची व्याख्या पण वेग वेगळी असणे स्वाभाविक आहे. मानवाच्या विचारसरणीत कालमाना प्रमाणे बदल घडत गेले आणि न्याय भंग करणाऱ्या व्यक्तीस दिल्या जाणाऱ्या शिक्षेची मात्रा पण बदलत गेली हे लक्षात असावे. सर्वात कठोर अशा मृत्युदंडा बद्दल नेमके असेच मतपरिवर्तन निरनिराळ्या देशांत घडत गेले आणि ही कठोर शिक्षा अनेक देशात मानवतेच्या

कारणावरून रद्द झाली. भारतात मात्र अद्याप मृत्युदंड कायम आहे. त्याच्या विरोधकांचा असा युक्तिवाद आहे की नंतर विपरीत पुरावा न्यायालया समोर आल्यास इतर कोणतीही शिक्षा रद्द करून आरोपीस मुक्ती मिळू शकते. परंतू मृत्युदंड भोगलेल्या व्यक्तीस मात्र जीवन पुन्हा प्राप्त होणे अशक्य असल्याने अशी शिक्षा नैसर्गिक न्याय संमत नाही. तसेच जीवन हे ईश्वराने दिलेले असते तेव्हां ते नष्ट करण्याचा अधिकार मानवाला नसावा. शिवाय शिक्षा ही काही सूडापोटी दिली जावू नये. युक्तिवाद निःसंशय बिनतोड आहे मान्य परंतू शिक्षा देण्या मागचा हेतू त्यात विचारात घेतलेला दिसत नाही. दंड संहिते मागे आरोपीस त्याच्या अपराधाची जाणीव करून देणे, पीडितास झालेल्या क्लेशाचे परिमार्जन करणे, आर्थिक नुकसान झाले असल्यास भरपायी करून देणे तसेच आरोपीचे समाजात पुनर्वसन होण्याची त्यास संधी देणे हे जसे हेतू असतात तसेच, जनतेत कायद्याची जरब असणे हा सर्वात महत्वाचा उद्देश असतो हे विसरून चालणार नाही. जगाच्या पाठीवर सर्वत्र नियमांप्रमाणे आचरण करण्यास भाग पाडण्या साठीच दंडाचे प्रावधान असते हे लक्षात असावे. नियम आणि ते भंग केल्यास होणारा दंड अस्तित्वात नसले तर सभ्य सामाजिक जीवन अशक्य होईल हे काय सांगावयास हवे?

मृत्युदंडाच्या विरोधकांचा असा पण युक्तिवाद आहे की मृत्युदंडा मुळे त्यासंबंधीचे गंभीर गुन्हे कुठे कमी झाले? उलट मृत्युदण्ड रद्द झालेल्या देशांत ती जरब नाहीशी झाल्याने समाज विरोधी तत्वें निर्धास्तच झाली असतील हे नक्की. विरोधकांचा युक्तिवाद जर आचरणात आणला तर मग समाजात दंड संहिता असण्याचे पण कारणच उरत नाही. कायदा असून देखील गुन्हे घडतातच मग कायदा हवा तरी कशाला हा युक्तिवाद फ़सवा आहे. आणि अशा नियम आणि कायदे रहित समाजात अराजक माजणार हे निश्चित. अगदी सर्वांना असलेला अनुभव आहे की आपण भारतीय परदेशात

असतांना तेथील नियम व कायदे अगदी कांटेकोर पणे पाळतो आणि तितक्याच निर्धास्त पणे भारतात येता क्षणीच ते मोडतो. असे कां? तर परदेशात कायद्याची जरब असते म्हणून. परदेश यात्रेहून परत आल्या आल्या विड्याच्या पानाच्या पिचकाऱ्या विमान तळाच्या भिंतींवर व रेल्वे स्टेशन, रस्त्यांवर दिसतात याचा अर्थ काय. वाहतुकीचे सिग्नल बिनधास्त मोडणाऱ्यांना दंडाची भिती नसते हे काय नव्याने सांगायला हवे? इतका क्षुलक अनुभव हेच दाखवतो की गंभीर गुन्ह्यात देखील कायद्याची, दंडाची जरब असणे अपरिहार्य आहे. प्रतिबंध केंव्हाही उपचारापेक्षा महत्वाचा असतो. कायद्याची जरब हीच अशा प्रतिबंधाची व्यवस्था करते. जरबच नाहीशी झाली तर होणाऱ्या अराजका वरील सर्व उपचारच निष्फ़ळ ठरतील.

मृत्युदंडापुरते बोलायचे तर एक बाब लक्षात असावी. सर्वोच्च न्यायालयाने मृत्युदंड देण्या साठी स्पष्ट व कडक निर्देश दिले आहेत जे भारतात कांटेकोरपणे पाळले जातात. अगदी अपवादाहून अपवादाच्या प्रकरणातच मृत्युदंड द्यावा असे ते निर्देश आहेत. शिवाय त्याची अंमलबजावणी होईपर्यंत आरोपीला जीव वाचवण्याचे अनेक कायदेशीर मार्ग उपलब्ध आहेत जे सर्रास वापरले जातात, अगदी वेळेचा अपव्यय करण्या पर्यंत. याकूब मेमनच्या केस मधे हे सर्व प्रयत्न झाले, अगदी कोर्टासमोर रात्रभर युक्तिवाद मांडण्या पर्यंत. तात्पर्य हे की मृत्युदंडाचे प्रावधान असूनही त्याचा प्रत्यक्ष वापर हा अपवादाने, आणि अतिशय संयमानेच होतो.

आपण भारतीयांना पाश्चिमात्यांचे अंधानुकरण करण्याची जणू खोडच आहे. तिकडील लोक संस्कृती, सामाजिक जीवन आणि आपले यातील भेदभावांचा आपण विचारच करत नाही. प्रगत पाश्चात्य देशांत लोकतंत्र मजबूत पणे रूढ झाले आहे. आपण अद्याप प्रायोगिक अवस्थेत आहोत. नियम धाब्यावर बसविणे हा आपला जणू दुसरा स्वभावच आहे. म्हणूनच जरब ही आपली गरजच आहे हे सत्य अप्रीय

असले तरी कबूल करू या. मृत्युदंड या सारख्या गंभीर विषयाशी म्हणूनच छेडछाड नको. या उपर तथाकथित समाज सुधारकांचा इतका आग्रहच असेल तर मृत्युदंड रद्द करून त्या ऐवजी आजन्म (अक्षरशः) एकांत कोठडीतील कारावासाच्या शिक्षेचे प्रावधान करावे. (जसे अमेरिकेत ६00 वर्षे जन्मठेपेची सोय आहे तसे!) त्यामागे मूळ हेतू एकच. मृत्युदंडास पात्र असलेला आरोपी सभ्य समाजात वावरण्यास पात्र नाही पण जगण्याचा त्याला दैवी हक्क आहे. म्हणून ही तडजोड.

आणखी एक विरोधाभास. मृत्युदंडास विरोध करणाऱ्या प्रगत पाश्चिमात्य देशांना या मानवी सुधारणा नेमक्या अशाच सोयिस्कर वेळी कशा सुचतात? जगात विखुरलेल्या त्यांच्या वसाहतीतील स्वातंत्र्य लढ्यांचा निर्धृण पणे बिंमोड करतांना असे पवित्र विचार त्यांच्या उदार मनास शिवले देखील नव्हते!! कुख्यात गुन्हेगार अबू सालेम, उग्रवादी घातपातातील आरोपी पोर्तुगालच्या आश्रयात होता. त्याचे भारतात प्रत्यार्पण करतांना पोर्तुगालने अट ठेवली की भारतात परतल्यावर त्यास मृत्युदंड देवू नये. याच पोर्तुगालने गोव्याच्या मुक्तिसंग्रामातील लोकांना काय वागणूक दिली हे ते विसरले कि काय?

भारता पुरते बोलायचे तर एक महत्वाची गोष्ट ध्यानात घेणे आवश्यक आहे. भारताच्या सुरक्षेस नानाप्रकारचे धोके आहेत. त्यामुळे स्वसंरक्षणार्थ सर्व, अगदी टोकापर्यंतचे, उपाय ग्राह्य असावेत. उग्रवादाच्या कर्क रोगास निर्धाराने सामोरे जाणाऱ्यांना ढोंगी मानवी विचारांचे उपदेश देणे रास्त नाही. अंतर्गत सुरक्षेचे आव्हान किती कठिण असते हे आपण सुरुवाती पासून भोगत आहोत, जगाला अद्यापही पुरेसे कळलेले नाही.

OOO

गुप्तहेर यंत्रणेचे तीन तेरा

कोणत्याही सक्षम व उपयोगी व्यवस्थेची ‘विल्हेवाट’ कशी लावावी याची माहिती हवी असेल, तर भारताला विचारावे. उदाहरणार्थ, अति महत्त्वाच्या व्यक्तींची सुरक्षितता. खऱ्या गरजूंच्याऐवजी ही आता एक सामाजिक प्रतिष्ठा प्रदर्शनाची बाब झाली आहे. अशा काही इतर संस्थांबद्दलही हे म्हणता येईल; परंतु तूर्तास सध्या बहुचर्चित असलेल्या पण मूळ महत्वाच्या बाबीकडे संपूर्ण दुर्लक्षित झालेल्या गोष्टीकडे वळूया. ती म्हणजे देशाच्या गुप्तचर संस्थांच्या होणाऱ्या पडझडीची.

इशरत जहान प्रकरणाने वृत्तपत्रे व टी.व्ही. वाहिन्यांची अनुक्रमे जागा आणि वेळ व्यापली गेली. या तापल्या तव्यावर राजकीय पक्षांनी आपापल्या पोळ्या भाजून घेतल्या. वाहिन्या आणि वृत्तपत्रें आपला ‘खप’ वाढवण्यात गर्क होती. या प्रकरणात आय.बी. आणि सी.बी. आय. या दोन महत्त्वाच्या संस्थांमध्ये मात्र गंभीर कटुता निर्माण झाली असून त्यामुळे खेळल्या जाणाऱ्या धुळवडीत देशाच्या अति महत्त्वाच्या गुप्तहेर व्यवस्थेची काय दुर्दशा होत आहे याची ना कुणाला खंत ना कुणाला लाज!

एक निर्विवाद सत्य प्रथम लक्षात घेऊया. दहशतवाद हा

कर्करोगापेक्षाही भयानक आहे. कर्करोग एकट्या रुग्णाचाच बळी घेतो तर दहशतवाद राष्ट्राच्याच जिवावर उठलेला रोग आहे. या छुप्या युद्धाची अनेक वर्षें दिसत असलेली अनेक भेसूर रूपें भोगलेला, त्यांच्याशी सामना केलेला भारत हा जगातील एकमेव देश असावा. ईशान्येकडील बंडखोरी असो की पंजाबमध्ये पूर्वी उफाळलेला दहशतवाद असो किंवा काश्मिरातील पाकप्रणीत हिंसक थैमान अगर अंतर्गत कुशासनामुळे भडकलेला नक्षलवाद - हे सारे दहशतवादी प्रकार आपण साम, दाम, दंड, भेद वापरून आटोक्यात आणत आहोत. (या संदर्भात, बोध गयामध्ये झालेला बॉंबस्फोटही लक्षात घेता येईल. आय.बी. ने त्यासंबंधी पूर्व सूचना दिल्या होत्या!!) त्या प्रत्येक क्षणी इटेलिजंन्स ब्युरोची पडद्यामागून बहुमूल्य मदत झाली हे आता त्या संस्थेची गळचेपी करण्यात धन्य वाटून घेणारे विसरलेले दिसतात. जगातील कोणत्याही देशाने, विशेषतः पाश्चिमात्य शक्तींनी आपल्याला वरवर सहानुभूतीशिवाय कोणतीच मदत केलेली नाही, उलट त्यांच्या सोयीनुसार अडथळेच आणले. परंतु आपल्याच राजकीय पक्षांनी तरी काय साहाय्य केले? आणि मानवाधिकार पुरस्कर्त्यांनी तर अशा प्रत्येक प्रसंगी सुरक्षा दलांवर टीकेची झोड उठवण्यातच धन्यता मानली. दहशतवादविरोधी मोहिमांत सुरक्षा दलांच्या मार्गात आणखी एक वेगळाच अडथळा येतो. तो म्हणजे खोडसाळपणे मिळवलेली प्रसिद्धी. तपासा दरम्यान आरोपीचे आप्तेष्ट तत्काळ प्रसिद्धी माध्यमांकडे व मानवाधिकार पुरस्कर्त्यांकडे धाव घेतात. आरोपी किती निष्पाप व साधा व कोवळ्या वयाचा आहे, सरळ आहे याचा टाहो फोडून प्रचार होतो. प्रत्यक्ष अनुभव सांगतो कि या कोवळ्या मुलामुलींच्याच नाजुक भावना भडकावून त्यांना दहशतवादाकडे प्रवृत्त केले जाते. (पाक आय.एस आय च्या भात्यातील ते एक अस्त्र आहे). १९८४ च्या शीख विरोधी दंगलीनंतर पंजाबमध्ये १६-२० वयाच्या संतप्त तरुणांच्या हाती ए. के ४७ बंदुका देण्यात आल्या होत्या. गुजरातच्या दंगलींनंतरही त्या जखमांवर सूडाचे मीठ चोळण्यात

आले. इशरत प्रकरणातील चिखलफेकीत व वाद विवादांत प्रकर्षाने तेच दिसून येते. इशरत किती निष्पाप गोगलगाय होती हे ठासून सांगितले जाते.

मुळात आय.बी. आणि सी.बी.आय. यांनी एकमेकांविरुद्ध संघर्षाचा पवित्रा घ्यायलाच नको होता. पूर्वीही निरनिराळ्या सुरक्षा संस्थांमधे मतभेद झाले आहेत; पण ते संबंधित प्रमुखांच्या खासगी व प्रबुद्ध विचार विनिमयाच्या मार्गाने सोडविण्यात आलेले आहेत. चव्हाट्यावर आणून नव्हे. कोळसा घोटाळा प्रकरणात चटका बसल्याच्या पार्श्वभूमीवर मात्र इशरत प्रकरणात सी.बी.आय.ची जणू प्रतिष्ठाच पणास लागल्यासारखे झाले आणि समुपदेशन, चर्चेचा मार्ग सोडून त्यांनी आय.बी.च्या वरिष्ठ अधिकाऱ्याची उघड चौकशी करण्याचेच पाऊल उचलले. तपासाची इत्थंभूत माहिती रोज एका वृत्तपत्रात येऊ लागली. (जणू काही ते त्यांचे मुखपत्रच) नंतर काय महाभारत घडले, घडते आहे ते सर्वश्रुत आहेच. आणि आता तर हा गोंधळ केंद्राच्या आटोक्याबाहेर जाण्याचीच चिन्हे दिसत आहेत.

या एकंदर घटनांचा आय.बी.च्या संवेदनशील तपास गटांच्या घटकांवर किती विपरीत परिणाम होत आहे आणि पुढे पण होईल याची कोणी कल्पना व पर्वा केलेली दिसत नाही. उद्या आपल्यावर जर अशी पाळी आली तर कोण आपल्या पाठीशी उभे राहणार? त्यापेक्षा बातम्या गोळा करणे, संवेदनशील प्रकरणे तडीस नेणे, जिकिरीची, नाजुक व हिमतीची कामगिरी असलेली जबाबदारी उचलणे वगरे भानगडीत न पडलेलेच बरे; अशी निष्क्रीय व नकारात्मक मानसिकता वाढीस लागणार हे वेगळे सांगणे नकोच. आंतरराष्ट्रीय हेरगिरी, शेजारून सतत लादला जाणारा विघटक दहशतवाद, जागोजागी विखुरलेली छुपी स्लीपर सेल व सतत शिजणारी घातपाती कारस्थाने उधळून लावण्यासाठी लागणारी जिद्द लयास जायला वेळ लागणार नाही. शत्रूंच्या विळख्यात राहणाऱ्या आपल्यासारख्या देशास हे परवडेल

का? याचा या सगळ्या घटनाक्रमात कधी विचार झाल्याचे दिसत नाही. उलट आजपर्यंत टी.व्ही. वर झालेल्या डझनभर चर्चासत्रांत भाग घेणाऱ्या विद्वानांनी वृत्तपत्रात रकाने लिहिणाऱ्या दिग्गजांनी आय.बी. चाच जणू एन्काऊंटर केला आहे. याला अधू दृष्टी किंवा खुळेपणा नाही तर आणखी काय म्हणावे?

तात्पर्य, देशाला दहशतवादाचा समूळ नायनाट करणाऱ्या, राजनीतिमुक्त, खंबीर धोरणाची आवश्यकता आहे. मात्र ते अद्याप लाभलेले नाही. पाश्चात्यांचे उदाहरण देणाऱ्या विद्वानांनी एक लक्षात घ्यावे, की देशाच्या शत्रूला जगाच्या पाठीवर कुठेही हुडकून त्याला मारण्याचा लेखी फतवा अमेरिकेचे राष्ट्राध्यक्ष काढू शकतात व तो अंमलात पण आणला जातो. ओसामा बिन लादेन प्रकरण आठवा. अमेरिकन सुरक्षा यंत्रणेने, गुप्तहेरांनी, त्याला खुद्द पाकिस्तानातच उडवले. जगात त्याविरुद्ध कोणी ब्र देखील काढला नाही. आपल्यात आहे का ती धमक? दाऊदला आपण अजून पकडतोच आहोत!

म्हणजे गुप्तहेर अधिकाऱ्यांना बेकायदेशीर कारवाया करण्यास मोकाट सोडायचे की काय, असा याचा कोणी गैर अर्थ काढू नये नये. देशातील कोणतीही संस्था कायद्याहून श्रेष्ठ नाही. आय.बी. अगदी निरंकुश असावी, असा अट्टहास तर मुळी नाहीच. तिच्या कामकाजावर नजर जरूर असावी. इतर काही पाश्चिमात्य देशांची उदाहरणेही दिली जातील. पण त्यांच्या व आपल्या परिस्थितीतील फरक प्रथम लक्षात ठेवावा. तिकडे लोकशाही पूर्ण मुरलेली आहे. जबाबदार राजकारण व प्रबुद्ध जनता आहे. आपण अजून संक्रमण अवस्थेत आहोत. गलिच्छ राजकारणात रुतलेल्या आपल्या अपरिपक्व, प्रयोगाधीन, लोकशाहीच्या ते पचनी पडेल? तरी पण प्रयोग व्हावयास हवा. गुप्तचर संस्थांवर नजर ठेवणारी व्यवस्था असावीच. पण देशहिताला प्राधान्य देणाऱ्या जबाबदार व्यक्तींकडूनच ती नजर ठेवली गेली पाहिजे. (अशी मंडळी मिळतील??) आणि त्याच सोबत उपरनिर्दिष्ट कामें बजावतांना

कर्मचाऱ्यांनादेखील कायदेशीर व नैतिक पाठबळ असल्याची शाश्वती असणे हेही तितकेच आवश्यक आहे. नाही तर शस्त्रक्रिया यशस्वी; पण रुग्ण मेला अशी गत व्हायची.

इशरत प्रकरण चिघळल्यावर माजलेल्या चर्चेत अनेक स्वयंघोषित बुद्धिवंतांनी अकलेचे तारे तोडलेले आहेत. गुप्तहेर व्यवसायाच्या वास्तवाबद्दल, त्यातील बारकाव्यांबद्दल, नाजुक संवेदनशीलतेबद्दल त्यांना फारशी जाणीव दिसत नाही. आय.बी. वर 'नजर' ठेवायची असेल, तर या व्यवसायाची जाण असलेल्या जबाबदार मंडळींची गरज आहे. माझ्या मते, अशा पाच सदस्यांची समिती असावी. तिच्यात पंतप्रधान, विरोधी पक्षनेता, केंद्रीय गृहमंत्री, राष्ट्रीय सुरक्षा सल्लागार, आणि निवृत्त आय.बी. (किंवा रॉ) प्रमुखांचा समावेश असावा. कोणत्याही नाजुक प्रसंगी त्यांचे मार्गदर्शन उपयुक्त ठरेल कारण देशाची जबाबदारी त्यांच्या शिरावर असते. आय.बी. ला अंकुशाची भीती नाही. माहुताच्या परिपक्वतेची मात्र काळजी आहे.

आपल्या न्यायप्रणालीने कसाबला न्याय दिला (आणि पाहुणचार पण!!) इशरत जहाँन अतिरेकी होती कि नव्हती हे माहिती नसले तरी तिला पण तसा पूर्ण अधिकार होता. तो का मिळाला नाही हे प्रकरण आता न्यायप्रविष्ट आहे म्हणून त्यावर भाष्य करून अथवा तर्क करून राजकारण्यांनी तसेच प्रसारमाध्यमांनी 'मामला' अधिक बिघडवू नये. त्यांच्या मोकाटपणावर कोण अंकुश ठेवणार? एवढे मात्र नक्की सांगता येईल. या प्रकरणाचा निकाल कांहीही लागो; निवडणुका संपताक्षणीच ही मंडळी इशरतला विसरतील. पण तोपर्यंत देशाच्या गुप्तहेर यंत्रणेचे तीन तेरा वाजलेले असतील... त्याचे काय?

OOO

१०

मानवाधिकार एक पाश्चिमात्य स्तोत्र

सन १९८४ मध्ये माझी चंदीगड येथे बदली झाली तेव्हा पासून ते थेट १९९४ मध्ये मी सेवानिवृत्त होईपर्यंत पंजाब, काश्मिर व ईशान्येसह देशातील इतर भागात दहशतवादाने निर्माण केलेल्या आणि बाणीच्या परिस्थितीशी माझा नजीकचा संबंध आला. निष्पाप नागरिक आणि सुरक्षादलांचे सदस्य दोघेही अतिरेक्यांच्या हिंसाचाराला मोठ्या प्रमाणात बळी पडत होते. एका बाजूला देशाची सुरक्षा यंत्रणा दहशतवादाचा भस्मासुर आटोक्यात आणण्याचा निकराने प्रयत्न करीत होती, तर दुसरीकडे आपलीच काही प्रसार माध्यमे, वृत्तपत्रे देश विदेशाच्या मानवाधिकार संस्था आणि पश्चिम गोलार्धातील प्रगत देश माणुसकीचे अजीर्ण झाल्यागत सुरक्षा दलांच्या कारवाईमुळे अतिरेक्यांच्या मानी हक्कांवर गदा आल्याचा कांगावा करत होती. दहशतवादाच्या वडवानलात मानवी हक्काच्या तव्यावर आपापल्या स्वार्थाची पोळी भाजून घेण्याची जणू चढाओढच लागली होती. एकीकडे दहशतवादाला उघड मदत तर दुसरीकडे मानवधिकार भंगाबद्दल जगाच्या चव्हाटयावर टाहो फोडून पाकिस्तानने तर खोडसाळपणाचा कळस केला होता.

मानवी हक्क या नूतन अविष्कृत मूल्यांचा गेल्या एक दोन शतकांतील

ऐतिहासिक घडामोडींच्या पार्श्वभूमीवर आणि माझ्या स्वतःच्या अनुभवाअंती मला जो उलगडा झाला त्या संबंधात जरा मन मोकळे करावेसे वाटते.

विसाव्या शतकाचा पूर्वार्ध जुलमी वसाहतवादी विरुद्ध लढे आणि दोन जागतिक युद्धे तर उत्तरार्ध अनुक्रमे शीत युद्ध आणि दहशतवादाने व्यापला होता असे म्हटले तर फारसे वावगे होणार नाही. १९८० नंतर भारताला तर पंजाब आणि काश्मीर मधील उग्रवादाने झोडपून काढले होते. देशाच्या सार्वभौमत्त्वावर तो एक जबरदस्त हल्लाच होता. त्या संकटाला आपण अजून तोंड देत आहोत. युद्ध सदृश अशी ही परिस्थिती हाताळण्यासाठी आपण उचललेल्या पावलांत मानवी हक्काचे घोर उल्लघंन होत असल्याचा संशय पाश्चिमात्यांना आला. संपूर्ण मानवी इतिहासात आला नसेल इतका मानवी हक्कांबद्दलचा उमाळा या सर्वांना १९८० नंतरच्या दोन दशकांत दिसून आला.

आपली सद्सद्विवेक बुद्धी हीच सर्व मानवजातीची असा सोईस्कर गैरसमज असलेल्या पाश्चिमात्य राष्ट्रांना मानवधिकारांच्या अस्तित्वाची उघड जाणीव झाली तर कधी? तर पूर्व गोलार्धातील व अफ्रिकेतील आपल्या वसाहती नाईलाजाने सोडल्यानंतर! नागासाकी व हिरोशिमावर पाठोपाठ दोनदा ब्रम्हास्त्र सोडून प्रचंड संहार केल्यानंतर!! आणि खरे म्हणजे महायुद्धात रक्ताने युरोप लडबडल्या नंतर!!! शंभर उंदीर फस्त करुन पश्चिमात्य विजेते युनोच्या काशी यात्रेला आले- महायुद्धातील रक्तरंजित विजयानंतर झालेल्या भीषण जनहानीबद्दल, पाशवी अत्याचाराबद्दल अश्रू ढाळले व स्मशान शांततेने घेरलेल्या युनोत मानवी हक्कासंबंधीचा ठराव संमत करण्यात आला. यथासमाधी देश पातळीवर संस्था अस्तित्वात आल्या. त्यांचा पवित्र हेतू होता जगात ठिकठिकाणी होणारी मानवी हक्कांची पायमल्ली उघडकीस आणून त्या विरूद्ध जागतिक मत तयार करणे आणि संबंधित दोषी राष्ट्रांना वठणीवर आणणे. अंधारात शोध घेणाऱ्या सर्चलाईट

प्रमाणे या संस्था जगभर घडणाऱ्या मानवी हक्कभंगांचा मागोवा घेऊ लागल्या. त्यांचा खोडसाळपणा एकढाच की या सर्चलाईट चा प्रखर झोत बव्हंशी केंद्रीत होता रीतसर अस्तित्वात आलेल्या नवनिर्मित राष्ट्रांनी आपले सार्वभौमत्व व स्वातंत्र्य टिकवण्यासाठी फुटीर विघटक शक्ती विरूद्ध केलेल्या कारवाईवर. आता अपवाद नको म्हणून इतर खऱ्याखुऱ्या अत्याचारांना पण प्रकाशात आणले एवढेच.

तात्पर्य काय, तर मानवी हक्क हा मुद्दा जागतिक राजकारणात प्रगत (म्हणजेच पाश्चिमात्य) राष्ट्रांच्या हातचा हुकुमी एक्का बनला. स्वतंत्र बाणा ठेवणाऱ्या (भारता सारख्या) राष्ट्रांना वठणीवर आणण्यासाठी मानवधिकार भंगाची कोल्हेकुई सारखी ऐकू येऊ लागली. कधी कधी तर अगदी हास्यास्पद युक्तिवाद केले जात. काय तर म्हणे, भारतात गालिचे बनविण्या जनता राबवली जाते. (म्हणून गालिचे स्वस्त व म्हणून परदेशी मालाचे स्पर्धक) झाला मानवी हक्क भंग विकसनशील देशातील स्वस्त मजुरीमुळे त्यांची उत्पादने जगाच्या बाजारपेठेत प्रगत राष्ट्रांच्या मालाशी प्रतिस्पर्धा करतात. झाली मानवी हक्कांची पायम ल्ली!वाह! क्या तरकीब है! गेल्या शतकांत ढाक्याची मलमल परदेशी वस्त्रांवर मात करून पुढे जाऊ नये म्हणून विणकराचे अंगठे कापून त्यांचा एकलव्य केला गेला, आठवते!!

आता मानवधिकार म्हणजे काय हे आशिया आणि आफ्रिकेतील पारतंत्र्याविरुद्ध झगडलेल्या जनतेस सांगण्याची गरज नाही, कारण त्यांच्यावर गोऱ्या जगाने ते अत्याचार अनेक शतके केले आहेत. अंदमानच्या तुरुंगातील यातना कक्ष आणि जालियनवाला बाग मधील संहार आज देखील अंगावर शहारे आणतात. मनात विचार येतो की स्वातंत्र्यासाठी झुंजणाऱ्या क्रांतिकारकांना मानवी हक्क नव्हते का? भारताच्या फाळणीमुळे झालेला अभूर्तपूर्ण रक्तपात म्हणजे मानवी हक्कांचे कितपत पालन होते? त्याला जबाबदार कोण होते? अमेरिकेत निग्रोंची एकेकाळची गुलामगिरी आणि त्यांची आजसुद्धा होणारी

परवड काय दर्शविते? गोऱ्यांनी बालमजुरीची प्रथा, दक्षिण आफ्रिकेत राबवलेला वर्णभेद कधी कोण विसरेल का? युरोपियनांनी आफ्रिकेत व आशिया खंडातील आपल्या वसाहती टिकवून ठेवण्यासाठी केलेले अमानुष प्रयत्न केवळ इतिहास जमा झाले म्हणून तिकडे दुर्लक्ष करायचे काय? पोर्तुगीजांनी गोव्यात केलेले छळ केवळ भारतीय संस्कृतीच क्षमा करू शकेल! ब्रिटीश राजवटीत आपल्याकडे अनेक ठिकाणी फक्त युरोपियनांसाठी अशा वर्णभेदी पाटया आम्हा नोटिव्हांना आमच्या दास्यत्वाची पदोपदी जाणीव करून देत असत. अगदी परवा परवा अमेरिकेन सैन्यांनी व्हिएतनाम मध्ये केलेले लज्जास्पद गुन्हे क्षम्य आहेत? पण आता पाश्चात्यांना त्या सर्वाबद्दल पश्चात्ताप होतोय, त्यांना उपरती झालीय म्हणे! कोणी विश्वास ठेवावा या नक्राश्रूंवर? दुसऱ्याची वेळ आली की उपदेशाचे डोस पाजणे सोपे असते. दुसरे काय? मानवी हक्क या शब्दाचे नुसते उच्चारण केले तरी मनात करूया स्मृतीचे असे काहूर उठते. या सर्व पार्श्वभूमीवर भारतात होणाऱ्या कथित मानवाधिकार भंगाबद्दल होणारा गवगवा कितपत रास्त आहे?

देशप्रेमाच्या बुरख्या आड आपल्या चुकांवर पांघरुण घालण्याचा मात्र हा खटाटोप नव्हे. आता जरा अंतमुर्ख पण होऊ या. भारतीय समाजात, शासन व्यवस्थेत आणि इतर अनेक क्षेत्रांत या मूलभूत हक्कांची पायमल्ली होत आहे हे नाकबूल करता येणार नाही. हुंडाबळी, बालमजुरी, सामाजिक क्रौर्य, अस्पृश्यता व इतर अनेक प्रथांनी आपण कलंकित आहोत. पोलिस कोठडीतील बळी आणि बलात्कार लांछनास्पद आहेत. पाण्याचे स्वच्छ पाणी मिळणे हा मानवी हक्क नव्हे तर काय? परंतु तो कितपत उपलब्ध आहे? अन्नधान्यात भेसळ व बनावट औषधे अनेकांचे जीवन धोक्यात टाकत आहेत. शिक्षण क्षेत्रात तर बोलायची सोय नाही. नियमित वार्षिक परीक्षा होत नाहीत, शिक्षणाचा बाजार महागडा होत आहे, आणि वैफल्यग्रस्त विद्यार्थी

वर्ग सोडून रस्त्यावर दिसतात, न्याय यंत्रणा कज्जांच्या डोंगराखाली पुरली गेली असून नागरिकांना वेळेवर न्याय मिळणे दुरापास्त झाले आहे. न्यायनिवाडा इतका खर्चिक आणि दीर्घसूत्री झाला आहे की, शहाण्याने कोर्टाची पायरी चढू नये ही म्हण दिवसेंदिवस जास्त सार्थ ठरावी. या आणि अशा अनेक क्षेत्रांत नागरिक आपल्या मूलभूत अधिकारांपासून वंचित आहेत. या सर्व क्षेत्रांची स्वयंसेवी संस्थांनी पुरेशी दखल घेतलेली दिसत नाही. केवळ शासकीय प्रयत्नांवर विसंबून राहण्या जोग्या या गरजा नव्हेत. बिगर सरकारी माध्यम ांतून त्यांचा बराच हिरारिने पाठपुरावा झाला पाहिजे. जागरूकता व प्रयत्न हवेत परंतु आवश्यक उत्साह दिसत नाही. या औदासिन्याचे कारण काय? उत्तर अगदी सोपे आहे. या सर्व समस्यांचा पाठपुरावा करणे हे एक अत्यंत जिकिरीचे काम आहे. त्यात शासनाच्या प्रत्येक अंगाशी नेटाने व वेगवेगळा लढा द्यावा लागतो. जनसंपर्कात गुंतावे लागते. मग लष्काराच्या भाकऱ्या कोण भाजतो? त्यापैक्षा भरपूर बदनाम झालेले पोलिस तंत्र हाताशी आहेच की विनासायास त्यांच्या विरूद्ध टीकेची झोड उठवण्यापुरता मसाला केव्हाही तयार असतो! शिवाय जनतेचा कैवार घेतल्याचे, वृत्तपत्रांचे रकाने चमचमीत बातम्यांनी भरून खप वाढवण्याचे समाधानही मिळते. हातचे सोडून इतर विस्तृत परंतु जिकिरीच्या क्षेत्रात अडकून पकडण्याचा वेडेपणा त्यांनी का करावा? सरते शेवटी परिणाम हाच की आपलीच काही वृत्तपत्रे, स्वदेशी मानव हक्क पालन संस्था, दहशतवादाला बळी पडलेल्या निष्पाप लोकांकडे दुर्लक्ष करून अतिरेक्यांवर झालेल्या कथित अत्याचारांवर अश्रु सिंचन करतात आणि नेमके हेच लिखाण परदेशात आपल्या विरुद्ध सबळ पुरावा म्हणून वापरले जाते. आपलेच दात आपल्याच घशात घातले जातात. पाकिस्तानी कांगावा तंत्राचे अगदी भरवशाचे हस्तक म्हणजे आपण, आपली काही बेजबाबदार नियतकालिके आणि स्वयंसेवी संस्था. जिनेव्हा आणि इतर ठिकाणी होणाऱ्या मानवधिकार सम्मेलनात कांनावर पडलेली ही उघड कुजबूज.

आपलाच दाम खोटा अधिवेशनात दुसऱ्यांना दोष देण्यात काय अर्थ?

पंजाब आणि काश्मीर पुरते बोलायचे तर काही युक्तिवाद लक्षात असणे आवश्यक आहे. यशस्वी बंड हे क्रांती समजून गौरविले जाते तर अयशस्वी क्रांती केवळ एक बंड उठाव आणि द्रोह म्हणून बदनाम होते. १८५७ चा स्वातंत्र्य संग्राम इंग्रजांच्या दृष्टीने मात्र शिपायाचे बंड होता. व्याख्या कशीही असू द्या त्यात झालेल्या संहाराचा मानवी हक्काच्या संज्ञेत त्यावेळी काव्याकूट झाला नव्हता. कोणताही युक्तिवाद ग्राह्य धरला तरी त्या सबबाखाली कायदेशीरपणे व जनसंम तीने अस्तित्वात आलेल्या राज्य व्यवस्थेविरूद्ध झालेला उठाव केव्हाही निषिध्दच म्हणावा लागेल. आणि म्हणूनच पंजाब आणि काश्मीर मधील दहशत विघातक व द्रोही ठरते. युक्तिवादाच्या बुरख्या आड सोईस्कर अर्थ लावून त्या चळवळींना बाहेरून समर्थन व मदत मिळत आहे हे जाणत्या जगापासून लपलेले नाही. तरी देखील मानवी हक्काची विकृत आणि सोईस्कर व्याख्या करून संन्याशाला सुळावर चढवण्याचा खटाटोप गेल्या दोन दशकात झाला आहे. काही हक्क त्रिकाला बाधित असतात. सन्मानाने जीवन जगणे हा त्यातलाच एक आहे. या दृष्टिकोनातून काही मूलभूत प्रश्नांवर प्रथम विचार व्हावा आणि मगच जगाने आपल्याकडे बोट दाखववावे. उदाहरणार्थ :

१. सुस्थिर समाजातील मानवी हक्क आणि युद्धातील रणागंणावरील मानवी हक्क एकाच तराजूत तोलणे कितपत योग्य ठरेल? पंजाब, काश्मिरमध्ये जे घडले, घडत आहे ते एक बुरख्याआडचे युद्धच नव्हे का?

२. स्वातंत्र्य लढा आणि कुटीरतावादी आणि चळवळी याच काहीच फरक नाही काय.

३. मानवी हक्कावर प्रथम अधिकार कोणाचा? दहशतवाद पसरविणाऱ्या

अतिरेक्यांचा की त्यांच्या आक्रमणाला बळी पडणाऱ्या निष्पाप जनतेचा? निर्घणपणे मारले गेलेल्या लोकांचे रक्त म्हणजे पुरामध्ये वाया गेलेले पाणी समजाचे काय?

या सर्व प्रश्नांची प्रामाणिक उत्तरें सर्वांना अवगत आहेत परंतु साप्रंत जगाच्या राजकारणातील बेरीज-वजाबाकीत न्यायी भूमिका घेणे पाश्चात्यांच्या सोयीचे, स्वार्थाचे नसावे. जगातील काही भागांत सुरु असलेल्या दहशतवादाकडे कानाडोळा तर काही भागात सक्रीय हातभार हीच त्यांची कुटिल नीती आहे हे न कळण्या इतके आपण भोळे नाही. परंतु त्यांना चोख उत्तर देण्याइतके मजबूत पण नाही हेच कटु सत्य आहे. म्हणुनच जागतिक क्षोभ प्रज्वलित झाल्यावरच आपण दचकून जागे होतो आणि काहीशा नाईलाजाने राष्ट्रीय मानवी हक्क आयोगाची स्थापना करतो. वास्तविकत; आपण स्वत:च चाळीस वर्षे आधीच हे करावयास हवे होते.जागतिक मंचावर मानवी हक्कांचा ऊहापोह होत असताना आरोपी प्रमाणे स्वत:ची बाजू मांडण्याची वेळ कां यावे? चीन सारखे विशाल आणि इस्त्रायलसारखे चिमुले राष्ट्र पहा!

या विवेचनातून फक्त एकच निष्कर्ष निघतो. मानवी हक्क म्हणा; अगर इतर कोणतीही उदात्त मूल्ये घ्या. त्यांची व्याख्या बलाढय देशांनी करायची असते. त्या मूल्यांचे पालन पण त्यांच्याच सोयीच्या वेळी होत असते. इतिहासात पदोपदी हेच दिसून येते. परंतु इतिहासापासून आपण कधी काही शिकलो का?

OOO

आय.बी. विरुद्ध सी.बी.आय.

एक नसता वाद, कि गलिच्छ राजकारण?

मोदींचा अश्वमेध, त्याने उडालेली काँग्रेसची तारांबळ, रालोआची धर्मनिरपेक्षतेचा बुरखा सांभाळण्याची धडपड या व तत्सम निवडणूकपूर्व घटनांध्ये व्यस्त असलेल्या प्रसिद्धी माध्यमांना आणखी एका चमचमीत घटनेची चटणी मिळालेली आहे. ती म्हणजे इशरत जहाँनच्या झालेल्या 'कथित' चकमकीतील मृत्यूचा सी.बी.आय. तपास.

न्याय यंत्रणेच्या देखरेखीखाली सुरू असलेल्या या तपासात भक्कम आणि चोख पुरावा न्यायालयासमोर सादर करण्याची सी.बी.आयची धडपड समजण्याजोगी आहे, परंतु त्या खटपटीत कांही व्यावसायिक भान व धोरणसुद्धा सांभाळावे लागते ही बाब ते पूर्ण विसरलेले दिसतात. तपासादरम्यान आय.बी च्या अति वरिष्ठ अधिकाऱ्यांची उघड चौकशी आणि त्याला मिळालेली (का दिलेली?) प्रसार माध्यमांतील प्रसिद्धी यावरूनच काय ते उघड होते. दोन्ही संस्थांच्या प्रमुखांचे कार्यालय दिल्लीत एकमेकांपासून दोन मिनिटांच्या अंतरावर आहे. सी.बी.आय. प्रमुखांनी आय.बी. प्रमुखांशी या प्रकरणात सतत संपर्क ठेवणे व परिपक्वतेने प्रकरण हाताळणे शक्य होते, गरजेचे होते, परंतु तसे झालेले दिसत नाही. उलट वृत्तपत्रांकडे आपल्या

कृतीचे उघड समर्थन पण केले जाते. याला काय म्हणावे?

गुप्त बातम्यांची संबंधित संस्थांबरोबर होणारी देवाण- घेवाण ही एक नाजुक बाब आहे. सरकारी कामकाजाच्या नियमांनुसार, तसेच व्यावसायिक अनिवार्यतेची, बातमीदारांच्या सुरक्षिततेची गरज म्हणून पुरवलेल्या बातम्यांचे स्रोत कळवण्यास आय. बी प्रमुख बांधील नसतो हे लक्षात घेणे जरूरीचे आहे. नाही तर बातम्यांचा ओघच नाहीसा होण्याची भीती असते हे शहाण्यास सांगणे नलगे! असे असता इशरत जहाँन (जिच्या बद्दल आय.बी. चे कोणतेही पूर्वग्रह अथवा वैमनस्य नव्हते) संबंधी बातमी कशी मिळाली हे विचारण्याचा भोचक अधिकार सी.बी. आय. ला कुठून प्राप्त होतो?

दुसरी अत्यंत महत्वाची गोष्ट म्हणजे आय.बी. या संस्थेस पोलीस अधिकार नसतात. ती केवळ एक चौकशी संस्था आहे. म्हणूनच आय.बी. च्या निष्कर्षात विश्वासार्हता असते हे ध्यानात ठेवावे. देशहितविरोधी कारवायांचा छडा लावणे, बातमीची कुणकुण लागल्यास त्याची बातमीदारांमार्फत शहानिशा करणे आणि ती माहिती संबंधित यंत्रणेला कळवणे एवढ्यावरच आय.बी थांबते. पुढील कायदेशीर कारवाई राज्य पोलीस दल अथवा सी. बी. आय. नेच करावयाची असते. आता त्या वाटचालीत आय.बी. अधिकारी संबंधित संस्थांशी सतत संपर्कात असणे अपरिहार्य असते. यात वावगे असे कांहीच नाही आणि सांप्रत प्रकरणात तर थेट मोदींच्याच जिवास धोका असताना त्यांच्याशी संपर्क असणे हे अत्यावश्यक कर्तव्यच ठरते. अशा संपर्काचा अतिशयोक्तीपूर्ण अर्थ लावणे हा शुद्ध वेडेपणा आहे. त्याचप्रमाणे आय.बी. अधिकाऱ्यांचा राज्यकर्त्यांशी, मुख्यमंत्र्यांशी, संपर्क असणे हेसुद्धा त्यांचे कामच असते; मग ते राज्यकर्ते कोणत्याही पक्षाचे असोत. राज्यातील आय. बी. चा सह निदेशक हा तेथील मुख्यमंत्र्यांच्या अधीन नसतो आणि त्यांना बांधीलही नसतो हे लक्षात घेणे गरजेचे आहे. त्याच्या प्रत्येक कामात दिल्ली स्थित

मुख्यालयाकडून निर्देश मिळतात. सी.बी.आय. ने या सर्व गोष्टींकडे दुर्लक्ष करत सुतावरून स्वर्ग गाठलेला आहे, दुसरे काय? आय.बी. ने या कटाची बातमी व इशरत जहाँनला त्यात गोवण्यासाठीच 'खबर' तयार केली हा आरोप तर केवळ हास्यास्पद पोरकटपणा आहे. आय.बी. ही संस्था बातम्या 'तयार' करत नाही; तर त्या उघडकीस आणून त्यांचा पाठपुरावा आणि शहानिशा करते हे स्पष्ट करणे या ठिकाणी गरजेचे आहे.

मोदींच्या खुनाचा आय.एस.आय. चा प्रयत्न आणि त्यातील इशरत जहाँचा संबध आय.बी. अधिकाऱ्यास कळल्यावर ती माहिती स्वत:ची खात्री झाल्यावरच सी.बी.आय. ला देण्यात आली, ते त्यांचे कर्तव्यच होते. यात वैमनस्य अथवा फाजील उत्साह (जो सी.बी.आय. दाखवत असल्याचे दिसते आहे!) असण्याचा प्रश्न येतोच कुठे? तत्कालीन गृहमंत्री श्री. चिदंबरम यांनी तसे स्पष्टीकरणदेखील संसदेत दिले आहे. वास्तविक, प्रकरण तिथेच थांबावयास हवे होते; पण दुर्दैवाने तसे झालेले नाही. इशरत जहाँन प्रकरण २००४ साली घडले. आता निवडणुका तोंडावर आल्यावर सी.बी.आय. ला अचानक एवढे स्फुरण कसे काय चढले? (सी.बी.आय. ही सरकारची 'पोपट' आहे असा शेरा नुकताच त्या संस्थेस मिळालेला आहे. आठवते?) तर याच्या मागे गलिच्छ राजकारण असल्याचा संशय येणे साहजिक नाही काय? राजकीय पक्षांनी इतर भरपूर मुद्दे असताना नको तेथे नाक खुपसण्याचे टाळावे. पण त्यांना कोण शहाणपण शिकवणार?

या संपूर्ण घटनाक्रमास आणखी एका नजरेने बघणे आवश्रयक आहे. आय.बी., सी.बी.आय., रॉ व तत्सम संस्था या राष्ट्रीय सुरक्षा परिवाराच्या घटक आहेत. आपापले काम बजावताना एकमेकांच्या शेपटीवर कधी कधी पाय पडणे साहजिकच आहे. अशा वेळी गैरसमजुती, घोटाळे, संस्थांतर्गत कुरबुर आपसातच सांभाळून घ्यावयाची असते हे इतक्या वरिष्ठ अधिकाऱ्यांना समजावयास हवे.

सी.बी.आय. प्रमुखांनी ती जाण दाखवलेली नाही. उलट प्रकरणातील लक्तरे वेशीवर मात्र टांगली, हे देशाचे मोठे दुर्दैवच म्हणावे लागेल. गुजरात उच्च न्यायालयाने १४ जून २०१३ रोजी सुनावणी दरम्यान सी.बी.आय. ला चपराक मारत म्हटले आहे कि चकमक खरी अथवा खोटी होती याचीच शहानिशा करण्यावर भर द्या. त्यामधील आयबीच्या 'कथित' गैरवाजवी व आगाऊ सहभागाबद्दल नाही. आता या उघड कानपिचक्यांनंतर तरी शहाणपण सुचावे!

शेवटी एक बाब आवर्जून सांगावीशी वाटते. आय.बी. मध्ये प्रतिनियुक्तीसाठी आय.पी.एस. अधिकारी अतिशय काळजीपूर्वक निवडले जातात. खोट्या चकमकींची 'व्यवस्था' करणे त्यांच्या व्यावसायिक स्वाभिमानात बसत नाही. पाकिस्तान प्रणीत दहशतवादाचा मागोवा घेण्याचे काम निव्वळ कुशल व्यावसायिकतेने आणि अतिशय वरिष्ठ पातळीवर हाताळले जाते. तात्पर्य, अशा प्रकारे ऊठ सूट आय.बी. अधिकाऱ्यांना छेडत राहिल्यास या कार्यक्षम संस्थेचा काम करण्याचा हुरूप व प्रेरणाच नाहीशी होईल आणि आपल्या सुरक्षा यंत्रणेची विल्हेवाट लागेल. देशाला ते परवडणार नाही. आधीच सी.आय.डी. अथवा इतर गुप्तचर विभागात जाण्याची कोणाची तयारी नसते. त्यात असले नष्टचर्य कोण स्वीकारणार? जगातील इतर गुप्तचर संस्थांना आय.बी. च्या कार्यक्षमतेबद्दल आदर आहे (आपण भले त्यांच्या नावाने खडे फोडू!) देशाचे सार्वभौमत्व अखंड ठेवायचे असेल तर असले अगोचर वर्तन टाळावे लागेल. मुख्य म्हणजे या नाजुक प्रश्नात पंतप्रधानांनी जातीने लक्ष घातले पाहिजे जेणे करून असला वेडेपणा पुन्हा घडू नये.

OOO

१२

आय.बी. वर संक्रांत?

काय विचित्र योगायोग आहे. एकीकडे गुजरात पोलिसांनी आय.बी. च्या पूर्वसूचनेचा पाठपुरावा करून केलेल्या कृती संदर्भात त्यांना न्यायालयात खेचले जाते, त्यांची निर्भर्त्सना होते. तर दुसरीकडे आय़.बी.च्या पूर्वसूचना असतानादेखील पुरेशा सुरक्षेअभावी बुद्धगयेत महाबोधी मंदिर व परिसरात ८ जुलै २०१३ ला लागोपाठ झालेल्या बॉम्बस्फोटांची 'हम कडी निंदा करते हैं, दोषीयों को नही बख्शा जायेगा'. इत्यादी.. इत्यादी नेहमीच्या फुसक्या शब्दांत वासलात लागते. या पक्षपाती वर्तनामागील सत्य कोणाला समजत नाही का? तरी वेड पांघरून पेडगावाला जाणाऱ्यांना सांगावेच लागेल, की एकीकडे जातीयवादी म्हणून कलंकित मोदी आहेत तर दुसरीकडे धर्मनिरपेक्षतेचे, खुद्द पंतप्रधानांकडून, प्रशस्तीपत्र मिळवलेले नितीश कुमार!! एकीकडे निवडणुकीच्या रणधुमाळीत मोदींना नामोहरम करायचे; तर दुसरीकडे निवडणुकीआधी व नंतर नितीशकुमार उपयोगी पडावेत म्हणून प्रयास. एकीकडे आय.बी. ला सुळावर चढवू द्यायचे; तर दुसरी कडे तिने पूर्वसूचना दिली हे सांगून स्वतःची पाठ थोपटायची. 'सत्तातुराणाम् नच भयं नच लज्जा.' (मूळ कामातुराणाम् आहे हे सर्वज्ञात आहेच) अशी आता उक्ती केली पाहिजे, कारण या उक्तीचा प्रत्यय असा वारंवार येत आहे. राजनैतिक लाभाच्या

हव्यासापायी सत्ताधारी पक्षाने आपल्याच नियंत्रणाखालील दोन महत्त्वाच्या विभागांना परस्पर संघर्षाच्या पवित्र्यात येण्यास भाग पाडले. राजकीय पक्षांचे एकमेकांवर कुरघोडी करण्याचे याहून किळसवाणे उपद्व्याप नजीकच्या काळात दिसतीलच. त्या खटाटोपात कोणत्या पक्षाचा किती फायदा होणार तो होवो; परंतु आपली सुरक्षा यंत्रणा मात्र जायबंदी होत आहे हे निश्चित.

इशरत जहान प्रकरणाचा वापर करून मोदींचे पंख कापायचे सत्ताधारी पक्षाचे प्रयत्न कितपत यशस्वी होतील हे काळच ठरवेल. आय.बी. व सीबी.आय. या आपल्याच अखत्यारीत असलेल्या संस्थांना एकमेकांशी लढवून केंद्राने काय साधले? उजव्या हाताने डाव्या हाताला जखमी करण्यातलाच हा प्रकार. दुसरे काय? अल्पकालीन हितापायी देशाचे दीर्घकालीन नुकसान मात्र होणार याची कोणीच कशी दखल घेतली नाही?

नुकसान कोणाचे, कसे व किती होणार हा विचार करण्याजोगा प्रश्न आहे. उच्च न्यायालयातील कारवाईत सी.बी.आय. रक्तबंबाळ होऊ शकते. पण हा अनुभव तिला नवा नाही. तिचे कार्यक्षेत्रच कटू कर्तव्यांनी भरले आहे. आय.बी. ची मात्र व्यावसायिक क्षमतेत बरीच वाताहत होणार हे निश्चित. म्हणजे पर्यायाने, देशच या बौद्धिक सामर्थ्यात लुळा पडणार. कसा? ते पहा.

देशाच्या सुरक्षिततेशी निगडीत सर्वच समस्यांचा, आगामी अनिष्ट घटनांचा छडा लावणे, त्यांचे निवारण करणे आणि ते देखील कोणत्याही कायदेशीर अधिकार अथवा साधनांशिवाय. हे वाटते तितके सोपे नाही. आय.बी. ही केवळ एक चौकशी करणारी संस्था आहे. तिला पोलिसी अधिकार नाहीत हे कित्येकांना ठाऊकच नाही. तिला मिळणाऱ्या गुप्त बातम्या निव्वळ बुद्धिचातुर्याच्या जोरावर, अथक बौद्धिक परिश्रमा अंती मिळतात. बातमीदारांमार्फत व तंत्रज्ञानाच्या

मदतीने पाठपुरावा करूनच त्या मिळतात. अशा विपरीत परिस्थितीतसुद्धा देशापुढे ठाकलेल्या प्रत्येक गंभीर समस्येत शासनाला आय.बी.च्या व्यवसाय कौशल्याने तारले आहे. अन्नात जसे मीठ तसे राज्य कारभारात गुप्तहेर संस्थेचे स्थान जगात सर्वत्रच असते हे विसरून चालणार नाही. कोणतेही कायद्याचे पाठबळ नसताना एरवी प्रतिष्ठित साव; पण सापडलात तर चोर अशा विचित्र परिस्थितीत जगातील सर्वच गुप्तहेर संस्था कार्यरत असतात. लोकशाहीत तर हे काम जास्तच जिकिरीचे आणि वैफल्यग्रस्त करणारे असते आणि केवळ ध्येयाच्या आस्थेपोटी व व्यावसायिक आवडी खातर अधिकारी या क्षेत्रात येतात. द्रव्यार्जनासाठी अथवा इतर स्वार्थापोटी नक्कीच नव्हे. म्हणूनच या विभागात काम करायची कोणाचीच तयारी नसते. थोडक्यात, हे येरा गबाळ्याचे काम नव्हे.

इशरत चकमक प्रकरण चव्हाट्यावर आल्यानंतर उफाळलेल्या चर्चेच्या लाटा ओसरण्याची चिन्हे निवडणूक संपेपर्यंत तरी दिसत नाहीत. सर्व प्रकारची प्रसारमाध्यमे आणि राजकीय पक्ष या गटारगंगेत यथेच्छ नहात असताना खालपासून वरपर्यंत सर्व आय.बी. अधिकाऱ्यांना मात्र एक प्रकारचा संभ्रम झाला आहे. त्यांचे कार्यक्षेत्र केवळ देशहिताने प्रेरीत असले तरी ते काम पार पाडताना राजकारणातील ओंगळ घटनांचे ते साक्षीदार असतात. गेल्या पासष्ट वर्षात वेगवेगळ्या राज्यकर्त्यांच्या नियंत्रणाखाली काम करताना त्यांनी देशातील राजकारण पाहिले आहे. सांप्रत छळवादाला कंटाळून त्यातील काही जणांनी जर तोंड उघडले तर मात्र नेते मंडळींचे किती जाहीर वस्त्रहरण होईल याची त्यांनी कल्पनाच केलेली बरी! त्यात प्रसारमाध्यमांना मात्र मेजवानी मिळेल ही गोष्ट वेगळी!

न्यायप्रक्रिया, मानवाधिकार इत्यादीच्या पुरस्कर्त्यांचा आग्रह असा असतो की गुप्तहेर संस्थांवर अंकुश असावा. अगदी बरोबर. पण असे नियंत्रण ठेवण्याच्या नैतिक पात्रतेचे व देशहिताला प्राथमिकता

देणारे नेते आपल्याकडं आहेत? तरी पण प्रयोग करण्यास हरकत नाही. राज्यकारभाराची जबाबदारी असलेल्या पाच सदस्यांची समिति नेमावी. तिच्यात पंतप्रधान, गृह मंत्री, राष्ट्रीय सुरक्षा सल्लागार, संसदेतील विरोधी नेते आणि निवृत्त आय.बी. अथवा रॉ चे संचालक यांचा समावेश असावा. आणि त्याच बरोबर गुप्तहेर अधिकाऱ्यांचेही पाठबळ असावे जेणे करून सध्या चाललेली लचकेतोड तरी थांबेल. देशास सध्या दहशतवादविरोधी खंबीर, स्पष्ट नीतीची नितांत गरज आहे.

अमेरिका समर्थ आणि एकसंघ राहिली ती लिंकन यांच्यामुळेच. निश्चयाचा महामेरू म्हणजे लिंकन. अमेरिकेला जणू कांही आर्य चाणक्याचेच नेतृत्व लाभले! आपल्या देशास असा महामेरू कधी लाभणार? आपण तर चाणक्यालाच साफ विसरलो आहोत!

OOO

प्रत्यार्पणाची समस्या : दहशतवादविरोधी मोहिमेतील अडसर

प्रदीर्घ प्रयत्नाअंती पोर्तुगालच्या आश्रयात असलेल्या अबू सालेमला भारताने ताब्यात घेतले व त्याच्यावर अनेक गुन्ह्यांसाठी खटले भरले. त्यांचे कामकाज न्यायालयात सुरू आहे. भारतातून फरारी झालेल्या व 'वॉन्टेड' असलेल्या प्रमुख कुप्रसिद्ध गुन्हेगारांच्या यादीत सालेमचे नाव समाविष्ट आहे. भारतात मृत्यूदंड देता येतो आणि मृत्युदंड देण्याजोग्या कोणत्याही गुन्ह्याखाली अबू सालेमवर खटला चालवण्यात येणार नाही या महत्त्वाच्या आश्वासनानंतरच त्याने प्रत्यार्पण पत्करले होते. परंतु अबू सालेमचा संबंध असलेल्या प्रकरणांत काही नवी कलमें, तपासांत निष्पन्न झालेल्या माहितीनंतर, आपण जोडल्यामुळे पोर्तुगालने हे प्रत्यार्पण रद्द केले व त्याला परत पोर्तुगालच्या स्वाधीन करावे अशी मागणी केली आहे. पोर्तुगालच्या उच्च न्यायालयात आता आपण या निर्णयाविरुद्ध अपील करणार हे ओघाने आलेच. एकंदरीत प्रकरण बरेच चिघळणार आणि आतापर्यंत केलेल्या अहर्निश प्रयत्नांवर पाणी पडणार की काय अशी नको ती डोकेदुखी झाली आहे. या नामुष्कीला जबाबदार कोण हे महत्त्वाचे कोलीत आयतेच विरोधी पक्षांना मिळाले असून राजकीय चिखलफेकीचा नवा अंक सुरू होण्याची दाट शक्यता आहे. आधीच भरपूर तापलेल्या राजनीतीच्या तेलात प्रत्यार्पणाचे चांगलेच भजे होणार; दुसरे काय?

स्वतःच्या देशात गुन्हा करून इतर देशात आश्रय घेणाऱ्या फरारी गुन्हेगारांना परत स्वदेशी आणून योग्य शासन करता यावे या हेतूने कोणत्याही दोन देशांत असा प्रत्यार्पण करार कांही विशिष्ट अटींवर होत असतो. त्या अटी संबंधित देशांच्या अंतर्गत धोरणांवर व परराष्ट्र नीतीवर अवलंबून असतात. अनेक युरोपियन देशांत मृत्युदंडाचे प्रावधान नाही. (याच देशांनी गेल्या अनेक शतकांत आपापल्या वसाहतीत लोकांचे अनन्वित छळ केले आणि आता मानवाधिकाराचा टेंभा मिरवताहेत) शरणागत गुन्हेगारांना मृत्युदंड कायदेशीर असलेल्या देशांत परत धाडणे याच देशांना अमान्य असते. हा केवढा विरोधाभास! आणि भारताबद्दल बोलायचे झाले तर याबाबत पोर्तुगालने शंका घेऊ नये, कारण मृत्यूची शिक्षा झालेल्यांनादेखील आपण कुठे फाशी देतो? आणखी एक प्रश्न विचारावासा वाटतो, अबू सालेम हा ओसामा बिन लादेन असता तर पोर्तुगालने काय केले असते? जाऊ द्या, कोळसा उगाळावा तेवढा काळाच!!

या प्रकरणाचा शेवट काय होईल तो होवो; परंतु त्यामुळे एकंदरीतच गुन्हेगारांचे प्रत्यार्पण या नाजुक व महत्त्वाच्या प्रश्नाचा मुळापासूनच ऊहापोह झाला पाहिजे. इतकेच नाही; तर त्याची तड लावणेही अत्यावश्यक आहे. निदान भारताच्या दृष्टीने तर हे हातघाईचे प्रकरण आहे.

सर्वात आधी आपल्या काही कमतरता दूर कराव्यात. परदेशांत प्रत्यार्पणाचे कज्जे लढवतांना पुरेसे 'होम वर्क' करणे अत्यंत गरजेचे असते आणि आपण कदाचित तिथेच कमी पडतो. प्रत्यार्पणाचे प्रकरण हाताळण्यासाठी निष्णात न्यायतज्ज्ञांचा (ज्यांची आपल्या देशात मुळीच कमतरता नाही) एक वेगळा गट तयार केल्यास प्रत्यार्पणाचे आव्हान सहज पेलता येण्यासारखे आहे.

आता नैतिकतेच्या दृष्टीकोनातून पाहिले तर गंभीर गुन्ह्यातील फरारी

गुन्हेगारांना आश्रय देणे कितपत योग्य आहे हा प्रश्न साहजिकच उपस्थित होतो. परंतु आंतरराष्ट्रीय राजकारणाच्या कुटील डावपेचांत या मूलभूत बाबीकडे सोईस्करपणे कानाडोळा केला जातो. भारत गेली साठ वर्षे या डोकेदुखीने त्रस्त आहे. आपल्या देशात घातपात, मनुष्यहानी व दहशत निर्माण करून इतर देशांत उजळ माथ्याने वावरणाऱ्या देशद्रोह्यांची यादी लांबलचक आहे. अशा गुन्हेगारांच्या प्रत्यार्पणासाठी आपण केलेल्या अथक प्रयत्नांना कांही देशांत कायद्याच्या आडोशाने लबाडीने अडथळे आणले जातात हे सत्य पण सर्वश्रुत आहे.

हा गुंता सोडवण्यासाठी जागतिक स्तरावर मुत्सद्देगिरीने, आक्रमक पवित्रा घेत, प्रयत्न करण्याची आता वेळ आली आहे असे वाटते. जागतिक शांततेच्या पार्श्वभूमीवर तशी पोषक परिस्थितीही आता निर्माण झाली आहे. दहशतवादाची झळ फक्त भारत सोसत होता तोपर्यंत इतर देशांमध्ये या बाबतीत सोईस्करपणे औदासिन्य होते. परंतु स्वतःला झळ बसताच पाश्चिमात्य राष्ट्रांना खडबडून जाग आलेली आपण पाहतोच आहोत. याच अनुकूलतेचा फायदा घेऊन आपण हा मुद्दा युनोत उपस्थित करण्याची गरज आहे. आपल्या युक्तिवादाची बैठक खालीलप्रमाणे असू शकते.

१) युनोत अनेक प्रश्नांवर सामंजस्य करार झाले आहेत. ते बहुतेक देशांनी मान्यही केले आहेत. उदा. मानवाधिकार.

२) आणि दहशतवाद हा तर मानवतेचा प्रमुख शत्रू असल्याचा साक्षात्कार सर्व देशांना हल्ली झालाच आहे.

३) अशा परिस्थितीत जर मानवाधिकराच्या मुद्यावर युनोत सामंजस्य करार होऊ शकतो तर मानवाधिकाराचा भंग करणाऱ्या व दहशतवादात गुरफटलेल्या गुन्हेगारांना कोणत्याही देशांत आश्रय

मिळणे कितपत न्यायसंगत आहे?

४) साहजिकच अतिरेक्यांना आश्रय देणे म्हणजे दहशतवादविरोधी मोहीम निष्प्रभ करणे आहे. युनोच्या मानवाधिकार आणि दहशतवादासंबंधी कराराचे उल्लंघनच आहे हे मान्य व्हावे आणि तसा आंतरराष्ट्रीय करार व्हावा; जेणेकरून अतिरेक्यांना थारा व अभय देणारे देश दहशतवादाविरुध्दच्या जागतिक मोहिमेत सहभागी नाहीत असे गृहित धरून त्यांच्यावर प्रतिबंध लादता येतील.

५) गंभीर गुन्हे आणि विशेषतः दहशतवादासंबंधी गुन्हेगारांचे प्रत्यार्पण कोणत्याही अटींशिवाय आपोआप व्हावे. त्यासाठी न्यायालयीन आटापिटा करण्याची गरज नसावी.

एकदा अशा प्रकारचा सामंजस्य करार युनोत संमत झाला तर अतिरेक्यांना सध्या मिळणारे अभयारण्य नाहीसे होईल हे निश्चित. कायद्यांना ठेंगा दाखवणाऱ्या अतिरेक्यांवर सत्वर प्रभावी कारवाई होऊ शकेल. जरब निर्माण करू न शकणारी न्याय व्यवस्था व ठोठावलेली शिक्षा अंमलात आणण्यात कुचराई करणारे राजकारण हेच आपल्या दहशतवादाविरुद्धच्या मोहिमेतील मुख्य अडथळे आहेत. आपल्या देशातील सुरक्षा यंत्रणा सध्या याच उंबरठ्यावर ठेचाळत आहे, त्याच्या जोडीला प्रत्यार्पणातील अडथळे आपल्या प्रयत्नांना निष्प्रभ करत आहेत. असे किती अबू सालेम, दाऊद, आपण सहन करणार? किती वेळ? हे प्रश्न स्वतःलाच विचारण्याची वेळ आता आली आहे.

OOO

अशांत सीमा प्रदेश : एक लक्षवेधी आव्हान

गेल्या पंधरवड्यात (फेब्रु-मार्च २०१५) घडलेल्या कांही घटना सकृत् दर्शनी तरी साध्या वाटत असल्या तरी त्या देशाच्या सुरक्षिततेच्या दृष्टीने विचार करायला लावणाऱ्या आहेत. पहिली आहे नागालँडमध्ये बलात्कार करणाऱ्या एका व्यक्तीची संतप्त जनतेने केलेली हत्या आणि दुसरी आहे जम्मू काश्मीरच्या नूतन मुख्यमंत्र्यांची विधाने आणि त्यांनी उचललेली पावलें. दोन्हींचे सविस्तर आणि बारकाईने विश्लेषण करूया.

उत्तर पूर्वेतील नागरिकांची मानसिकता हा नेहमीच एक नाजुक विषय राहिला आहे. भौगोलिकदृष्ट्या संपूर्ण ईशान्य भाग हा उर्वरित भारतापासून वेगळा पडल्याने तेथील नागरिकांचे इतर भारतीयांशी भावनिक व इतर संबंध कमकुवत होते. स्वातंत्र्य लढ्यात याच कारणास्तव त्यांचा सहभाग पण नगण्यच होता. ईशान्येतील सीमावर्ती असलेले नागालँड, मणिपूर, मिझोराम, मेघालय इत्यादी आदिवासी जमातींनी व्यापलेला आणि जवळपास पूर्णतः ख्रिश्चन असलेला समाज यांचा आसाम व इतर भारतीयांशी जेमतेमच संपर्क असे. या आदिवासी जमाती आणि ब्रह्मपुत्रेच्या सपाट खोऱ्यातील संस्कृती यांच्यामध्ये असलेला फरक यामुळेही भावनिक दुरावा कायमच

राहिला. या पार्श्वभूमीवर स्वातंत्र्यप्राप्तीनंतर ईशान्येतील रहिवाशांना उर्वरित भारतीय जीवनाशी एकरूप करणे हे फार महत्त्वाचे आव्हान केंद्र शासनासमोर सतत होते. या वेगळेपणातून आसामचीही सुटका झालेली नाही विशेष! या व अशाच विभिन्न कारणांस्तव ईशान्येतील मानसिकतेत फुटीर वृत्तींना रुजण्यास वेळ लागला नाही. नागालँड, मिझोराम व आसाममधील बंडखोरी हा याच भावनांचा उद्रेक आहे. तेथील लोकांच्या आशा, आकांक्षा, अस्मिता व अपेक्षा पूर्ण करण्याच्या हेतूनेच नागालँड, मिझोराम, मेघालय ही स्वतंत्र राज्यें अस्तित्वात आली आणि आता बोडोलँडमध्ये अधून- मधून होणारी हिंसक आंदोलनेही आपण बघतोच आहोत. ईशान्येकडील लोकांमध्ये खोलवर रुजलेली ही वेगळेपणाची भावना त्या भागात काही काळ राहिलेल्या इतर भारतीयांना सहज जाणवते.

माझ्या कारकीर्दीतील अतिशय महत्त्वाची अडीच वर्षें मी या भागात घालवली. निसर्गाने दोन्ही हातांनी उधळलेले सौंदर्य, तेथील लोकांचे मनमोकळे स्वभाव, बाहेरच्या माणसाने त्यांच्या महिलांशी केलेल्या दुर्व्यवहारामुळे भडकणारा संताप हा देखील त्यांच्या मानसिकतेचा अविभाज्य भाग आहे. इतके असूनदेखील एखादा परप्रांतीय तेथील मुलीच्या प्रेमपाशात अडकला तर त्याचा मोकळेपणाने स्वीकार देखील ही मंडळी करतात हे विशेष. तात्पर्य, हे की बाहेरील व्यक्ती सीमावर्ती जनतेत जांवई म्हणून सहज स्वीकारला जातो पण केवळ मौजमस्तीच्या विकारी हेतूने मुलींशी त्याने छेडछाड केली तर त्याचे दिवस भरलेच म्हणून समजा. वरील दोन्ही प्रकारची अनेक उदाहरणे माझ्या माहितीत आहेत. नागालँडमध्ये नुकताच घडलेला प्रसंग हा त्यापैकीच एक. आसाममधील एका व्यक्तीने नागा मुलीवर बलात्कार केल्याचा कथित प्रसंग घडला, त्याच्यावर कायदेशीर कारवाई पण सुरू होती परंतु अशाने तेथील लोकांचे समाधान होणे शक्य नाही. आधीच आसामवर या लोकांचा राग आहे. स्थानिक लोकांच्या शेकडो

व्यक्तींच्या जमावाने आरोपीस तुरुंगातून बाहेर काढले, ठेचून मारले व त्याचे प्रेत भर रस्त्यावर प्रदर्शनास ठेवले. परिस्थिती आटोक्यात आणताना सुरक्षा दलांच्या नाकी नऊ आले हे सांगणे नलगे. आधीच नाजुक आसाम- नागालँड संबंधांना आणखी एक तडा गेला. ईशान्येत कामासाठी अथवा नोकरी निमित्त जाणाऱ्या तरुणांनी म्हणूनच ही जाणीव ठेवणे अत्यावश्यक असते. ईशान्येच्या सीमावर्ती भागांमध्ये इतर भारतीयांबद्दल दुजाभाव निर्माण होण्यास खत पाणी घालणाऱ्या कारणांमध्ये अशा वर्तणुकींचा फार मोठा भाग आहे. याच अशांतता फुटीर वृत्तींना प्रोत्साहन देतात हे निर्विवाद. नागा बंडखोरांचा परागंदा असलेला नेता, फिझो, याने तर चक्क आरोपच केला होता की भारतीय लोक नागा प्रश्न लैंगिक मार्गाने सोडवत आहेत. (आणि आपण इकडे लव्ह जेहादचा टाहो फोडत आहोत!) देशाच्या सुरक्षिततेच्या दृष्टीने इकडे दुर्लक्ष करून चालणार नाही.

ईशान्य भारताच्या विकासासाठी केंद्र प्रयत्नशील आहे यात वाद नाही. परंतु ही झाली वरवरची मलमपट्टी. खरी गरज आहे तेथील जनतेला भारताच्या मुख्य जीवन प्रवाहाशी समरस करण्याची. ईशान्येतील अनेक विद्यार्थी देशाच्या इतर भागांत शिक्षणासाठी येतात. त्यांच्याशी स्थानिक लोकांची वागणुक हा वेगळेपणा जास्तच वाढवते. त्यांना त्रास देण्याचे प्रसंग आपल्या नजरेस नित्याने येतात. हा दुरावा नाहीसा करण्यासाठी समाजसेवी संस्थांनी पण पुरेसे काम केलेले नाही. त्यांनी ते करावे. देशातील पर्यटन संस्था काश्मीरमध्ये सहली घडवण्यात मश्गूल असतात. ईशान्य भाग नैसर्गिक सौंदर्याने समृद्ध आहे. तरी पण त्या भागात सहली काढण्याकडे त्यांचा कल नसतो. असे का?

ईशान्य भाग हा काश्मीरइतकाच किंबहुना; त्याहूनही जास्त महत्त्वाचा आहे हे आपल्याला कधी पटणार, समजणार? दिल्लीतील निर्भया प्रकरणाने देशाची सद्सद्विवेक बुद्धी ढवळून निघाली. त्याच्या आठवणीचे हुंदके आपण अजून देतो. नागालँडमधील या प्रसंगाने

तसे का झाले नाही? उलट या घटनेने अंतर्मुख होण्याऐवजी प्रसार माध्यमांनी तिचे केवळ एक बलात्काराचा गुन्हा म्हणून वार्तांकन केले व पोलीस यंत्रणेवर गुन्हेगाराच्या सुरक्षिततेकडे दुर्लक्ष केल्याचा आरोप केला. असे प्रसंग देशाच्या सुरक्षिततेच्या दृष्टीने किती घातक आहेत हे ते साफ विसरले. सर्वसमावेशक दृष्टिकोनाच्या अभावाचे हे एक उदाहरण.

आता काश्मीरमधील राजकारणाकडे वळूया. तेथे नुकत्याच झालेल्या निवडणुकीत कोणत्याच पक्षाला पूर्ण बहुमत न मिळाल्याने सरकार स्थापनेचा तिढा निर्माण झाला पण भाजपला घवघवीत यश मिळाले ही जमेची बाजू. दुसरीकडे पीपल्स डेमोक्रॅटिक पार्टीला (पीडीपी) पण काश्मीर खोऱ्यातील भरघोस प्रतिसादामुळे काकणभर जास्त जागा मिळाल्या. दोन्ही पक्षांची परस्परविरोधी धोरणें व कार्यक्रम पाहता एकत्रित सरकार स्थापना अशक्य वाटत होती पण मग पुन्हा राज्यपाल राजवटीचा पर्याय पीडीपीला पचणारा नसल्याने मारुन मुटकून भाजप संगे संसार थाटणे त्यांना भाग पडले. (ना ना करते प्यार उन्हीसे कर बैठे!!) या समझोत्याप्रमाणे प्रत्येक बाजूने आपले ध्येयात्मक हट्ट बाजूला ठेवले. पीडीपीचे मुफ़्ती मोहम्मद सईद मुख्यमंत्री झाले आणि त्यांनी तातडीने राजकीय थैमान घालण्यास सुरुवात केली. त्याचे मूल्यांकन करण्याआधी जरा मुफ़्तीच्या व्यक्तिमत्वावर ओझरता दृष्टिक्षेप टाकणे आवश्यक आहे.

१९८९ च्या सार्वत्रिक निवडणुकीत राजीव गांधींच्या कॉंग्रेसचा पराभव झाला. विश्वनाथ प्रताप सिंह सत्तेवर आले, कॉंग्रेस विरोधी पक्षांच्या कडबोळे मंत्रिमंडळात मुफ़्ती मोहमंद सईद केंद्रीय गृहमंत्री झाले आणि काश्मीर खोऱ्यातील अनिष्ट घटनांची सुरुवात झाली. त्यांच्या कन्येचे दहशतवाद्यांनी अपहरण केले आणि तिच्या सुटकेसाठी शासनाला महत्त्वाच्या अतिरेक्यांची तुरुंगातून सुटका करावी लागली. या सर्व घडामोडी ठरवून केल्याचा दर्प आल्याशिवाय राहात नाही. एकंदरीतच

पीडीपी व मुफ़्ती हे अतिरेकी धार्जिणे असल्याच्या संशयास बळकटी येणे साहजिक आहे. याच मुफ़्तींनी आता मुख्यमंत्री होताच केलेले पराक्रम सर्वांना चिंतित करणारे आहेत.

देशातील इतर सर्व निवडणुकांप्रमाणे काश्मीरमध्येही शांततापूर्ण झालेल्या निवडणुकांचे सर्व श्रेय निवडणूक आयोगाला जाते यात दुमत नसावे. पण मुफ़्तींनी त्यासाठी पाकिस्तानला व अतिरेक्यांच्या सहकार्याला पण प्रशस्तीपत्र दिले. त्यांच्या वल्गनेने उठलेले वादळ शांत होत नाही तोच पाच वर्षे तुरुंगात असलेल्या मसरत आलम या कुख्यात अतिरेक्याची सुटका केली आणि केंद्रातील मोदी सरकारला सारवासारव करता करता नाकी नऊ आले. विरोधकांना कोलीत मिळाले ते वेगळेच; पण काश्मीर मध्ये हे काय चालले आहे? ही रास्त काळजी मात्र सर्वत्र निर्माण झाली.

१९८०-९० च्या दशकात पंजाबमधील दहशतवाद हाताळण्यास अकाली दलाचे सरकार आल्यास मदत होईल असा अंदाज होता. तो फसला. त्याच धर्तीवर काश्मीरमध्ये पीडीपीचे मुफ़्ती सरकार आल्यास प्रश्न सोडवण्यास हातभार लागेल ही अपेक्षा पण फोल ठरणार हे दिसतेच आहे. मसरत आलमच्या सुटकेविषयी निरनिराळे तर्क सध्या लढवले जात आहेत. एक दावा असा की सुटकेचा निर्णय निवडणुकी आधी राष्ट्रपती राजवटीच्या काळातच झाला होता. त्याची फक्त अंमलबजावणी तेवढीच मुफ़्तींनी केली. पण भाजप आणि मोदींची जी कोंडी झाली ते पाहता हा दावा तर्कसंगत वाटत नाही. अतिरेक्यांच्या सुटके आधी एक प्रकारची व्यूहात्मक तयारी करावी लागते. मुफ़्तींच्या ठायी तसली कुशाग्र बुद्धी असणे शक्य वाटत नाही. तसल्या कोणत्याही हालचालींच्या अभावी काश्मीरमधील सांप्रत घटना बुचकळ्यात टाकणाऱ्याच वाटतात. एक मात्र नक्की. पीडीपी व मुफ़्ती यांना काश्मीर सोडून उर्वरित देशाच्या हिताशी कितपत सोयर सुतक आहे याविषयी शंकाच आहे. काश्मीर खोऱ्यात

स्वतःचा प्रभाव व मतदारक्षेत्र मजबूत करणे हेच त्यांचे एकमेव ध्येय असावे असे वाटण्यास जागा आहे. तेव्हां सतारूढ होताच, पुन्हा राष्ट्रपती राजवट लागू होण्याआधी, आपला पंचम स्तंभीय अजेंडा वेगाने पुढे रेटायचा हा पीडीपीचा हेतू असावा. एकंदरीत येथून पुढे काश्मीरमध्ये मुफ़्तींच्या प्रत्येक पावलांवर केंद्राला कडक नजर ठेवावी लागेल हे मात्र नक्की.

नागालँड आणि काश्मीरमधील या घटना जरी एकमेकींपासून पूर्णपणे भिन्न असल्या तरी त्यांचे देशाच्या सुरक्षिततेवर मात्र गंभीर परिणाम होण्याच्या शक्यतेकडे दुर्लक्ष करून चालण्यासारखे नाही.

एकंदरीत काय, तर देशाच्या सीमावर्ती भागातील अशा घटना केंद्रासमोर नवनवीन जटिल आव्हानें उभी करतच राहतील. त्यांना तोंड देता देता देशातील इतर नानाविध समस्यांकडे दुर्लक्ष होणे हितावह नाही. यावर एक उपाय विचार करण्यासारखा आहे. केवळ सीमावर्ती प्रांतांच्या समस्या सोडवण्यासाठी एक स्वतंत्र मंत्रालय नेमण्याचा केंद्राने विचार करावा, असे वाटते.

मिझोराम: एक इशारा

ईशान्य भारतातील एक राज्य, मिझोराम, सध्या (२०१५) एका विचित्र अवस्थेतून जात आहे. नुकतेच त्या राज्याचे राज्यपाल अझीझ कुरेशी यांना केंद्र शासनाने बडतर्फ केले. केंद्रातील सत्तांतरानंतर आधीच्या शासनाने नेमलेल्या राज्यपालांनी स्वखुशीने पदत्याग करणे नाहीतर केंद्राने त्यांना पायउतार करणे हा प्रघात गेली सहा दशके आपण पाहतो आहोत. अशा तऱ्हेने राज्यपालांना बडतर्फ करणे इष्ट की अनिष्ट या विषयावर स्वतंत्र आणि विस्तृत चर्चा होऊ शकते. हा प्रकार आपल्या इतका अंगवळणी पडलेला आहे मग त्यात नवल ते काय? असे कोणीही विचारेल. घटनेतील विचित्रपणाची जाणीव होण्यास मिझोराम आणि एकूणच ईशान्य भारतातील परिस्थितीचा आढावा घेणे गरजेचे आहे.

अझीझ कुरेशी हे गेल्या वर्षी उत्तराखंड राज्याचे राज्यपाल होते. भाजप शासनाने सत्तेत आल्या आल्या आधीच्या शासनाने नेमलेल्या राज्यपालांचे राजीनामे घेण्याचे सत्र सुरू केले. कांहींनी तसे केले, पण तसे करण्यास तयार नसलेल्यां पैकी काहींची त्यांच्या गैरसोईच्या राज्यांमध्ये बदली करण्यात आल्यावर त्यांनी पदत्याग केला. कुरेशींनी मात्र या सूचनेच्या विरोधात न्यायालयात दाद मागितली. केंद्राने मग

त्यांना दूरगामी मिझोरामचे राज्यपाल म्हणून नेमले. तरीपण मात्रा लागू न पडलेली पाहून शेवटी त्यांना बडतर्फ करण्याचा अंतिम पर्याय निवडलेला दिसतो. अशा तऱ्हेने मोदी सरकार आल्यापासूनच्या नऊ महिन्यात मिझोरामच्या जनतेच्या नशिबी अनेक राज्यपालांचे शपथविधी व राजीनामे पाहणे आले. काही महिन्यांपूर्वीच मिझो लोकांनी या अस्थिरतेचा विरोध करत म्हटले होते की केंद्र शासन मिझोरामच्या नेमणुकीचा शिक्षा करण्याचे एक हत्यार म्हणून वापर करत आहे. दुसरा आरोप असा होता की मिझोरामबद्दल केंद्र संवेदनशील नाही. हे दोन्ही आरोप अतिशय गंभीर असून देशाच्या अंतर्गत सुरक्षिततेशी निगडीत असल्याने दुर्लक्ष करण्याजोगे नाहीत.

एकंदरीतच ईशान्य भारत आणि त्याबद्दल इतर देशवासियांचे अतीशय चुकीचे पूर्वग्रह आहेत हे दुर्दैवी सत्य मान्य करावेच लागेल. हे पूर्वग्रह वेळोवेळी निरनिराळ्या रूपांत दिसतात आणि बळावलेही जातात. केंद्रीय प्रशासकीय सेवांच्या नेमणुका होताच त्या अधिकाऱ्यांची निरनिराळ्या राज्यांत (केडरमध्ये) वाटणी होते. ईशान्येतील राज्य ज्यांच्या नशिबी येते त्यांचे सुतकी चेहरे, अशा अधिकाऱ्याची राज्यें बदलण्याची त्यांच्या पालकांची केविलवाणी धडपड आणि राज्यकर्त्यांच्या हस्तक्षेपाचे प्रयत्न मी पाहिले आहेत. ईशान्येतील ठिकाणांवर झालेल्या बदल्या कांही अधिकारी पाळत नाहीत. अशा अधिकाऱ्यांची सुटका करा म्हणून रदबदली करण्यासाठी माझ्याकडे धाव घेणारे पण त्यात आहेत. त्यांची समजूत घालताना त्यांची कींव येते, कारण नोकरीसाठी तसेच वास्तव्यासाठी ईशान्य प्रदेश किती रम्य आहे, हे त्यांना पटतच नाही. काही पालकांनी तर इतक्या दूर नोकरी करणाऱ्या मुलांना 'स्थळें' सांगून येत नाही, अशी गमतीदर सबबही सांगितली.

एकंदरीतच जनतेतील हे गैरसमज सामाजिक जीवनातदेखील प्रकर्षाने दिसतात. पर्यटन संस्था देशात सहली काढताना ईशान्येकडे साफ

दुर्लक्ष करतात. मग लोकांना तो भाग कळणार तरी कसा? तेथील विद्यार्थ्यांना इतर विद्यापीठांत प्रवेशासाठी राखीव ठेवलेल्या जागा व सवलती ईशान्येत धाडलेले बाहेरचे अधिकारीच बळकावतात. (किरण बेदींचा मिझोराम मधील वादग्रस्त कार्यकाल आठवा) ईशान्येतील लोकांबरोबर उर्वरित भारतीयांचे वर्तन अस्वस्थ करते. देशाच्या मुख्य प्रवाहाशी ते समरस होण्यामधील अडसर असेच निर्माण होतात.

१९७५ साली माझी मुंबई ते थेट नागालँड बदली झाली. एकूण तीन पूर्ण दिवस आणि चार रात्रींचा तो प्रवास मी आनंदाने स्वीकारला. 'तू तिथे मी' म्हणत पत्नीने (पुण्याची असून सुद्धा) उत्साहाने ही बदली अमलात आणली. तेथील अडीच वर्षे माझ्या ३६ वर्षांच्या प्रदीर्घ आयपीएस आणि गुप्तचर सेवेचा अमूल्य भाग होता. माझी वरील सर्व विधानें या स्वानुभवांवरच आधारित आहेत. त्यात उपदेशकाचा अहंकार नाही, अभिमान मात्र आहे.

जे सरकारी अधिकाऱ्यांचे विचार; तेच विचार राज्यकर्त्यांचे पण आहेत हे पदोपदी दिसते. म्हणूनच मोदी सरकारला आतापर्यंत मिझोरामच्या राज्यपाल पदासाठी राजी असलेली अनुरूप व्यक्तीच सापडली नाही. राजकारणी मंडळींना ईशान्येत अडकून पडलो तर देशाच्या मूळ राजकीय प्रवाहातून बाहेर फेकले जाऊ अशी भीती असते.

ईशान्य भारतात सात राज्यें आहेत. आसाम, मेघालय, मिझोराम, मणिपूर, त्रिपुरा, नागालँड, सिक्कीम आणि अरुणाचल. त्यांना 'सेवन सिस्टर्स' म्हणून ओळखले जाते. स्वातंत्र्यप्राप्तीच्या वेळी या सातही राज्यांसाठी एकच राज्यपाल असे. कालांतराने परिस्थिती बदलली, कारण असंतुष्ट अथवा उपद्रवी नेते, निवृत्त कार्यकुशल अधिकारी इत्यादी मंडळींची विल्हेवाट / सोय लावण्याच्या गरजेपोटी या प्रत्येक राज्यांसाठी वेगवेगळे राज्यपाल नेमणे ओघाने आलेच. पण तिथे जाणार कोण? कारण प्रत्येकाला आपापल्या मुलुखात सुखेनैव

राहणे जास्त पसंत असते. ईशान्य प्रदेश म्हणजे जणू कांही काळ्या पाण्याची शिक्षा असे समजले जाते. तिकडे रवानगी म्हणजे शिक्षा असा दूषित ग्रह तयार होतो आणि याच दृष्टिकोनांमुळे सांप्रतचे प्रश्न उद्‌भवतात. केवळ म्हणूनच ईशान्येकडे दुर्लक्ष करणे यासारखा वेडेपणा धोक्याचा आहे हे काय सांगायला हवे?

या मानसिकतेचा एक मोठा दुष्परिणाम म्हणजे ईशान्येतील मूलभूत गरजा, तेथील जनतेच्या अपेक्षा इत्यादींचे यथार्थ आकलन करण्यात आपण कमी पडतो. आधीच तेथील लोकांमधे उर्वरित भारतीयांविषयी असलेले गैरसमज त्यामुळे अधिक दृढ होतात, वेगळेपणाची भावना तयार होते आणि परिणामतः फुटीर प्रवृत्तींचा उदय होतो. ईशान्येतील आंदोलनांचे मूळ इथे सापडेल. या दुराव्यापायी नागालँड व मिझोराम मध्ये झालेली बंडखोरी आपण मोठ्या शर्थीने आटोक्यात आणली. तसे पुन्हा घडू नये. देशाच्या सुरक्षिततेच्या दृष्टीने हा विषय किती गंभीर आहे हे आता तरी ध्यानात यावे.

या वर्णनामागे केंद्राने ईशान्येकडे साफ दुर्लक्ष केल्याचा आरोप आहे असे मात्र अजिबात नाही. उलट केंद्राने अतिशय विचारपूर्वक अनेक सकारात्मक पावलें उचलली आहेत हे आवर्जून सांगावेसे वाटते. पण तरीदेखील कुठेतरी, कांहीतरी कमी आहे हे मानावे लागेल. काही उपाय सुचवावेसे वाटतातः

* पंतप्रधान आणि गृहमंत्री यांनी वर्षातून एकदा तरी ईशान्येतील सर्व भागांस भेट देऊन स्थानिक नेत्यांबरोबर सतत संपर्क ठेवावा.

* ईशान्येतील विद्यार्थ्यांना इतर भागात मिळणाऱ्या सवलतींचा इतरांकडून होणारा दुरुपयोग रोखावा.

* पर्यटन संस्थांवर ईशान्य भारतात जास्त सहली आयोजित करण्याचे बंधन असावे. त्या सहलींना आकर्षक सवलती द्याव्यात.

* ईशान्य भागाच्या समस्यांचे निराकरण करण्यासाठी एक स्वतंत्र मंत्री असावा.

* माहिती आणि प्रसारण मंत्रालयाने ईशान्येतील आणि इतर भारतीयांमध्ये जवळीक निर्माण करण्यासाठी कल्पक मोहिमांचे आयोजन करावे. तेथील लोकांच्या अनेक क्षेत्रांतील यशांना विस्तृत प्रसिद्धी द्यावी. (उदा: मेरी कोम) ईशान्येत अनेक उत्तम खेळाडू आहेत. त्यांना देशाच्या क्रीडा जीवनात सामावून घ्यावे.

* नूतन निवृत्त कर्तबगार व कुशल सनदी अथवा लष्करी वरिष्ठ अधिकाऱ्यांची मिझोरामच्या राज्यपालपदी तत्काळ नेमणूक करावी.

* ईशान्येतील नेमणुका, (शासकीय आणि राजकीय) या शिक्षा असल्याचा गैरसमज नष्ट करावा. त्या टाळणाऱ्या लोकांना त्यांचे भवितव्य धोक्यात असेल याची जाणीव करून द्यावी.

मिझोराममधील राज्यपालांची बडतर्फी ही क्षुल्लक घटना नाही. तो एक सावधानतेचा इशारा आहे हे लक्षात घ्यावे.

OOO

विभाग २ :

निवडणूक पर्व

१६

अण्णा आणि बाबा, मस्त खा आणि स्वस्थ रहा

भारतीय राजकारणात सध्या उपोषण पर्व सुरू आहे. नुकतेच अण्णा हजारेंचे उपोषण संपले. त्याला देशभर प्रचंड आणि उत्स्फूर्त प्रतिसाद लाभला. पाच राज्यांतील निवडणुकांवर होणारे संभाव्य दुष्परिणाम लक्षात घेऊन सरकार पण नमले. वाटले आता जरा उसंत मिळेल, पण कसले काय; वादळ जाऊन त्सुनामी आली.. रामदेवबाबांच्या बेमुदत उपोषणामुळे देशाचे जनजीवन पुन्हा ढवळून निघाले. क्रिकेट विश्व चषक स्पर्धेनंतर आय पी एल चा ओव्हरडोस घेतांना जसे 'आता पुरे' असे वाटू लागले, तशीच गत उपोषण आंदोलनांची होत आहे असे म्हटल्यास अतिशयोक्ती होणार नाही.

अण्णांच्या आणि रामदेवबाबांच्या आंदोलनांच्या घटनात्मक योग्यायोग्यतेबद्दल उलटसुलट मतप्रवाह आहेत, काथ्याकूट होत आहे, कायदेसंमत सरकारला 'ब्लॅकमेल' केले जात असल्याचे आरोप पण झाले आहेत. हे सर्व वादग्रस्त मुद्दे क्षणभर बाजूला ठेवूया. खरा मुद्दा आंदोलनामागील हेतूचा आहे. वेळ येथपर्यंत का यावी याचा आहे. तसे पाहिले तर त्यांच्या मागण्यांच्या व्यवहार्यतेबद्दल मतभेद असू शकतील; पण त्यात आक्षेपार्ह काही नाही. त्यांचे आंदोलन जनसामान्यांच्या प्रचंड असंतोषाचा, अगतिकतेचा अंतिम दृष्य परिणाम

आहे. महागाईचा भस्मासुर, नियमित होणारे अतिरेकी हल्ले, बलात्कार, दिवसाकाठी उघडकीस येणारी महाभ्रष्टाचार प्रकरणे, मोडकळीस येत असलेली कायदा व सुव्यवस्था आणि निष्क्रिय प्रशासनाच्या जोडीस त्यात बोकाळलेली राजकारण्यांची ढवळाढवळ यांमुळे जर्जर झालेली जनता शेवटी 'उंटाची पाठ एका काडीने मोडते' या न्यायाने आपला संताप व्यक्त करण्यास अधीर होते, मार्ग शोधते. नेमक्या अशा वेळी अण्णा आणि बाबांसारख्या प्रतिमेची मंडळी जनतेचा रोष प्रकट करण्यास मैदानात उतरली तर दुसरे काय होणार? साहजिकच जनतेचा या आंदोलनांना पाठिंबा आहे. तथाकथित समाजसेवी संस्था या लाटेत आपले हात धुऊन घेत आहे. आंदोलनाच्या नेतृत्वांत फूट पाडण्याचे शासनाचे प्रयत्न होत आहेत आणि प्रसारमाध्यमेसुद्धा यात मागे नाहीत.

संपूर्णपणे कोंडीत सापडलेल्या शासनाने अंततः दंडुकेशाहीचा वापर करून रामलीला मैदानावरील प्रदर्शन उधळून तर लावले परंतु त्यात सरकारचेच हसे झाले आणि विरोधी पक्षाच्या हाती कोलीत मिळाले. दुसरीकडे ११००० ची फौज उभारण्याच्या बाबांच्या वल्गनांनी आंदोलनाला एक प्रकारचे विनोदी गालबोट लागले. एकंदरीत एका नवीन कडवट व प्रदीर्घ संघर्षाची ही नांदीच म्हणायची. या सगळ्याचे पर्यवसान कशात होणार इकडे आता सर्वांचे डोळे लागले आहेत. राजीव गांधींच्या नेतृत्वाखालील काँग्रेसचे 'पानीपत' बोफोर्स नावाच्या अशाच घडामोडींमुळे झाले होते, आठवते?

अंततः सरकार थातुरमातुर तोडगा काढून वेळ मारून नेईल. लोकपाल विधेयकाची पाने जनतेच्या तोंडाला पुसली जातील. हवी ती आश्वासने देऊन आंदोलनातील हवा काढण्यात सरकार पटाईत आहे. परंतु हे काही मूळ रोगाचे निर्मूलन नव्हे. शासन विश्वासघात करेल असा इशारा अण्णांनी आधीच दिलेला आहे. अशा आंदोलनांच्या समापनाचा इतिहास पण हेच दर्शवतो. आंदोलन मार्गाने सरकार

उलथून पाडणे हा काही समस्येवरचा उपाय नाही आणि तसे होणारही नाही कारण काँग्रेसची सत्तालोलुपता, अंतर्गत दुफळीने ग्रस्त विरोधी पक्ष आणि खासदारकीचा मलिदा इतक्या आधी सोडण्यास तयार नसलेले खासदार मुदतपूर्व निवडणुका होऊ देणार नाहीत हे उघड आहे. सांप्रतचे आंदोलन हे तर नुकत्याच अनुभवलेल्या, बंगालच्या धर्तीचे, भविष्यातील निवडणुकांसाठी हवा तयार करणारे आहे आणि जेव्हा कधी निवडणुका होतील त्यावेळी तरी वेगळे काय होणार? जनतेची स्मरणशक्ती फार क्षीण असते. तोपर्यंत निरनिराळ्या क्लृप्त्यांनी जनतेला भुलवले जाईल. जनता पण हुरळून जाईल. नवीन युती, आघाड्या अवतरतील, पण निवडलेल्या शासनाचा पिंड मात्र तोच राहील. जसे लोक प्रतिनिधी तसे सरकार!! तंबाखूचे बी पेरून तुळस उगवत नाही.

या दुष्टचक्राला जितक्या लवकर छेद देता येईल तेवढे ते देशाच्या हिताचे असेल. तात्पर्य, खरी गरज आहे योग्य प्रतिनिधी निवडून देऊन त्यांमार्फत कुशल व प्रामाणिक सरकार सत्तेवर आणण्याची. सांप्रत विवेचनाचा मूळ हेतू हाच मुद्दा नजरेस आणण्याचा आहे. सार्वत्रिक निवडणुका अद्याप तीन वर्षे दूर आहेत. अण्णा व आबांच्या उपोषणांमुळे सरकार हादरलेले आहेच. आता त्यांनी आपला मोर्चा थेट मतदारांकडे वळवावा. नजीकच्या काळात उपोषणे वगरे भानगडीत स्वास्थ्य बिघडवण्याऐवजी जनतेची मानसिकता सुधारण्याची मोहीम आता या दोन्ही नेत्यांनी हाती घेतली तर पुढील निवडणुकीत चांगले प्रतिनिधी संसदेत पाठवता येतील. जनतेच्या संतापाची कल्पना एव्हाना राजकारण्यांना आली असावी. तो धाक कायम टिकवला तर पुढील खेपेस स्वच्छ प्रतिमेचे उमेदवार उभे करण्याचा राजकीय पक्ष प्रयास करतील अशी अपेक्षा करूया. परिणामी एक प्रामाणिक संसद मतदारांना मिळण्याची शक्यता वाढेल.

'जनतेची मानसिकता' या शब्दाचा खुलासा करणे इथे आवश्यक

आहे. निवडणुकांत आजतागायत सुमारे ५५% मतदान होते. मध्यम वर्गीय, पांढरपेशा वर्ग या बाबतीत अंतर्मुख झाल्यास बरे होईल. मतदानात त्यांचा सहभाग जेमतेमच असतो. बाबा आणि अण्णांच्या समर्थनात मात्र हीच मंडळी प्रकर्षाने दिसून आली. याचा अर्थ काय? साखळी उपोषणात भाग घेणे फार सोपे. ट्विटर आणि फेसबुकवर उपोषणाचे समर्थन करणे, मेणबत्त्या पेटवणे तर त्याहून सोपे. हे क्षणभंगूर समर्थन प्रदर्शित करून काहीही साध्य होणार नाही. हीच मंडळी मतदानासाठी मिळालेल्या सुटीत सहलीला जातात. नोकरशाहीत असलेला हाच मध्यम व पांढरपेशा वर्ग प्रशासनात काय कमी भ्रष्टाचार करतो? मंत्रालयात, नगरपालिकांत व इतर कचेऱ्यांत होणाऱ्या भ्रष्टाचाराची झळ त्यांनाच म्हणजे सामान्य नागरिकालाच बसते. नाही का? त्यात गुंतलेला कर्मचारी मध्यमवर्गीयच असतो. (बाजारात खरेदी केलेल्या वस्तूंवर विक्रीकर टाळण्यासाठी पावती न घेता व्यवहार करणे नेहमीचेच. हा पण भ्रष्टाचार नव्हे तर काय?) मतदानाच्या बाबतीत या वर्गाची उदासीनता हीच खरी भ्रष्ट व गुन्हेगारी पार्श्वभूमी असलेल्या उमेदवार निवडून येण्यास जबाबदार आहे. अण्णा व बाबांनी समाजकारणाच्या, जबाबदार नागरिकत्वाच्या या क्षेत्रात जनजागृती केल्यास लोकतंत्र अधिक निकोप होईल.

मतदारांच्या उदासीनतेमागे एक प्रमुख कारण आहे निवडणुकीतील उमेदवारांबद्दल असलेली सरसकट नापसंती. निवडणूक कायद्यात संशोधन करून 'या पैकी एकही नाही' हे मत व्यक्त करण्याचे प्रावधान केल्याने मतदारांना मतदान करण्याची प्रेरणा नक्कीच मिळेल आणि राजकीय पक्ष लायक उमेदवार उभे करण्यास बांधील होतील.

वरील नेत्यांची कार्यक्षेत्रें, त्यांचा विस्तार आणि त्यांच्याबद्दल जनतेला असलेला आदर निर्विवाद आहे. देशहितासाठी गरज आहे त्यांच्या प्रदीर्घ व योग्य मार्गदर्शनाची. वर चर्चा केलेले जनप्रबोधन त्यांनीच केल्यास जास्त परिणामकारक ठरेल. बेमुदत उपोषणाने सरकारला

जेरीस आणता येईल, वाकवता पण येईल. परंतु जनतेच्या बाबतीत ते तितकेसे सोपे नाही. त्याला जरा वेळ लागतो. उपोषणाने प्रकृती स्वास्थ्य कायमचे घालवून त्यांचे दीर्घकालीन उद्दिष्ट मात्र असाध्यच राहील. उपोषणात उगाच वेळ व ताकद नष्ट न करता, धडधाकट राहून, वर वर्णन केलेल्या हेतूंसाठी त्यांनी प्रयास केल्यास त्याचे फायदे जास्त दूरगामी होतील यात शंका नसावी.

म्हणूनच आग्रह करावासा वाटतो, 'अण्णा आणि रामदेव बाबा, मस्त खा आणि स्वस्थ रहा'

ooo

१७

जातीय हिंसाचार प्रतिबंधक विधेयक : कुणाचा फायदा?

देशातील धार्मिक व जातीय तेढ आणि त्यातून निर्माण होणाऱ्या हिंसाचाराने यूपीएचे केंद्र सरकार घोर चिंतेने ग्रासलेले दिसत असून त्यावर तातडीने प्रतिबंधक उपाय योजनेच्या दिशेने पावले पडत आहेत. संसदेच्या हिवाळी अधिवेशनातच या संबंधीचे विधेयक संमत करण्याचे प्रयत्न होत आहेत. प्रस्तावित कायद्याचा मसुदा म्हणजे कायदे मंत्रालयातील विद्वानांचा देशाला एक नवे उपसंविधान देण्याचा आततायी प्रयत्न आहे असे म्हणावे लागेल. कुतुहूल म्हणून तो चिकित्सकांनी जरूर वाचावा. 'देर आये पर दुरुस्त आये' असे मात्र या बाबतीत म्हणता येणार नाही. कसे ते पहा.

जातीय दंग्यांच्या रणांगणात जन्माला आलेल्या देशाला जातीय दंगे हा जन्मापासून झालेला पोलिओ आहे. त्यातून मुक्त होण्यासाठी स्वातंत्र्य शाश्वत असतांनाच सामाजिक पातळीवर भावनिक व शिक्षण प्रसाराचे उपचार करण्याऐवजी राज्यकर्त्यांनी ढोंगी धर्मनिरपेक्षता व अल्प संख्यांकांच्या तुष्टीकरणाचा डोस देशाला सतत पाजला. तो प्रयत्न सपशेल फसल्यावर आता जातीय सामंजस्य साधण्याची आणि हिंसाचारास प्रतिबंध करण्याची सबब देऊन कायद्याचा पर्याय आणि तो देखील नेमका निवडणुकांच्या मुहूर्तावर (२०१४), ते निवडू बघतात,

यासारखा दुसरा घातक उपाय नाही. राज्यकर्त्यांचा प्रामाणिकपणा, विश्वासार्हता इतकी तळाला गेली आहे? प्रस्तावित कायद्याचे साधे वाचन करताच कळेल की त्यात समाजाच्या भाषा, धर्म, जात, प्रांत, भगोलिक, आर्थिक हित निहाय गटांमध्ये अविरत कलह व संर्षाचा भडका उडवणाऱ्या ठिणग्या आहेत. तात्पर्य, प्रस्तावित कायद्याचे हे औषध रोग बरा करण्याऐवजी रुग्णाला पक्षाघाताच्या खाईत मात्र लोटेल हे निश्चित.

अल्प संख्यांकांचे हित जपण्यासाठी देशात अल्पसंख्यक आयोग आणि मानवाधिकार आय़ोग या दोन प्रभावी संस्था आहेत. त्यांना व पोलीस दलांना बळकट करण्याऐवजी त्यांचे संरक्षण व त्यांच्या विरुद्ध हिंसेचे आव्हान पेलण्यासाठी कायद्यांची पूर्ण तरतूद असताना आणखी एका कायद्याची काय गरज? सुटसुटीत व कार्यक्षम नोकरशाही राबवण्यात आपण अयशस्वी ठरलो. तिच्यावरील अफाट खर्च आणि ढिसाळ प्रशासनाने गांजलेल्या जनतेच्या उरावर हे नसते जास्तीचे ओझे नाही का? अंतर्गत विसंवादामुळे नोकरशाही आधीच निष्प्रभ झाली आहे. वाढलेल्या बजबजपुरीने ती पूर्ण कोलमडेल.

नवीन कायद्याचा सर्वात घातक परिणाम म्हणजे त्यामुळे समाजाच्या नानाविध घटकांत कमी होण्याऐवजी वाढणारी तेढ. उदा. मुंबईतील बिहारी लोकांबद्दलचा राग, बेळगावात कानडी हिंसाचाराबद्दल मराठी मनातला संताप, कर्नाटक व तमिळनाडू तसेच इतर शेजारी राज्यांतील नद्यांच्या पाणी वाटपावरील वादांमुळे वेळोवेळी होणारे परप्रांतीयांवरील हल्ले, हे व असले असंख्य प्रश्न जर नवीन कायद्याच्या माध्यमातून हाताळण्याचा राज्यकर्त्यांचा मनसुबा असेल तर त्यांच्या बुद्धीच्या दिवाळखोरीची कीव करावी तेवढी थोडीच. जर नोकरशाहीच्या कामात राजकारण्यांचा हस्तक्षेप बंद झाला तर वरील सर्व प्रश्नांमुळे उद्भवणाऱ्या हिंसेचा प्रतिबंध करण्यास अथवा तिला तोंड देण्यास सध्याचे कायदे व पोलीस दलें समर्थ आहेत, राजकारण्यांचे हे वाकडे

शेपूट नवीन कायदा सरळ करू शकेल? शहरांमधील 'बंद' च्या आंदोलात मोडतोडीने झालेल्या नुकसानाची भरपाई देखील आपण कायद्याने आंदोलनकर्त्यांकडून करू शकत नाही. कायदा हा समाज सुधारणेला पूरक असावा लागतो, मारक नाही. हिंसाचार केवळ कायद्याने नष्ट होत नसतो, त्याला समाज सुधारणेचे भक्कम पाठबळ असावे लागते जे आपण अद्याप निर्माण करू शकलो नाही हे विदारक सत्य आहे. त्यावर नवीन कायद्याचे गुदमरून टाकणारे पांघरूण घालू नये.

जातीय हिंसाचार रोखण्यास राज्याने कुचराई केली तर परिस्थिती काबूत आणण्यास हस्तक्षेप करण्याचे अधिकार प्रस्तावित कायद्यात केंद्राला देण्याचे प्रावधान आहे. परंतु स्वतः केंद्रच त्यास कारणीभूत किंवा असमर्थ ठरले, (१९८४ चे शीख विरोधी दंगे आठवा) तर काय करणार या प्रश्नाचे उत्तर नाही. दुसरे उदाहरण जास्त बेचैन करणारे आहे. ते म्हणजे पुढील उन्हाळ्यात (मे २०१४) जर केंद्रात भाजप सरकार आले आणि काँग्रेस शासित राज्यात जातीय हिंसाचाराचा प्रसंग उद्भवला (मुंबई १९९३ आठवा) तर केंद्रीय हस्तक्षेप त्यांना पचेल? एकंदरीत खरा नाजुक प्रश्न केंद्र व राज्यांच्या हक्कांचा व संबंधांचा आहे. सी.बी.आय ला देशातील कोणत्याही गुन्ह्याचा स्वेच्छेने तपास करण्याची मुभा याच कारणास्तव आजपर्यंत देता आलेली नाही. केंद्र/राज्य अधिकारांचा समन्वय साधण्याची ही तारेवरची कसरत करताना आजतागायत दिल्लीच्या नाकी नऊ आले आहेत, हे विसरू नये.

नवीन कायद्यासंबंधात काही प्रश्न विचारता येतील: १) हा कायदा जम्मू काश्मीरला लागू होणार नाही. मग धर्मनिरपेक्षतेचे काय होणार? समजा त्या राज्याने पण त्यास संमती दिली तर विस्थापित काश्मिरी पंडितांचे पुन्हा काश्मीर खोऱ्यात शांततापूर्ण वास्तव्य शक्य होईल? काश्मिरियत जपण्याची धडपड करणाऱ्या तेथील जनतेस हे जमेल?

२) कायद्यातील कांही कलमांना न्यायालयात लगेच आव्हान दिले जाण्याची दाट शक्यता आहे. आरोपीवर स्वतः निर्दोष असल्याचे सिद्ध करण्याची जबाबदारी टाकणे तसेच पीडित लोकांचे केवळ विधान व तक्रार सबळ पुरावा म्हणून ग्राह्य धरण्याची व्यवस्था ही पुराव्यासंबंधीच्या कायद्याच्या थेट विरुद्ध जाते. ३) कायद्यातील क्लिष्ट भाषेचा अन्वयार्थ लावताना वकिलांचे फावेल पण न्याय प्रक्रियेचा मात्र खोळंबा होईल. ४) प्रतिस्पर्ध्यांवर कुरघोडी करण्यासाठी कायद्याचा दुरुपयोग होईल हे काय सांगायला हवे?.

स्वातंत्र्योत्तर राजकारण वेगाने गुन्हेगारी, धर्माधारित व्यवस्था आणि एकगठ्ठा मतदानाकडे गेले आहे. त्याला आळा घालण्याचे प्रयत्न राजकीय पक्षांनी वेळोवेळी हाणून पाडले आहेत. हा कर्करोग नष्ट करेपर्यंत प्रस्तावित कायदा कुचकामी ठरेल यात शंका नाही. असल्या कायद्याची देशाला गरज नव्हती आणि आता पण नाही.

OOO

जिंकलो तर राहुल, हरलो तर पक्ष

सार्वत्रिक निवडणुका (२०१४) तोंडाशी आल्या. मुख्य विरोधी पक्षाने आपला पंतप्रधानपदाचा उमेदवार जाहीर केला. या पदासाठी आपण उपलब्ध नसल्याचे विद्यमान पंतप्रधान मनमोहन सिंह यांनी जाहीरही केले. गांधी घराण्याच्या कार्यपद्धतीनुसार राहुल गांधी आपल्या विचारांचा व निर्णयांचा वरवंटा पक्षावर बेधडक फिरवत होते, तरीदेखील 'तिकडचं नांव' अधिकृतरित्या काँग्रेस जाहीर का करत नाही हे रहस्य देशातील राजकारणात निवडणुकीचे वारे वाहू लागल्यापासून निर्माण झाले होते. शेवटी पक्षाने नाईलाजास्तव निर्णय घेतलाच. राहुल केवळ निवडणूक प्रचार मोहिमेचे नेतृत्त्व करतील पण पंतप्रधानपदाचे उमेदवार म्हणून नव्हे, असे पक्ष कार्यकारिणीने जाहीर केले. बाशिंग बांधून तयार ठेवलेल्या नवरदेवाला त्याच्या वडील मडळींनी अखेर स्वयंवरातून मागे खेचले. पूर्वीच्या निवडणुकीत अशी घालमेल कधीच झाली नव्हती. इंदिरा गांधी ते सोनियाजींपर्यंत उमेदवार जाहीर केला किंवा नाही हा प्रश्नच नसे. यंदा पण तशीच परिस्थिती असूनसुद्धा तसे कां झाले नाही या कोड्याची मीमांसा होणे आवश्यक आहे.

वस्तुस्थिती अशी आहे की काँग्रेस पक्षात घराणेशाही पक्की मुरली

आहे. दुसरे नेतृत्व गांधी घराण्याला खपलेच नाही. नाईलाजास्तव तशी वेळ आलीच तर पर्यायी नेता घराण्याला बांधीलच हवा. २००४ साली सोनियाजींनी देशाला जबाबदारीशिवाय अनिर्बंध सत्तेचा धडा शिकवला. पंतप्रधानपद नकारण्याचा त्यांचा महान ऐतिहासिक त्याग म्हणजे मधुमेही रुग्णाने गोड वर्ज्य करण्यासारखाच होता. पक्षातील इतर कर्तबगार मंडळींना डावलून बाईंच्या अर्ध्या वचनात असणारे मनमोहन सिंग यांच्यासारखे, कोणतेही राजकीय पाठबळ नसलेले व्यक्तिमत्त्व देशाला पंतप्रधान म्हणून त्यांनी दिले. नरसिंह राव यांच्या मंत्रिमंडळातील स्वच्छ प्रतिमेचे, देशाची कोलमडलेली अर्थव्यवस्था पुन्हा रुळावर आणणारे अर्थमंत्री हीच त्यांची जमेची बाजू असल्याने त्यांची पहिली कारकीर्द जरी यशस्वी ठरली तरी दुसऱ्या डावात मात्र ते सोनियाजींच्या हातातील एक कळसूत्री बाहुलेच झाले. त्यांच्या मंत्रिमडळात भ्रष्टाचार प्रचंड बोकाळला, धोरण लकव्याने प्रशासन निष्क्रीय झाले, मंत्र्यांवर वचक नसलेले पुढील निवडणुकीपर्यंतचे एक 'नाइट वॉचमन' हीच त्यांची ओळख ठरली. त्यावर कळस म्हणजे राहुल गांधींनी जाहीररित्या मंत्रिमडळात संमत झालेला अध्यादेश फाडून केलेला अपमानदेखील त्यांनी निमूटपणे गिळला. पंतप्रधानपदाची अस्मिता इतिहासात प्रथमच नष्ट झाली. अशा घराण्याच्या हाती देशहित सुरक्षित राहील का असा प्रश्न जनतेच्या मनात नक्कीच आला असणार.

गेल्या वर्षभर सोनिया भक्त काँग्रेस नेत्यांनी तर राहुल हेच पुढील पंतप्रधान असतील असे भाकित करण्याची एकही संधी दवडली नाही. इतकेच नाही; तर मनमोहन सिंग आधीच पाय उतार होऊन निवडणुकीपर्यंत राहुलजींना जणू काही प्रशिक्षण व अनुभव प्राप्त व्हावा म्हणून गादीवर बसवले गेल्याच्या बातम्या पण प्रसारित होऊ लागल्या. काँग्रेसच्या जाहीरनाम्यासाठी सर्व वातावरण अशा प्रकारे तयार झाले. फक्त औपचारिक घोषणाच शिल्लक होती आणि सर्वांचे

डोळे तिकडेच लागले होते. मग माशी शिंकली तरी कुठे?

गेल्या काही वर्षात झालेल्या निवडणूक प्रचारात राहुल गांधींचे नेतृत्त्व साफ अयशस्वी, निष्प्रभ ठरले. नुकत्याच (२०१२-१३) कांही राज्यांतील निवडणुकांच्या निकालांनी तर या निष्कर्षावर शिक्कामोर्तबच केले. राहुलजींनी जन समर्थनासाठी केलेल्या विविध नाटकांचे हसेच झाले असे म्हटल्यास अतिशयोक्ती होणार नाही. त्यांच्या दुर्दैवाने ऐन वेळी प्रमुख विरोधी पक्ष असलेल्या भाजपने नरेंद्र मोदींचे नाव जाहीर केल्यावर तर काँग्रेसची भारी पंचाईत झाली. मोदींसारख्या फर्ड्या व तरबेज नेत्याच्या तुलनेत राहूल म्हणजे सूर्यापुढे मेणबत्ती अशी जनसामान्यांची खात्री झाली. खुद्द काँग्रेस नेतृत्त्वालादेखील या दारुण सत्याची जाणीव झाली असेलच. त्यात भर म्हणजे मोदींच्या गुजरातेतील कर्तुत्त्वापुढे पक्षाच्या भ्रष्ट कारकीर्दीचे जोखड पेलणे त्यांना केवळ अशक्य आहे हे जगजाहीर झाले. मोदींच्या सभेला होणाऱ्या अफाट, उत्स्फूर्त गर्दी विरुद्ध राहुलच्या सभेतील कष्टाने जमवलेली तुरळक उपस्थिती, मोदींच्या भाषेतील आश्वस्तते विरुद्ध राहुलची पोकळ विधाने बरेच कांही सांगून गेली. काँग्रेसच्या थकलेल्या उंटाला शेवटी दिल्लीच्या सपशेल आपटीचा भार असह्य झाला यात नवल नाही. त्यातच दुष्काळात तेरावा महिना म्हणतात त्याप्रमाणे केजरीवाल देशाच्या राजकीय क्षितिजावर उगवले. त्यांचा आम आदमी पक्ष देशातील सार्वत्रिक निवडणुकांत मोठ्या प्रमाणात उतरेल या निर्णयाने भाजपाची डोकेदुखी जरी वाढली तरी त्यामुळे होणाऱ्या मतविभागणीचा काँग्रेसला कसलाही फायदा होणार नाही हे पण स्पष्ट झाले, कारण जनता तिला कंटाळली.

अप्रिय निर्णय घ्यायचाच, तर त्याला व्यावहारिकतेचा तात्त्विक बुरखा चढवायला नको का? काँग्रेस कार्यकारिणीवर हेच उपचार करायचे उरले होते. १६ जानेवारी २०१४ च्या बैठकीत नेहमीप्रमाणे राहूल स्तुतीपर भाटगिरी झाली, पंतप्रधानपदी त्यांच्या नियुक्तीची शिफारस

झाली. अशा प्रकारे मूठ हलवून पक्की झाल्याची खात्री झाल्यावर सोनियाजींनी या संबंधीच्या परंपरेचा दाखला देत त्या शिफारशी धुडकावून राहुल केवल निवडणूक प्रचाराचे नेतृत्त्व करतील असे जाहीर केले. निर्णयामागील विचारसरणी स्पष्ट आहे. यशस्वी निवडणुकीचे श्रेय आणि अर्थात पंतप्रधानपद राहुलकडे; तर पराभवाचे खापर फोडायला पक्ष संघटना आहेच.

गेल्या सहा दशकांतील सार्वत्रिक निवडणुकांचा आढावा घेतल्यास एक गोष्ट प्रकर्षाने नजरेत भरते ती म्हणजे सत्तेवरील मजबूत पकड घालवण्यात काँग्रेस पक्ष पटाईत आहे. १९७१ चे भक्कम बहुमत बांगला देश यशाने अधिक बळकट झाले पण देशावर आणीबाणी लादून इंदिराजींनी १९७७ साली त्याची वाट लावली. पुढे १९८४ साली त्यांच्या हत्येनंतर मिळालेले ऐतिहासिक बहुमत राजीव गांधींनी १९८९ सालच्या निवडणुकीत भ्रष्टाचाराच्या बदनामीने गमावले. नंतर २००९ साली पाच वर्षांच्या समाधानकारक खेळीमुळे मिळालेली सत्ता काँग्रेसच्या कुशासन, निष्क्रीयता आणि भ्रष्टाचारामुळे इतकी बदनाम झाली की प्रत्यक्ष निवडणुकीच्या आधीच पक्षाचे क्रियाकर्म करण्याची वेळ आली आहे कि काय असे वाटते. घराण्याचा वारसा हक्क अबाधित ठेवणे जे इंदिराजींना जमले ते त्यांच्या चिरंजीवांना आणि नातवाला जमले नाही हेच खरे.

राहुल गांधींना पंतप्रधानपदाचा उमेदवार म्हणून घोषित करण्यास पक्ष का कचरत होता यामागे वरील इतिहासाचा झालेला साक्षात्कारदेखील कारणीभूत नसेल ना? काय सांगावे. प्रमुख पक्षांची देहबोली बरेच कांही सांगते. काळ्या दगडावरील पराभवाची पांढरी रेघ कळल्याचे काँग्रेसच्या चेहऱ्यावरून स्पष्ट दिसते. आम आदमी पार्टी नुकत्याच जन्मलेल्या आणि सूर्याच्या दिशेने उड्डाण करू पाहणाऱ्या हनुमंतासारखी वाटते तर भाजपा ३/४ गडी पटापट बाद झालेल्या संघासारखी गांगरली आहे. तिची मदार सबसे बडा खिलाडी मोदीवर

आणि संघाच्या एकजुटीवर आहे. मकर संक्रांतीला चित्र हे असे आहे. अक्षय तृतीयेचा (मे) मुहूर्त कोण साजरा करतो ते जाणता (मतदार) राजा ठरवेल. गेल्या साठ वर्षात तो बराच बदलला, शिकला आणि चोखंदळ झाला. त्याला गृहीत धरण्याचा मूर्खपणा कोणी करू नये. पण राज्यकर्ते हा धडा शिकतील?

OOO

दंगलींचे पोस्ट मॉर्टेम ठरवेल गुन्हेगार कोण

१९४७ मधे देशाच्या फ़ाळणीमुळे झालेल्या जातीय दंगलीं नंतर हिंदू मुस्लिम समाजात सद्भावना निर्माण करणे हे देशापुढील सर्वात महत्वाचे, नाजुक आणि कठिण आव्हान होते. दुर्दैवाने राजकीय पक्ष या आघाडीवर सपशेल अयशस्वी ठरले. उलट अल्पसंख्यांकांच्या मतांसाठी हे वैमनस्य सतत खदखदत ठेवण्याचेच प्रयत्न झाले. नियमीत झालेल्या, तर कधी घडवून आणलेल्या, जातीय दंगलींमुळे जातीय सलोखा हे एक मृगजळच ठरले आहे. जातीय ताणतणाव भडकू न देण्याचे आद्य कर्तव्य बहुतेक पक्षांनी मुख्यत: कॉंग्रेसने धुडकावून लावले. गुजरात दंगलींचे मतांसाठी भांडवल करण्यात या पक्षाने केलेले आटोकाट प्रयत्न हेच सिद्ध करतात.

स्वातंत्र्योत्तर काळात झालेल्या जातीय हिंसाचाराचा आढावा घेतल्यास दिसून येते कि बहुतांश दंगली कॉंग्रेस शासित राज्यातच झाल्या. मुस्लिम समाजाचे आपणच एकुलते एक कैवारी आहोत हे त्यांच्या मनात ठसवण्याचा त्या पक्षाचा अहर्निश प्रयत्नच होत आलेला आहे. १९६६ ते १९७२ या काळात (माझी गुजरातेत नेमणूक असताना) गुजरातेत भाजपाचा मागमूस पण नव्हता तरी सप्टेंबर १९६९ मधे अहमदाबादेत भडकलेले मुस्लिम विरोधी दंगे २००२ च्या हिंसाचारा इतकेच भीषण, अमानुष व भयानक होते हे मी स्वत: पाहिले आहे.

परिस्थिती आटोक्यात आणण्यासाठी तेंव्हा तब्बल दोन आठवडे लागले. काँग्रेस पक्ष तेव्हा विभाजनाच्या उंबरठ्यावर होता. गुजरातेत इंदिरा विरोधी मोरारजी गटाचे राज्य होते तर केंद्रात इंदिराजींचे. गुजरातेतील दंगलींचे इंदिरा गटाने भरपूर भांडवल केले.

हे रंजक इतिहास चर्वण या साठी की जातीय सलोखा वाढवण्याऐवजी त्यात विष कालवण्यावरच काँग्रेसने भर दिला, निवडणूक मोहिमेत तर या प्रक्रियेस ऊत येई जे चित्र आजही दिसते. पण हाच डाव त्यांच्यावर पण उलटू शकतो हे मात्र पक्ष नेते साफ़ विसरले. १९८४ च्या शीख विरोधी दंगलींनी नेमके हेच दाखवले.

इंग्रजीत एक म्हण आहे (*If you sow wind you reap whirlwind*) अर्थात वारे पेरले तर झंझावाताचे पीक कापाल. गुजरातच्या २००२ मधील दंगलींचा निवडणूक प्रचारात काँग्रेस ने केलेला अतिरेक त्यांना आता चांगलाच भोवतो आहे. राहूल गांधींच्या टेलिव्हिजन वर नुकत्याच प्रसारित झालेल्या मुलाखतीनंतर शिख समुदायात संतापाचे उठलेले उद्रेक पक्षाला महागात पडतील. १९८४ च्या शीख विरोधी दंगलीत पक्षाच्या कांही लोकांचा सहभाग असल्याची राहुलजींनी कबूली तर दिली पण त्याच वेळी १९८४ आणि २००२ च्या दंगलींची तूलना अयोग्य असल्याची केविलवाणी सारवासाराव पण केली जी कोणालाच पटण्यासारखी नाही. एका अर्थी ते म्हणाले ते बरोबरच होते पण वेगळ्या अर्थाने. कसे ते पहा.

दिल्ली सारख्या ठिकाणी काँग्रेसच्या स्थानिक नेत्यांनी शिखांविरुद्ध लोकांना कसे आणि किती भडकावले, दंगे किती भीषण, हिंसक होते हे समस्त दिल्लीकरांना चांगले ठाऊक आहे, आठवते पण आहे. दंगलींबाबत माफ़ी मागायला, नक्राश्रू ढाळायला, पक्षनेत्यांना बरीच वर्षे लागली (कां तर जख्म हरे हो जायेंगे) आणि दंगली भडकवणाऱ्या नेत्यांविरुद्ध कायदेशीर कारवाई मात्र अजून होतेच आहे. दंगली

आवरण्यात राजधानी सारख्या ठिकाणी झालेला विलंब तर केवळ अक्षम्य होता. इंदिरा हत्येनंतर दिवसभर दिल्ली शांत होती. हिंसा सूर्यास्ता नंतर भडकली, उत्स्फूर्त नव्हती पद्धतशीर व नियोजित होती ह्या बद्दल देखील बरेच पुरावे उपलब्ध आहेत हे विसरून चालणार नाही.

गुजरातच्या दंगली मात्र उत्स्फूर्त होत्या व गोध्रा हत्याकांडामुळेच भडकल्या हे उघड सत्य असून काँग्रेस ते मान्य करीत नाही. उलट मोदींच्या प्रतिक्रियेवर (ACTION IS FOLLOWED BY REACTION) मात्र तिखट टीका झाली. मोदींच्या वक्तव्याची इंदिरा हत्ये नंतर पंतप्रधान पदी लगेच आरूढ झालेल्या राजीव गांधींच्या, राष्ट्राला उद्देशून केलेल्या टेलिव्हिजन वक्तव्याशी तूलना करा. ते म्हणाले होते, ''महावृक्ष गिरनेपर जमीन हिलतीही है''. शीख विरोधी हिंसाचाराचे हे उघड समर्थन नव्हते का? राहूलजींच्या मुलाखतीत अर्णब गोस्वामींनी या वक्तव्या बाबत खुलासा कां मागितला नाही? असो. ती मुलाखत इतकी आळणी होती आणि त्याबद्दल आधीच माध्यमांमधे भरपूर चर्चा झाली असल्याने पुन्हा उजळणीची गरज नाही. राजीव गांधींच्या वरील वक्तव्याने शीख समुदायात उफ़ाळलेला संताप मी स्वत: त्यावेळी पंजाबात असल्याने जवळून पाहिला आहे. १९८४ च्या हत्याकांडाचे ते भीषण स्वप्न शीख समुदाय विसरणे शक्य नाही. त्यांना न्याय हवा जो मिळत नाही याचा त्यांना सार्थ राग आहे. अशा पार्श्वभूमीवर त्या आठवणींना उजाळा न मिळू देण्याची सावधगिरी काँग्रेस नेत्यांनी बाळगलेली नाही. विरोधकांना पलटवार करण्याची संधी मात्र दिली.

गुजरात दंगलींना १२ वर्षे लोटली. य़ा काळात त्यांचा वारंवार उल्लेख करून मुस्लिमांच्या भावना भडकवण्याचा प्रयत्न काँग्रेस नेत्यांनी सतत चालू ठेवला. या माकडचेष्टांमुळे पाकिस्तानच्या आय.एस.आय. ला मुस्लिम हस्तक मिळणे मात्र फावले. (हल्लीच्या मुझफ़्फ़रनगर

दंगलींनंतर उभारलेल्या शिबिरांत पाक गुप्तहेर सक्रीय झालेत हे राहूलजींचेच विधान बरे) आणि आता शीख विरोधी दंगलीं नंतर तीन दशकें लोटली असतांना जुन्या जखमांवरील खपल्या राहुलजींच्या वल्गनेने खरवडून निघाल्या. देशाच्या अंतर्गत सुरक्षेच्या दृष्टीने हे किती अनिष्ट आहे हे काय वेगळे सांगायला हवे? पण ऊठसूट गुजरात दंगलींचे भांडवल करतांना काँग्रेसला ते भान कुठले राहणार. त्यांना तर येनकेन प्रकारेण मोदी हननाचे भूत पछाडले होते. ही तर काचेच्या घरात राहून दुसऱ्यावर दगडफ़ेक करण्यासारखीच बात आहे.

शेवटी दंगलींसारख्या दुर्दैवी घटनांनंतर मृतांच्या आकडेवारीची तुलना करणे मनाला पटत नसले तरी विश्लेषणाला पूर्णत्व आणण्यासाठी गरजेचे आहे. ओपरेशन ब्लू स्टार मधे हुतात्म्य मिळालेल्या कडव्या सैनिकांची संख्या बांगलादेश युद्धात मारले गेलेल्या सैनिकांपेक्षा जास्त होती. शीख विरोधी दंगलींमधे मारलेल्या निरपराध लोकांची संख्या पंजाबातील उग्रवादात जीव गमावलेल्यां पेक्षा किती तरी जास्त होती. दिल्लीत पोलिस गोळीबारात कमीच दंगेखोर मारले गेले. या उलट गुजरात दंगलीत दोन्ही धर्माचे अनेक लोक पोलिस गोळीबारात ठार झाले. या तथ्यांवरून कोणते प्रशासन अधिक दोषी होते याचा निर्णय वाचकांनीच घ्यावा. परिस्थिती आटोक्यात आणण्यासाठी सैन्याला पाचारण करण्यात देखील दिल्लीत विलंबच झाला. राजधानी असून सुद्धा.

आणि पंजाब मधील उग्रवादाच्या मुळाशी देखील भिंद्रानवालेचा भस्मासूर निर्माण करून शीखांच्या भावनांशी खेळण्याचा काँग्रेस प्रणित फसलेला डावच होता हे वेगळे सांगायला नको. देशाने त्याची भारी किंमत चुकवलेली आहे. पण इतिहासाचे धडे आपण कधी शिकलोय?

OOO

२०

विनाशकाले विपरीत बुद्धी

गेल्या ६० वर्षाच्या निवडणूक इतिहासास मागे टाकतील अशा अभूतपूर्व घटना घडत आहेत. सत्ताधारी पक्षाचा उपाध्यक्ष पक्षाने पूर्ण विचारांती घेतलेल्या निर्णयाची जाहीर निर्भत्सना करून परदेशी गेलेल्या, आपल्या दुप्पट वयाच्या, आपल्यापेक्षा सर्व प्रकारे वरचढ असलेल्या पंतप्रधानांस उर्मटपणे आव्हान काय देतो! आणि ते हा अपमान निमूटपणे सहन काय करतात. सत्ताधारी पक्षाची केवळ एका विरोधी नेत्याच्या धडाकेबाज निवडणूक प्रचाराने पार तारांबळ कशी उडते! बुडत्याला काडीचा आधार म्हणतात त्याप्रमाणे तो पक्ष हुकमी एकगठ्ठा मते काबीज करण्याचा घटनाबाह्य आततायी खटाटोप काय करतो!! इतके केविलवाणे चाळे पूर्वी कधी पाहिलेत? यह तो सिर्फ ट्रेलर है. असली पिक्चर तो आगे है! कुठेही जाऊ नका कारण आता पिक्चर केव्हाही सुरू होऊ शकतो.

वरील सर्व विचित्र घटनांची सविस्तर मीमांसा आवश्यक आहे. भ्रष्टाचारात लडबडलेल्या व धोरण लकव्याने ग्रस्त काँग्रेसचे ग्रहच वाईट दिसतात. कलंकित खासदारांना व आमदारांना निवडणुकीस अपात्र ठरवणाऱ्या सर्वोच्च न्यायालयाच्या निर्णयाने आम जनता खूश झाली. शिवाय सत्तेत सहभागी इतर पक्षांच्या भ्रष्ट नेत्यांच्या गैरहजेरीत

आपले कसे होणार या चिंतेने व्याकूळ संयुक्त आघाडीने निर्णयाच्या पुनर्विचारासाठी दिलेली याचिका पण फेटाळली गेली. या पेचातून सुटका करण्याच्या माकडचेष्टेत वटहुकूमाची योजना सर्वसंमतीने राष्ट्रपतींकडे मंजुरीसाठी सुपूर्द झाली. आणि अहो आश्चर्यम्! या सर्व चेष्टांमुळे निर्माण झालेल्या जनक्षोभाचा अचानकच पक्षाच्या राजपुत्रास झाला आणि ते वरील प्रमाणे वटहुकुमाविरुद्ध जाहीर, अशोभनीय वल्गना करते झाले. पण कांही दिवसांतच मातोश्रींच्या उपदेशाचा दाखला देऊन भावनावश झाल्याने बोलून गेलो अशी सारवासारव पण त्यांनी केली. अशा अपरिपक्व व्यक्तीकडे देशाची सूत्रे सोपवण्यासाठी काँग्रेस का धडपडते? आधी पण आमदार, खासदारांना माहिती अधिकार कायद्यात समाविष्ट करणाऱ्या आदेशाची केंद्राने यशस्वी विल्हेवाट लावली होती. या खेपेस मात्र तसला प्रयत्न हुकला. महागाई, भ्रष्टाचार व कुशासनास पार कंटाळलेल्या आणि अनेक निवडणुकांच्या कटु अनुभवांनी शहाण्या झालेल्या संतप्त जनतेला खुळी समजण्याइतका खुळेपणा पन्नास वर्षे सत्ता भोगलेल्या पक्षाने कसा केला? हा बुद्धिभ्रंश नव्हे तर काय?

नरेंद्र मोदींच्या प्रचार त्सुनामीने सत्ताधाऱ्यांची उडालेली तारांबळ मात्र जितकी केविलवाणी तितकीच विनोदी पण आहे. १९८४ सालचे शीख हत्याकांड काँग्रेस सोईस्करपणे विसरली. आता कसेही करून मोदींना निष्प्रभ करण्यासाठी आणि अल्पसंख्यांकांच्या मतांसाठी २००२ च्या गुजरात दंग्यांची सतत उजळणी, इशरत जहाँन चकमक प्रकरण उकरून काढून आपल्याच अखत्यारीतील दोन महत्वाच्या विभागांमध्ये वितुष्ट निर्माण करून, निवृत्त सेनाध्यक्षांचे कथित गैरव्यवहार वर्तमान पत्रांमार्फत नेमके आताच जनतेसमोर आणण्यात कुठला शहाणपणा? मुस्लीम भावनांच्या जाणीवेचा अचानक उद्रेक होऊन त्यांना विनाकारण तुरुंगात डांबले तर भारताबद्दल त्यांना आपुलकी कशी वाटेल? असा पोक्त युक्तिवाद नेमका आताच कसा

सुचला? पण प्रशासन अशा वक्तव्यांनी प्रभावित होणार नाही या जाणीवेने म्हणा किंवा वटहुकूम फसल्याने गेलेली वट हुकूमाने तरी मिळवावी या चतुर हेतूने म्हणा, केंद्रीय गृहमंत्र्यांनी सर्व राज्यांना दिलेले आदेश म्हणजे तर कळसच झाला.

केंद्रीय गृहमंत्री सुशीलकुमार शिंदे यांनी नुकत्याच सर्व राज्यांना धाडलेल्या आदेशावर देशभर टीकेची झोड उठली आहे. निरपराध मुस्लीम लोकांना केवळ संशयावरून अटक करून तुरुंगात डांबले जाऊ नये. स्वयंसेवी संस्था, मानवाधिकार आंदोलक आणि इतर अनेक तक्रारींच्या पार्श्वभूमीवर त्यांनी हा आदेश पाठवला आहे असे म्हणतात. खरे पाहिले तर असा आदेश सर्वच नागरिकांना लागू होतो. धर्माधारित विशिष्ट शब्द प्रयोग असलेला आदेश घटना बाह्य नाही का? काय़द्या समोर सर्व धर्म समान असतांना एकाच समुदायाचा उल्लेख करून काढणे कितपत योग्य आहे? पंजाबमध्ये दहशतवाद फोफावला असताना निरपराध शिखांची धरपकड करू नका, असा फतवा निघाला नव्हता. गृहमंत्र्यांनी नंतर सारवासारव करण्याचा निष्फळ प्रयत्न जरूर केला परंतु त्याने भुलण्याइतकी जनता नक्कीच वेडी नाही. असो.

आता मुस्लीम समुदायाबद्दल काही दुर्दैवी व कटू वस्तुस्थिती पण लक्षात घेणे गरजेचे आहे. देशभर घडलेल्या माझ्या आय.बी.च्या कारकीर्दीत कांही सत्य मी प्रत्यक्ष अनुभवले. ते म्हणजे. १) देशाच्या मुस्लीम बांधवांत ९९..९९९९ टक्के भारतास आपला देश मानतात व देशप्रेमी आहेत. मात्र धर्मांधतेच्या आधारावर झालेल्या फाळणीमुळे त्यांच्याकडे संशयी नजरेने पाहिले जाते. बहुसंख्यांकांनी हा दूषित पूर्वग्रह बदलावा, २) पण त्याच वेळी दहशतवादी घटनांमधे बहुतांशी मुस्लीमच असतात. ३)मुस्लीमांमधे लाखात एखादाच देशद्रोही सापडेल. पण पंधरा कोटींच्या समाजात ती संख्या पंधरा हजारांवर पोहचते ही बाब दुर्लक्ष करण्याजोगी नाही. आणि ह्याच गटाचा

पाकिस्तान पुरेपूर फायदा घेतो हे आपण विसरू नये. सामाजिकदृष्ट्या आपल्यासारख्या लोकांच्या सान्निध्यात वास्तव्य करण्याची नैसर्गिक वृत्ती व सुरक्षिततेची भावना आपल्या सर्वांत असते तशीच त्यांच्यात पण आहे आणि अशा गटनिहाय सोसायट्यांतच छुप्या स्लीपर सेल अस्तित्वात येतात. साहजिकच दहशतवादी घटनांच्या तपासात संशयाची सुई त्यांच्याकडे जाते. उगीच कोण भानगडीत पडेल या सार्वजनिक प्रचलित मानसिकतेमुळे तेथील शेजारी पाजारी रहिवासी पण माहिती देण्यात उदासीन असतात. या सर्व अडचणींचा परिणाम संशयितांच्या पोलिस तपासाच्या कारवाईत होतो. खिसेकापू, साखळीचोर, घरफोडे, दरोडेखोर अशा गटातील संशयितांवर त्या त्या संबधित गुन्ह्याच्या तपासात पण अशी संक्रांत येतेच. पोलीस तपासाच्या या साध्या प्रचलित पद्धतीवर सरसकट जातीयवादाचा ठपका आणून आक्षेप घेणे कितपत रास्त आहे?

तुरुंगात खटल्यांच्या निकालाची वाट पहात असलेल्या आरोपींमध्ये मुस्लिमांची संख्या लक्षणीय आहे हे खरे असले तरी त्यासाठी पोलिसांवर मुस्लीमांच्या स्वैर धरपकडीचा आरोप करणे चूक आहे. आपली न्यायव्यवस्था अनेक कारणांस्तव कमालीच्या कूर्मगतीने चालते. त्यामुळे कारावासात खितपत पडलेल्यांची संख्या वाढते हे लक्षात घ्यावे. दहशतवादी घटनांचे खटल्यांचे कामकाज झपाट्याने उरकले, मुस्लीम समाजाचा उत्कर्ष झाला, त्यांच्यात साक्षरतेचे प्रमाण वाढले तर ही संख्या नक्कीच खूप कमी होईल यात शंका नाही. न्याय व्यवस्थेतील सुधारणा व सामाजिक सुधारणांकडे कोण लक्ष देणार? पोलीस?

शरीरा वरील खरूज वेदनाशामक मलम लावून किंवा खाजवून बरी होत नसते. खरूज अशुद्ध रक्तामुळे होते. धार्मिक वैरभावाच्या खरजेचे समाज सुधारणेनेच निवारण शक्य आहे. खाजवून किंवा वरवरचे लांगुलचालनाचे प्रयत्न करून निवारण होणार नाही. राजकीय

पक्ष या समाजाकडे केवळ मतपेढी म्हणून बघत आले आहेत. समाजाचे पुनरुत्थान, प्रगती करण्याकडे कितपत लक्ष दिले गेले यावर अंतर्मुख होऊन विचार करण्याऐवजी असले अविचारी आदेश देणे हेच आक्षेपार्ह आहे.

कांही तुरळक अपवाद वगळता पोलीस तपास यंत्रणा कायद्याच्या चौकटीतच कार्यरत असते. धार्मिक आकसापोटी किंवा राजकीय दबावाखाली दहशतवादी घटनांचा तपास केला जात नाही हे आवर्जून सांगावेसे वाटते. असे असताना स्वत: माजी पोलीस कर्मचारी असलेल्या माननीय गृहमंत्र्यांनी अशा प्रकारचा आदेश कसा दिला? त्यांना न्याय्य सल्ला देणारे गृह मंत्रालयात कोणी नव्हते का?

महाभारतात जरासंधाला जागोजागी कृष्णच दिसत होता. अगदी तसेच सत्ताधारी पक्षाला सध्या जळी, स्थळी, काष्ठी, पाषाणी मोदीच दिसत आहेत. त्याला कसे तोंड द्यावे हेच त्यांना कळेनासे झाले आहे. दुसरे काय? सांप्रत भयगंडाचे, मोदी फोबिया हेच अचूक निदान आहे.

ooo

२१

बुडत्याला 'टॅप' चा आधार

शंभर उंदीर खाऊन बोका काशी यात्रेला निघाला. किंवा सौ चूहे खाकर बिल्ली निकली हज. तुम्ही कोणती म्हण वापरता यावर तुमच्या धर्मनिरपेक्षतेची कसोटी आहे. पण निवडणूक प्रचाराच्या धुळवडीत या म्हणींचा काय संबध? नक्कीच आहे. सध्या इतर ठोस मुद्द्यांच्याअभावी काँग्रेसने मोदी व त्यांचा उजवा हात अमित शाह यांच्यावर आरोप केला आहे कि एका तरुणीचे टेलिफोन मोदी सरकारच्या सांगण्यावरून २००९ साली टेप केले गेले. इतकेच नाही तर तिच्यावर पाळत पण ठेवण्यात आली. पंतप्रधान होण्याची स्वप्नें पाहणाऱ्या मोदींवर केवढे गंभीर आरोप हे? अगदी खरे. आणि इथेच वरील म्हण चपखल लागू होते. ती कशी? जरा बघाच.

गेल्या ६७ वर्षांपकी बहुतांश काळ सत्तेवर असणाऱ्या काँग्रेस शासनावरच अनेकदा चोरून फोन संभाषणे टॅप करण्याचे आरोप झाले हे सत्य विसरून चालणार नाही. आणीबाणीच्या काळात तर खुद्द वरिष्ठ काँग्रेसी नेत्यांना या गोष्टीची इतकी दहशत होती की इंदिरा विरोधी मंत्री आपली खलबतें बंगल्याबाहेर उघड्या अंगणात करत. आजपर्यंतच्या बहुतांश काँग्रेसी पंतप्रधानांबद्दल वरिष्ठ नेत्यांना तसेच राज्यातील मुख्य मंत्र्यांना संशयाच्या भुताने पछाडलेले असायचे

की राज्यातील व दिल्लीतील आय.बी. प्रमुख त्यांचे फोनवरचे संभाषण टॅप करून दिल्लीला कळवतात. आरोपांची ही चिखलफेक काँग्रेस व विरोधी पक्षांमध्ये तर अविरत असायचीच. तपशील हवेत? ते पण घ्या.

१९९० साली व्ही.पी.सिंग पंतप्रधान असतांना श्री. चंद्रशेखर यांचे फोन टॅप होत असल्याच्या आरोपांची रीतसर सी.बी.आय चौकशी होऊन आरोप निराधार आहेत का याची शहानिशा झाली होती. नंतर चंद्रशेखर स्वत: सत्तेवर असताना राजीव गांधींवर पाळत ठेवल्याच्या आरोपांना त्यांना सामोरे जावे लागले. हे आरोप केवळ सत्ता उलथून पाडण्यासाठी होते हे नंतर लवकरच घडलेल्या मुदतपूर्व निवडणुकांवरून दिसून आले. नंतर १९९१ साली नरसिंह राव पंतप्रधान असतांना त्यांना शह द्यायला टपलेल्या वरिष्ठ मंत्र्यांनी (अर्जुन सिंग), व एका काँग्रेसी मुख्यमंत्र्यांनी (नाम निर्देश टाळतो कारण हा संशय खासगीत व्यक्त झाला) तसेच तत्कालीन मुख्य निवडणूक आयुक्त टी.एन.शेषन यांनी हे शस्त्र रावसाहेबांविरुद्ध वापरले. या प्रकरणी पण आय.बी. ने. सविस्तर चौकशी करून त्यांतील फोलपणाची खात्री पटवून दिली होती. (हा स्वानुभव आहे इतकेच थोडक्यात सांगतो). आता सध्या सुरू असलेल्या प्रकरणाचा विचार करूया.

काँग्रेसच्या आरोपांमधून कांही प्रश्न उद्‌भवतात. १) सदर प्रकरण २००९ सालचे असताना नेमके आताच कसे चर्चेत आले? २) सदर टेप्स सी.बी.आय. च्या दुसऱ्या एका खटल्याच्या तपासाच्या एका भागात समाविष्ट असताना 'कोब्रा पोस्ट' या संस्थेस कशा मिळाल्या? इशरत जहान प्रकरणातदेखील सी.बी.आय. च्या तपासाची दैनंदिन बित्तंबातमी 'इंडियन एक्सप्रेस' दैनिकात रोज प्रसारित होत असे. हे संशयास्पदच नाही का? ३) जिच्यावर पाळत ठेवली गेल्याचा आरोप आहे त्या तरुणीची स्वत: या विरुद्ध तक्रार होती का? तिच्या वडिलांच्या विनंती वरूनच पाळत ठेवण्यात आल्याचे सकृत्‌दर्शनी

दिसते. मग यात गुन्हा झाला असे कसे म्हणता येईल? ४) काम काजादरम्यान अधिकाऱ्यांचे मंत्र्यांबरोबर फोनवर वार्तालाप होतच असतात. ते टेप करण्याचा आगाऊपणा अधिकाऱ्याने कां केला? (आजकालच्या भ्रष्ट वातावरणात ते योग्यच आहे असे मान्य करायची दुर्दैवाने वेळ आली आहे कारण खुद्द सर्वोच्च न्यायालयानेच मंत्र्यानी हाताखालील अधिकाऱ्यांना लिखित आदेश द्यावेत असे म्हटले आहे) अशा अनाठायी प्रसिद्धीचा संबंधित महिलेच्या वैयक्तिक जीवनावर किती विपरित परिणाम होईल याची कोणीही जाण ठेवली नाही हे किती लज्जास्पद आहे. तिच्या आत्मसन्मानाची इतकी काळजी दाखवणाऱ्या काँग्रेस नेत्यांनी व प्रसारमाध्यमांनी तिची ओळख पटवून घेण्याचा हट्ट कां धरावा?

तात्पर्य, टेपची विश्वासार्हता सिद्ध झाल्याशिवाय प्रसारमाध्यमांनी व इतर पक्षांनी त्याचे भांडवल करू नये.

विरोधकांच्या हालचाली व विचारविनिमयांवर नकळत बारीक नजर ठेवणे ही तर शासनकर्त्यांची 'मजबुरी' असते. ही चाणक्य नीती पूर्वापार चालत आली आहे. मैत्रीचे संबंधदेखील त्याच्या आड येत नाहीत. या क्षेत्रात सापडला तर चोर एरवी साव हा अलिखित प्रघात आहे. अमेरिकेचे माजी राष्ट्राध्यक्ष निक्सन सापडले म्हणून पदच्युत झाले. सध्या मित्र राष्ट्रांच्या नेत्यांच्या टेलीफोन संवादावर पाळत ठेवल्यामुळे अमेरिकेवर किती नामुष्कीची वेळ आली आहे हे आपण पाहतोच आहोत.

एकंदरीत उडदा माजी काळेगोरे काय निवडती निवडणारे (इति: श्री व्यंकटेश स्तोत्र) असेच म्हणवे लागेल.

OOO

सत्तेसाठी काही पण!

'पाण्याविना मासोळी तैसा तुका तळमळी'. अशी अवस्था सध्या काँग्रेसची होत आहे. साहजिकच असा प्रश्न पडतो, की काँग्रेस आणि तुकारामात अर्थाअर्थी तरी काय साम्य? तुकोबा तर अर्था (पैसा) पासून पूर्ण पणे अलिप्त आणि काँग्रेस तर अर्थाशी पूर्ण लिप्त. शिवाय तुकाराम तुळस तर काँग्रेस तंबाखु. कबूल, पण तळमळ तर दोघांना आहे ना? झाले तर. फरक एवढाच की तुकारामांची तळमळ ईश्वर प्राप्तीसाठी होती; तर काँग्रेस पक्षाची सत्तेसाठी आहे. या अवस्थेमुळे तिचा संयम आणि विवेकबुद्धी नष्टप्राय झाली असे चित्र दिसत आहे. सांप्रत (२०१३-१४) निवडणूकपूर्व घटनांवर जरा सविस्तर, चौकस दृष्टिक्षेप टाकल्यास हेच दिसते.

२००२ साली गुजरात आणि देशात काँग्रेस सत्तेपासून वंचित होती आणि आता (२०१२-१३) चार राज्यांत सपशेल तोंडघशी पडल्यावर आणि केंद्रात देखील हीच वेळ येण्याचे निश्चित संकेत दिसत असताना तिची अवस्था अधिकच केविलवाणी झाली आहे, हे काँग्रेसच्या नेत्यांच्या तेंव्हाच्या आणि आताच्या वल्गनांवरून स्पष्टच आहे. २००२ नंतरच्या निवडणूक प्रचारात सोनियाजींनी मोदींची 'मौत के सौदागर' अशी संभावना केली. याचा परिणाम मात्र उलटाच

झाला, त्यानंतर आजतागायत त्या पक्षाला गुजरातेत जनतेने नकारले आहे. काँग्रेसची एक खासियत आहे. जुन्या अनुभवांपासून धडा न घेणे. आता मोदींवर तसेच तोंडसुख घेण्याची त्यांची खुमखुमी पुन्हा उचल खात आहे. १९८४ च्या शीख दंगली सोईस्करपणे विसरून गुजरात दंगलींचे तुणतुणे काँग्रेसचे नेते कटाक्षाने वाजवतात. आता 'नरेंद्र मोदी देशकी बरबादी' ही निवडणूक घोषणाच मनमोहन सिंग यांनी जणू काही दिली हे त्यांच्या नुकत्याच झालेल्या पत्रकार परिषदेतील वक्तव्यावरून दिसते. मोदी पंतप्रधान झाले तर देश बरबाद होईल हे विधान दिग्विजय सिंह, राहुल अथवा सोनियाजी सारख्यांच्या तोंडीच शोभण्यासारखे आहे. एका पंतप्रधानाच्या आणि ते देखील पत्रकार परिषदेसारख्या मंचावर तर नक्कीच नाही. जनतेच्या लेखी मोदीची नाचक्की करण्यासाठी कोणताही युक्तिवाद कोणताही मंच काँग्रेस नेते किंवा त्यांची जणू सुपारीच घेतलेले बुद्धिवंत सोडत नाहीत. मराठी साहित्य संमेलनाच्या मंचावर कुमार केतकर यांनी लावलेला जावईशोध हास्यास्पदच म्हणावा लागेल. मोदींविरुद्ध इतर शेरेबाजी करत केतकरांनी मोदींच्या उदयाचा संबंध थेट नरेंद्र दाभोलकरांच्या आणि महात्मा गांधींच्या हत्येशी संलग्न प्रवृत्तींशी लावला. साहित्य संमेलनाच्या व्यासपीठाचा राजनीतीचा आखाडा करणे कितपत रास्त आहे? म्हणतात ना, 'मरता, क्या न करता'.

काँग्रेसचा हा मोदी फोबिया जरासंधाला वाटणाऱ्या कृष्णाच्या भीतीसारखाच आहे आणि आता तर केजरीवाल काँग्रेसची झोप उडवत आहेत. परिस्थिती अशी आहे की तिसरी आघाडी जरी कोणत्याही अवतारात निवडणुकीच्या रिंगणात उतरली तरी त्याचा फायदा काँग्रेसला होणे सुतराम शक्य नाही. मत विभागणीची कोणतीही समीकरणे काँग्रेसच्या बाजूला झुकणार नाहीत हे चित्र दिवसेंदिवस स्पष्ट होत आहे. कारण एकच- मतदाराला आता काँग्रेसचा उबग आला आहे. मत दुसऱ्या कोणाला पण देऊ काँग्रेसला नाही या

मानसिकतेप्रत जनता आली आहे.

गेल्या सहा दशकांतील सार्वत्रिक निवडणुकांचा आढावा घेतल्यास एक गोष्ट प्रकर्षाने नजरेत भरते ती म्हणजे सत्तेवरील मजबूत पकड घालवण्यात काँग्रेस पक्ष पटाईत आहे.

○○○

भरला पापांचा घडा... पण पुढे काय?

महाभारत आठवा, शंभर पापें झाल्यानंतर शिशुपालाचा वध करण्याचे वचन भगवान श्रीकृष्णाने दिले होते आणि ते त्याप्रमाणे पाळले. हे कलियुग असले तरी महाभारतातील प्रसंग भारतास तंतोतंत लागू होतात. नुकत्याच (२०१४) झालेल्या ऐतिहासिक निवडणूक निकालांनी ते पुन्हा सिद्ध केले एवढेच. सहा दशके देशावर राज्य करतांना काँग्रेसने जी अनेक दुष्कृत्यें केली, त्यामुळे ती शिक्षेस पात्र होती. उणीव फक्त भगवंताचीच होती. गेल्या दहा वर्षातील कुशासनाने तो प्रक्षुब्ध जनतेच्या रूपात प्रकट झाला आणि त्याने काय किमया केली हे जाहीर आहे. निवडणूक निकालांचे आता निरनिराळ्या दृष्टिकोनातून बोजड, क्लिष्ट, पांडित्यपूर्ण भाषेत, आकडेमोडीसकट विवेचन (नव्हे विचक्षणा) पण झाले आहे. निवडणूक प्रचारादरम्यान मोदींविरुद्ध बेफाम, अशिष्ट प्रचार करणारी प्रसारमाध्यमें तर आता त्यांचे जणू गौरवग्रंथच प्रसिद्ध करत आहेत. परंतु या ऐतिहासिक घटनेचा साधा, सर्वसामान्याला उमजेल असा अन्वय मात्र नक्कीच लावता येईल.

या निवडणुकीची कांही ठळक वैशिष्ट्ये आहेत आणि त्यांचा मतदारांच्या मनावर प्रचंड आणि निर्णायक परिणाम झाला. ती म्हणजे

१) यू.पी.ए. सरकारच्या कारकीर्दीत बोकाळलेला बेफाम भ्रष्टाचार व कुशासन, २) काँग्रेसची बेजबाबदार घराणेशाही आणि त्यामुळे पार ढासळलेली सरकारची पत प्रतिष्ठा, ३) अर्थव्यवस्थेची घसरण ४) धोरण लकवा ५) जनसामान्यांच्या अडचणींकडे दुर्लक्ष आणि त्यांच्यामधील निर्माण झालेली खोल दरी, ६) वाढती महागाई, ७) मतदाराला गृहीत धरण्याची पारंपरिक मानसिकता ८) जनतेसमोर दुसरा पर्यायच नाही हा भ्रम आणि मगरुरी, ९) धार्मिक एकगठ्ठा मतांच्या राजकारणावर भर. त्यामुळे ढोंगी धर्मनिरपेक्षतावादाचा बहुसंख्यांकांना आलेला उबग आणि आपला केवळ मतांसाठीच वापर केला जातोय याची अल्पसंख्यांकांना झालेली जाणीव. १०) मतदानाचा वाढलेला टक्का. ११) अनेक कटू अनुभवांती शहाणा, चोखंदळ झालेला व अतिशय संतापलेला मतदार. आणि १२) रा. स्व. संघशक्तीचे भक्कम पाठबळ.

वरील वस्तुस्थितीमुळे मतदाराच्या मनातील राग किती पराकोटीला गेला होता हे समाजात वावरणाऱ्या कोणालाही समजण्यासारखे होते. वरीलपैकी बरेच मुद्दे आधीच्या निवडणुकीत नव्हते असे नाही; परंतु विखुरलेल्या अनेक लहान सहान, क्षेत्रीय पक्षांच्या एकजुटीअभावी एक मजबूत व विश्वासार्ह पर्याय अस्तित्वात येऊच शकला नाही. काही संधिसाधू, प्रादेशिक संकीर्ण गटांची मोट बांधून शासनावर प्रभुत्व गाजवण्याचा मंत्र काँग्रेसला गाफिल करण्याइतपत अंगवळणी पडला. देश पुन्हा त्रिशंकू संसदेच्या आणि अस्थिर, कमजोर शासनाच्या कचाट्यात सापडेल की काय अशी भीती वाटत होती. परंतु अमावास्येच्या रात्रीनंतरदेखील सूर्योदय होतोच आणि तो झाला. राजकारणात अस्पृश्य म्हणून हेटाळल्या गेलेल्या नरेंद्र मोदींच्या रूपात.

सलग तीन निवडणुकांतील भरघोस विजय, गुजरातेतील लक्षणीय प्रगती, प्रशासकीय धडाडी, निष्कलंक चारित्र्य आणि प्रामाणिकपणा या भांडवलाच्या जोरावर मोदींनी गेल्या वर्षी महाविद्यालयीन

विद्यार्थ्यांसमोर उभे केलेले देशाच्या उज्ज्वल भवितव्याचे स्वप्न तरुणाईला भुरळ पाडणारे होते. तिथून सुरू झालेल्या मोदींच्या असामान्य अश्वमेधाने तर देश पादाक्रांत केलाच; शिवाय राज्यकर्त्यांच्या उरात धडकी भरवली. या सर्वाचे पर्यवसान देशापुढे आहेच. काँग्रेस व इतर मातब्बर पक्षांच्या डोळ्यांपुढे अजूनही काजवे चमकत आहेत. त्यातून सावरणे त्यांना नक्कीच जड जाईल आणि वेळ पण लागेल.

मोदींचा शपथविधी झाला आणि नवीन शासनापुढील यक्षप्रश्न समोर येऊ लागले आहेत. दिलेली आश्वासने आणि जनतेच्या आकांक्षा पूर्ण करणे कांही सोपे काम नव्हे. भक्कम जनाधाराच्या जोरावर आणि गुजरातेतील गेल्या दशकात मिळालेल्या अनुभवाच्या शिदोरीवर मोदी हे आव्हान पेलतील अशी अपेक्षा आपण नक्कीच करू शकतो. पण 'शुभमंगल' झाल्यावर लगेच 'सावधान' हा इशारा पण असतो हे विसरून चालणार नाही. या इशाऱ्याचे पूर्ण रूप जाणून घेऊ या.

गेल्या वर्षी पंतप्रधानपदाचे उमेदवार म्हणून मोदींची नेमणूक करण्यास त्यांच्याच पक्षाच्या कांही दिग्गजांचा विरोध होता. आता मोदींच्या ऐतिहासिक विजयामुळे त्यांना आपली जागा कळली असली तरी सूप्त असूया राहीलच. शिवाय महत्वाची मंत्रालयें न मिळाल्याची बोचणी असेलच. ही तारेवरची कसरत मोदींना करावीच लागेल व अंतर्गत छुप्या हितशत्रूंपासून पण सतर्क रहावे लागेल. शिवाय ब्रह्मचारी विरुद्ध कन्याकुमारी ही डोकेदुखी राहीलच. अटलजींच्या वेळी होती तिच्या तुलनेत ती जरा सौम्य असेल इतकेच. सत्तारूढ झाल्यावर विरोधी पक्षाविषयी सूड भावना बाळगणे मोदींना भविष्यात हानिकारक ठरेल. त्या मोहापासून त्यांनी दूर राहिलेलेच बरे. शपथविधीनंतर मोदींच्या एकंदर वक्तव्यात संयम, दूरदर्शीपणा व सर्वांना बरोबर घेऊन वाटचाल करण्याची इच्छा स्पष्ट दिसते ही आश्वासक बाब आहे.

खुद्द चीनने रंग बदलला आहे, परंतु त्यांच्या भारतीय अनुयायांना अद्याप शहाणपण आलेले नाही, येणार पण नाही. त्यामुळे बंगाल व केरळ सोडून इतरत्र ते भविष्यात दखलपात्र राहणार नाहीत. तिथेसुद्धा बदलत्या वैचारिक प्रवाहात ते तग धरू शकतील असे वाटत नाही. मुलायम सिंह यांचा समाजवादी पक्ष केवळ मुस्लिमांचा पाठीराखा म्हणून काही काळ जगेल. उत्तर प्रदेश व्यतिरिक्त तो नगण्यच आहे. आणि राज्यात झालेल्या बलात्कार मालिकेने तर या पक्षाची पार नाचक्कीच झाली आहे. या पार्श्वभूमीवर भाजपला उत्तर प्रदेशात पुन्हा वर्चस्व प्रस्थापित करणे अशक्य नाही. अमित शहांनी मिळवलेल्या आश्चर्यकारक यशाने या दिशेने मुहूर्तमेढ केली आहे असे म्हणता येईल.

बहुजन समाज पक्ष मात्र आव्हान ठरू शकतो, पण दलितांचे कैवारी हे एकुलते एक आकर्षण मायावतींना पुरेसे नाही. पुरोगामी सामाजिक सुधारणा आणि दलितांच्या पुनरुत्थानाकडे सर्व राज्यांनी लक्ष दिल्यास मायावती नंतर या पक्षाला तूर्त तरी भवितव्य दिसत नाही.

सोळाव्या संसदेचे रूप तूर्त तरी असे एकतर्फी आहे. एक दशक सत्ताधारी असलेला यूपीए आता युपीए म्हणून विरोधी पक्षांत सुद्धा बसू शकणार नाही असे निवडणुकांपूर्वी कोणी म्हटले असते तर त्याला वेड्यांच्या इस्पितळात धाडले गेले असते. तात्पर्य भाजपला केंद्रात तरी अनिर्बंध सत्ता गाजवता येईल आणि इथेच अखेरचा इशाराः संयम, सचोटी, कार्यक्षमता आणि प्रामाणिकपणे कारभार करा. मतदाराला गृहीत धरू नका. उतू नका मातू नका, घेतला वसा टाकू नका.

OOO

जरा तमीज़ सीखिये मियाँ!

निवडणूक प्रचाराच्या धुरळ्यात इतकी अगतिकता असेल असे एरवी खरे वाटले नसते पण ते देखील या निवडणुकीत (२०१४) होत आहे. पराभव स्पष्ट समोर दिसल्यावर काँग्रेसची मानसिकता कशी होते याचे हे उदाहरण. विरोधकांच्या टीकेचा भडिमार सत्ताधारी पक्षाला किती असह्य आणि असाहाय्य करू शकतो हे त्यांच्या प्रतिसादावरून उघड होते. प्रसारमाध्यमांच्या शेरेबाजीला वैतागून गृहमंत्री इलेक्ट्रॉनिक माध्यमांनाच संपवण्याची धमकी देतात आणि त्यांच्या वल्गनेवरील टीकेने गांगरून नंतर सफाई करत म्हणतात की त्यांचे लक्ष्य सोशल मीडिया होते. बेजबाबदार विधाने करून नंतर सारवासारव करणे हे तर काँग्रेस नेत्याचे आता नेहमीचेच झाले आहे. परंतु या वक्तव्यांनी पक्ष चिखलात कसा खोलवर रुतत जातो याचे त्यांना भान उरलेले दिसत नाही. दुसरे काय?

इतकी वर्षे भ्रष्टाचार व निष्क्रीयतेत घालवल्यावर आता, निवडणूक तोंडाशी आल्यावर, काँग्रेस वटहुकूमांचा सपाटा लावण्याच्या लगबगीत आहे हे लक्षण अगतिकतेचे नव्हे; तर कसले? एरवी गरजणारी काँग्रेसची दिग्विजय सिंह नावाची तोफ अद्याप शांत आहे याचा अर्थ काय असू शकतो? ठोस मुद्यांच्याअभावी ते बिचारे तरी काय

मुक्ताफळें उधळणार? पण त्यांची जागा घेण्यास सलमान खुर्शीद पुढे सरसावले आणि नरेंद्र मोदी नपुंसक असल्याची किळसवाणी शेरेबाजी त्यांनी केली. तसे पहिले तर खास 'लखनवी तहजीब'चा वारसा त्यांच्याकडे असताना त्यांच्या तोंडी असली अभद्र भाषा ऐकून काँग्रेससकट सर्व पक्षांना आश्चर्यच वाटले. राहुलजींनी तर त्यांना रीतसर कानपिचक्या पण दिल्या. मोदींनी मात्र तिकडे साफ दुर्लक्ष करून त्यांची योग्य जागा त्यांना दाखवली. पण मूर्ख वचनानंतर हास्यास्पद सारवासारव करणे हे तर काँग्रेस नेतृत्वाच्या अंगवळणी पडलेले दिसते. आपले विधान राजकारणाच्या आणि विशेषत: २००२ मधील गुजरात दंगलीच्या संदर्भात होते अशी सफाई देतांना खुर्शीद १९८४ च्या शीखविरोधी दंगली मात्र साफ विसरले. आता त्यांच्या विधानावर एक सवाल विचारता येईल की नुकतेच महिला अधिकारी देवयानी खोब्रागडेंचे अमेरिकेत उघड वस्त्रहरण झाले तेव्हा जनाब खुर्शीद यांचा पुरुषार्थ कुठे होता? त्यानंतर त्यांनी केलेल्या निरर्थक अकांडतांडवाचा अमेरिकेवर कांहीही परिणाम झालेला दिसत नाही. देवयानी तिकडे आजन्म गुन्हेगारच मानली जाणार. अशा व्यक्तीच्या हाती आपले परराष्ट्र धोरण कितपत सुरक्षित आहे? मला वाटते मियाँ खुर्शीद यांनी लखनौच्या एखाद्या उमराव जानच्या कोठीत तहेजीब, तमीज़ आणि नजाकतीची तालीम घ्यावी. खुर्चीतून पायउतार झाल्यावर या 'सॅबबॅटिकल'ची त्यांना निहायत गरज आहे.

आणि आठवते? कांही महिन्यांआधी मणि शंकर अय्यर यांनी मोदींची 'चायवाला' म्हणून हेटाळणी केली होती. असो, कोळसा उगाळावा तेवढा काळाच. प्रदीर्घ काळ सत्तेत राहून कॉग्रेस नेत्यांच्या रक्तात उर्मटपणा किती भिनला आहे हे दिसून येते.

राहुल गांधींच्या निर्देशांवर पक्ष कसा झुलतो हे दिसतेच आहे. गेल्या वर्षी अनुदानित एल.पी.जी. सिलिंडर ची मर्यादा योग्य आर्थिक निकषांच्या आधारे सहावर केली गेली. पुढे निवडणुकी लक्षात घेऊन

ती नऊवर वाढवण्यात आली आणि राहुलजींना जनतेच्या गरजांचा अचानक साक्षात्कार काय झाला आणि ती संख्या आता बारावर गेलीसुद्धा आणि या योजनेत अंतर्भूत असलेले अनुदान थेट खात्यात जमा करण्याची व्यवस्था क्षणार्धात निराधार झाली, नव्हे; अंतर्धान पावली. आधार योजना मुळात अतिशय पुरोगामी, लोकहिताची आणि तर्कसंगत असून तिचे इतर बरेच फायदे पण आहेत. परंतु आधी योजनेच्या अंमलबजावणीची पुरेशी पूर्वतयारी मात्र केली गेली नाही आणि अर्धवट तयारीमुळे त्या चांगल्या योजनेची वाट लागली हे सत्य नाकारता येणार नाही. एकदा बासनात गुंडळलेली आधार योजना पुन्हा अंमलात येणार की नाही याविषयी शंकाच आहे. अन्न सुरक्षेसह घाईघाईने राबवलेल्या एकूण एक योजना अशाच तोंडघशी पडणार हे सांगायला कोणा ज्योतिषाची गरज नाही. परंतु ही सर्व खरकटी नव्या सरकारच्या माथी पडतील, आज त्याचे श्रेय तर पदरी पाडून घ्यावे हा सोईस्कर आणि मतलबी विचार काँग्रेसने केला असणार हे काय लोकांना कळत नाही?.

यूपीए च्या दहा वर्षाच्या प्रदीर्घ कार्यकालात पुरेसा गृहपाठ करून लोकोपयोगी योजना सहज राबवता आल्या असत्या. त्याऐवजी निवडणुका तोंडाशी आल्यावर केलेली ही फाजील धावपळ न कळण्याइतका मतदार मूर्ख नाही.

काँग्रेसचा कावा उघड आहे. पराभव ठरलेला आहे हे तिला कळले आहे. वटहुकूम काढून निवडणुकीत त्यांचे श्रेय लाटायचे. संमत करण्याची जबाबदारी आणि रिकामी तिजोरी मात्र नवीन सरकारच्या माथी मारायची. उपलब्ध बहुमताच्या जोरावर या सर्व वटहुकुमांच्या तरतुदी संसदेत मागेच मंजूर करून घेता आल्या असत्या. तेव्हा भ्रष्टाचारात आकंठ बुडालेले आणि इतर बाबतीत धोरण लकव्याने पछाडलेले सरकार आता दुसरे करणार तरी काय?

सत्ता सोडताना निदान इभ्रत राखून तरी ती सोडावे हे काँग्रेस कधी शिकणार?

○○○

उत्तर प्रदेशातील दुर्गा पूजा आणि देशाची दुर्गती

स्वातंत्र्य दिन आला, साजरा झाला, रीतीनुसार पंत प्रधानांचे लाल किल्ल्याच्या वास्तूवरून भाषण झाले. त्यावर मोदींची मुद्देसूद टोलेबाजीपण झाली. निवडणूकपूर्व प्रचाराच्या मुष्टियुद्धाची आणखी एक फेरी संपली. सणावारांच्या शुभदिनी देशातील एकंदर परिस्थितीचा आढावा माध्यमांनी आणि विश्लेषकांनी पण एकंदरीत संयमानेच घेतला आणि भविष्याचे आशावादी विवेचन केले. हे उसने स्फुरण किंचित बाजूला ठेऊन जरा अंतर्मुख होण्याची वेळ मात्र आता आली आहे.

वर्षभरातील आपल्या यशाच्या प्रगती पुस्तकाकडे पाहिल्यास आपण कांही अगदीच नापास झालो नसलो तरी जेमतेम ३५ टक्केच गुण मिळवून निसटलो असे वाटते. जरा चौकस नजरेने बघा.

आधार कार्ड योजना ही खरोखरीच पुरोगामी व महत्त्वाकांक्षी योजना. जनतेने प्रारंभी औदासिन्य दाखवून तिला उत्स्फूर्त प्रतिसाद दिला नाही ही जनतेचीच चूक म्हणावी लागेल. परंतु अशा महत्त्वाकांक्षी प्रकल्पांसाठी आधी जनमानस तयार करावे लागते, भरपूर पूर्वतयारी करावी लागते. परंतु ती दुर्दैवाने झाली नाही. आधार योजनेवर अवलंबून असलेली, जनतेला थेट रोख अनुदान देण्याची योजना कार्यान्वित

आहे. तसेच अन्न सुरक्षा विधेयक पण देशातील गोर गरिबांची भूक निवारण्याच्या दिशेने टाकलेले पुढचे पाऊल म्हणता येईल. परंतू ही बुद्धी शासनाला नेमकी निवडणुकीच्या वर्षीच कशी काय सुचली याचे उत्तर उघड आहे. चला, 'देर आये दुरुस्त आये.' शाळांमध्ये माध्यान्ह भोजन व्यवस्था तत्वतः प्रशंसनीय आहे. परंतु आपल्या देशात कोणत्याही कार्यक्रमाची अंमलबजावणी शासकीय अकार्यक्षमतेच्या उंबरठ्यावर ठेचकाळते आणि भ्रष्टाचारात बुडते हा नेहमीचा अनुभव आहे. रेशनिंग व्यवस्थेत बोकाळलेल्या भ्रष्टाचारापासून आपण कांहीच बोध घेतलेला दिसत नाही. माध्यान्ह भोजन व्यवस्थेतही असेच घडत आहे, नाही का? काही राज्यांत या बाबतीत नुकत्याच घडलेल्या शोकांतिका काय सांगतात?

या आणि अशा अनेक क्षेत्रांतील गलथानपणास जबाबदार आहे संबंधित खात्यांचा अपुरा गृहपाठ. 'चलता है' ही वृत्ती, काम चुकारपणा, भ्रष्टाचार आणि प्रशासनातील कौशल्याचा अभाव. यातील पहिले तीन दुर्गुण तर आपल देशाच्या मानसिकतेतच रुजले आहेत. त्यातून सुटका होण्यासाठी देशाला सामाजिक जनजागृती करणारे द्रष्टे नेतृत्व हवे आहे आणि सध्या तरी ते दिसत नाही.

उत्तम प्रशासन व कुशल अंमलबजावणी यांबद्दल बोलायचे तर आपल्याजवळ अभिमानास्पद अशी शासन प्रणाली, (पोलादी यंत्रणा) स्वातंत्र्य मिळाले तेव्हा उपलब्ध होती. भ्रष्ट अधिकाऱ्यांचे प्रमाण तेव्हा हाताच्या बोटावर मोजण्याइतके पण नव्हते. आता हेच वाक्य प्रामाणिक अधिकाऱ्यांसाठी म्हणावे लागते. राजकारण्यांचा हस्तक्षेप हा मुख्यतः या अधोगतीस कारणीभूत आहे. तसेच वरिष्ठ अधिकाऱ्यांचे कमजोर नेतृत्त्वही तेवढेच दोषी आहेच. त्यातून एखादा प्रामाणिक, कर्तव्यदक्ष अधिकारी आडवा आलाच तर त्याची बदली, निलंबन किंवा इतर मार्गाने उचलबांगडी होते. उदाहरणार्थ, उत्तर प्रदेशातील नुकत्याच झालेल्या दुर्गा शक्ती नागपाल या धडाडीच्या व कार्यक्षम

महिला आय. ए. एस. अधिकाऱ्याचे निलंबन. निमित्त काय, तर तिने मशिदीभोवती होणारे अवैध बांधकाम पाडले. वाळू माफियाचे हितसंबंध संभाळणे आणि सोबतच अल्पसंख्यांकांच्या भावना जपणे या हेतूंनी प्रेरित आणि एकगठ्ठा मते टिकवण्याची धडपड हे त्या मागचे खरे कारण.

आय. ए. एस, आय.पी.एस. व इतर भारतीय सेवांच्या वर्तणूक व शिस्तीसंबंधी काटेकोर लिखित नियम असताना ते धुडकावून केलेल्या या कृतीचे उत्तर प्रदेश सरकारने मात्र निर्लज्जपणे समर्थन केले. इतकेच नाही; तर दुर्गा यांना तडकाफडकी, ४२ तासांत निलंबित केले, म्हणत स्वतःची पाठ थोपटली. राज्याला आय.ए.एस. अधिकाऱ्यांची मुळात गरजच नाही असली उर्मट वक्तव्येपण तेथील एका मंत्र्याने केली. राज्यकर्त्यांची नोकरशाहीत होत असलेली ही फाजील ढवळाढवळ केवळ उत्तर प्रदेशापुरती मर्यादित नाही. हा रोग देशभर पसरलेला आहे हे दुर्दैव. कार्यक्षम सनदी नोकरशाही हा प्रशासनाचा पोलादी कणाच तुटत आहे. ही आहे उत्तर प्रदेशाची कलियुगीन दुर्गा पूजा. यात होतो महिषासुराचा विजय आणि दुर्गेची दुर्गती.!

नियतकालिके व इलेक्ट्रॉनिक माध्यमांमार्फत केंद्राच्या तसेच राज्य शासनांच्या महा घोटाळ्यांचे रोजचे रतीब जनतेला हताशपणे सहन करावे लागत आहेत. राजकारणातील गुन्हेगारीचे प्रमाण आटोक्याबाहेर गेले आहे. अण्णा हजारेंचे उपोषण व इतर भ्रष्टाचारविरोधी आंदोलनांना मिळालेला प्रचंड व उत्स्फूर्त प्रतिसाद तेच दर्शवतो. या पार्श्वभूमीवर जनतेच्या भावनांचे प्रतिबिंबच जणू सर्वोच्च न्यायालायाच्या निर्देशांत दिसून येते. न्यायालयाच्या निर्देशानुसार, आरोप सिद्ध झालेल्यांना किंवा तुरुंगात असलेल्यांना निवडणूक लढवण्यास अपात्र ठरवण्यात आले आहे. जनतेने या निर्णयाचे स्वागत केले आणि आता तरी गुन्हेगारी पार्श्वभूमीची मंडळी संसदेत व विधान मंडळात शिरल्यामुळे होणारे लोकतंत्राचे विडंबन थांबेल या विचाराने निःश्वास सोडला. पण

कसचे काय! एरवी कोणत्याही राष्ट्रहिताच्या मुद्द्यावर एक न होणारी राजकारणी मंडळीं सर्वोच्च न्यायालयाच्या या निकालाने बेचैन झाली. या पेचातून सुटण्यासाठी विचारचक्र फिरू लागले आणि कायदा बदलून सोईस्कर पळवाट काढण्याच्या दिशेने पावले पडू लागली आहेत. सर्वोच्च न्यायालयात पुनर्विचार याचिका दाखल करण्याचेदेखील विचार झाले. लोकशाहीचे प्रतीक असलेल्या संसदेच्या पावित्र्यावर होणारा हा आणखी एक आघात.

मुख्य माहिती आयुक्तांनी नुकत्याच दिलेल्या स्वच्छ जनजीवनास आवश्यक असलेल्या आदेशांनी तर नेते मंडळींची झोपच उडाली. राज्यकारभारात व राजकारणात पारदर्शिकता आणणारा हा आदेश. राजकीय पक्ष पण या आदेशाच्या कक्षेत आल्यास त्यांना मिळणाऱ्या अवैध धनस्रोतांना व त्यांच्या इतर कृष्णकृत्यांना आपसूकच आळा बसेल आणि राजकारणातील काळ्या पैशाचा धुमाकूळ बंद होईल या जाणीवेने जनता सुखावली. पुन्हा राजकारण धुरंधरांनी धोक्याची घंटी बडवली. मुख्य माहिती आयुक्तांच्या आदेशातून राजकीय पक्षांना वगळण्याच्या हालचालींनी वेग धरला. या संबंधात केंद्र सरकारला साकडे घालण्यात आले आहे. माहिती अधिकार कायद्यात आवश्यक सुधारणा सुचवणारे प्रस्ताव संसदेत मांडले जात आहेत. ते संमत होतील यात शंकाच नाही. स्वच्छ जनजीवनावर झालेला हा दुसरा आघात आहे.

भ्रष्टाचाराला आळा घालणाऱ्या दुसऱ्या एका योजनेचीही अशीच वाट लावण्याचे केंद्राचे प्रयत्न सुरू आहेत. सरकारच्या पिंजऱ्यातील पोपट अर्थात सी.बी.आय. ला स्वायत्त बनवण्याबद्दल सर्वोच्च न्यायालयाच्या आदेशाची अंमलबजावणी कशी होणार इकडे आता सर्वांच्या नजरा आहेत. पिंजरा उघडला आणि त्यातून उडालेल्या पोपटाचे बहिरी ससाण्यात परिवर्तन झाले तर काय घ्या या भीतीपोटी केंद्राने न्यायालयात सादर केलेले प्रतिज्ञापत्र बोलके आहे. स्वतः सी.बी.

आय. ने केलेल्या शिफारशींना बगल देणाऱ्या या प्रतिज्ञापत्राचे पुढे काय होणार हे काळच ठरवेल. परंतु इतके मात्र निश्चित की सत्तेवर आलेल्या कोणत्याही राजकीय पक्षाला संपूर्ण स्वायत्त सी.बी. आय. परवडणारी नाही. स्वत:ची कृष्णकृत्ये झाकून विरोधी पक्षांची कुलंगडी शोधून त्यांच्यावर दबाव आणण्याचे इतके प्रभावी हत्यार कोणी गमावेल? त्याच्याच जोरावर तर संसदेत व विधि मंडळांत विश्वासदर्शक ठराव संमत होतात, विधेयकें मंजूर होतात. नाही का?

इशरत जहान चकमक प्रकरण गाजत आहे, न्यायप्रविष्ट आहे. ज्या उघड पद्धतीने त्याचा तपास हाताळला गेला त्याने देशाच्या गुप्तचर यंत्रणेवर झालेले विपरीत परिणाम विसरून चालणार नाही. आपल्या अखत्यारीत असलेल्या आय.बी. आणि सी.बी.आय. या महत्त्वाच्या विभागांना एकमेकांविरुद्ध लढवून कोणी काय साध्य केले? आणि केंद्राने सुरुवातीस त्यात केवळ बघ्याची भूमिका घेतली याला काय म्हणावे? यामुळे पाकिस्तानच्या आय.एस.आय. ला आनंदाच्या उकळ्याच फुटत असतील नाही का?

जनतेच्या भावनांना कस्पटासमान लेखण्याच्या नेते मंडळींच्या वाढत्या मानसिकतेने तर बेशरमपणाचा कळसच गाठला. अण्णांच्या बेमुदत उपोषणाच्या वेळी इफ़्तार पार्ट्यांमधे पुख्खा झोडणारी ही मंडळी. स्वत: पंचतारांकित हॉटेलात जनतेचा पैसा उधळायचा आणि कोणत्याशा सर्वेक्षणाच्या आधारावर १२ रुपयांत भरपेट भोजन करता येते असे ठासून म्हणायचे!! गरिबी ही एक मानसिक स्थिती आहे, असा शेरा गरिबांच्या उपाशी पोटांतील खळगी भरेल का? सैन्यातील हुतात्म्याच्या आप्तांचे सांत्वन तर दूर, परंतु सैन्यातील जवान हा हुतात्मा बनण्यासाठीच असतो म्हणणे किंवा दुष्काळात कोरडी पडलेली धरणें लघुशंका करून भरू का? असली वरिष्ठ मंत्र्यांची बेजबाबदार वक्तव्ये किती संतापजनक आहेत याची कल्पनाच केलेली बरी. जनता जनार्दन आणि शासनकर्ते यांमधील भावनिक दरी किती

खोल झाली आहे याचा हा दाखला. सुदृढ लोकशाही अशा नेतृत्त्वाच्या हाती टिकेल?

देश १५व्या सार्वत्रिक निवडणुकांच्या उंबरठ्यावर उभा आहे. गेल्या ६५ वर्षात मतदार खूपच बदलला आहे. चोखंदळ झाला आहे. आणि त्यात शिक्षित, मध्यमवर्गीय आणि तरुण वर्ग बहुसंख्येने आहे ही जमेची बाजू म्हणता येईल. या घटकांनीच निवडणूक प्रक्रियेच्या बाबतीत आजवर दिसून आलेले औदासिन्य झटकणे आवश्यक आहे. शासनातील भ्रष्टाचार आणि अनागोंदी कारभाराविरुद्ध मेणबत्त्या मोर्चे, साखळी उपोषणे असल्या निरर्थक, निरुपयोगी भानगडीत वेळ व ताकद वाया घालवण्यापेक्षा योग्य, कर्तबगार व स्वच्छ प्रतिमेचेच उमेदवार निवडून देण्यासाठी मतदान केंद्रावर त्यांनी हजेरी लावण्यातच देशाचे भले आहे. गुन्हेगारी राजकारणाचा वेळीच नि:पात केला नाही तर निवडून येणारी पुढली संसद आपल्या अशाच प्रतिनिधींनी भरलेली असेल. ते कांही काळ संसदेत; तर उरलेला काळ तिहारच्या तुरुंगात दिसतील. चालेल?

तेव्हा सरतेशेवटी भ्रष्ट राज्यकर्त्यांच्या जाचाला कंटाळलेल्या, मनोबल खच्ची होत असलेल्या, सनदी अधिकाऱ्यांना वडीलकीच्या नात्याने एवढेच सांगावेसे वाटते की मित्रांनो, या संघर्षातून पळ काढू नका. व्यवस्था आत राहूनच सुधारता येते हे लक्षात असू द्या. तुमच्यात अजूनसुद्धा अनेक प्रामाणिक, कर्तबगार मंडळी आहेत. ती तुमच्या साहाय्याने नक्कीच व्यवस्थेत चांगले बदल घडवून आणू शकतील. ती तुमच्या सहकार्याची वाट पाहात आहेत आणि आपल्याला सर्वांना आवाहन करताहेत, की आम्हाला फक्त 'लढ' म्हणा. आमचे शुभाशीर्वाद त्यांच्या पाठीशी आहेत हे काय सांगायला हवे?

OOO

२६

कारभारी जरा दमाने!

हाती आलेल्या संधीचा खेळखंडोबा कसा करायचा हे संघ परिवाराकडून शिकावे. केवळ नरेंद्र मोदींच्या प्रभावामुळे निर्विवाद सत्ता मिळाल्यानंतरच्या घडामोडी तरी हेच सूचित करतात. निवडणुकीत वाताहत झालेले विरोधी पक्ष सरकारला कोंडीत पकडण्यासाठी मुद्दे शोधण्याच्या प्रयत्नांत असताना संधीचा फायदा घेऊन आपले बस्तान मजबूत करण्याची ही नामी संधी त्यांनी गमावण्याची शर्थच केलेली दिसते.

निवडणूक प्रचारात मोदी आणि भाजप यांनी विकासाच्या मुद्यावर भरपूर भर देऊन मते मिळवली आणि निर्विवाद बहुमत मिळवून ते सत्तेवर आले. साहजिकच सरकार स्थापनेनंतर त्या दिशेने ठोस पावले उचलली जातील अशी जनतेची अपेक्षा होती ती मात्र अद्याप फोल ठरली असेच म्हणावे लागेल. उलट आपापला संकुचित हिंदुत्वावर आधारित कार्यक्रम रेटण्याची फाजील घाईच जणू संघ परिवाराच्या घटकांना झालेली दिसते. धर्म/उपासना कोणतीही असो, ज्यांना हिंदू संस्कृतीबद्दल आदर आहे ते सर्व हिंदूच या सरसंघचालकांच्या आधीच्या स्पष्टीकरणाशी हे विसंगतच नाही का? त्यांच्या या बेफाम पणावर निदान सरसंघचालक तरी लगाम घालतील असे वाटत

असताना त्यांनीही संघाबद्दल सहानुभूती असणाऱ्या असंख्य लोकांना निराशेचा धक्काच दिला. विरोधी पक्षांना मात्र उपाशी पोटावर पक्वान्न मिळाल्याचा आनंद झाला. संसदेच्या दोन्ही सदनांत अनेक वेळा सत्र तहकूब होण्यापलीकडे कांही घडलेच नाही. पूर्ण बहुमत असताना असे काही विपरीत घडले हे दुर्दैवच. संघ परिवार आणि कांही भाजप नेत्यांनी निवडलेल्या मुद्यांचा उहापोह आवश्यक आहे:

गांधी हत्या आणि नथुराम गोडसे हे मुद्दे निवडणूक प्रचारात देखील विरोधी पक्षांनी वापरले होते. पण जनतेने तिकडे साफ दुर्लक्ष केले. त्याचा जणू बदला म्हणून कि काय काही भाजप नेत्यांनी गोडसेच्या मृत्युदिनाला सार्वजनिक रूप दिले. विश्व हिंदू परिषदेच्या अग्रणींनी त्याला देश भक्त म्हणून नावाजले; तर काहींनी त्याचे पुतळे जागोजागी उभारण्याचा संकल्प केला. गोडसे आणि गांधी हत्या या विषयावर भरपूर लेखन, चर्चा, अगदी नाटकसुद्धा झालेले आहे आणि त्या घटनेचे खरे पाहिले तर सर्व पैलू पूर्णपणे लोकांना समजले असून त्या इतिहासजमा झाल्या असताना त्याचे असे किळसवाणे राजकारण करण्याची गरजच नव्हती. गांधी आणि गोडसे यांना आपापल्या परलोकात शांतपणे राहू द्यावे ना? जुन्या जखमांवरील खपल्या अशा ओरबाडून समाजशांतता नष्ट करण्यापलीकडे असल्या माकडचेष्टांचे काहीही फलित नसते हे समजण्याइतका सूज्ञपणादेखील परिवाराच्या मंदबुद्धी नेतृत्त्वाकडे नाही हेच खरे. सत्तेबरोबर संयम व शहाणपण यावे लागते हे परिवार सदस्य विसरले.

बाबरी मशीद पाडल्याच्या घटनेचेदेखील असेच जाहीर उत्साहाने स्वागत झाले व राम मंदिर निर्मितीचा निर्धार जाहीर झाला. बाबरी मशीद जोपर्यंत अस्तित्वात होती तोपर्यंत तो मतदारांच्या मनात एक भावनिक मुद्दा होता. परंतु मशीद आततायीपणे उध्वस्त करून संघ व परिवारातील नेत्यांनी जणू निवडणुकांत सोन्याचे अंडे देणारी कोंबडीच मारली. रा.स्व. संघातील एका आदरणीय व अति वरिष्ठ

नेत्यानेच खासगी वार्तालापात माझ्याजवळ हे मत मशीद पडल्यावर व्यक्त केले. आता त्या विषयावर गहजब करण्यात शहाणपणा तो कोणता? या दुराग्रहामुळे देशाची सतत नाजुक असलेली जातीय शांतता धोक्यात आली हे निश्चित. हा विषय देखील लोकांच्या दृष्टीने आता इतिहासजमा होऊन संपला आहे.

यावरही सर्वात कहर म्हणजे विश्व हिंदू परिषद व इतर पारिवारिक मंडळींनी सुरू केलेली धर्मपरिवर्तन मोहीम. 'घर वापसी' म्हणून परिवाराच्या नेत्यांनी तिची भलावण केली. इतकेच नाही तर मोहिमेचे वेळापत्रकच वि.हिं.प ने जाहीर केले आणि २०२१ सालपर्यंत भारत १०० टक्के हिंदुमय करण्याचे आततायी भाकित केले.

संघ परिवाराचा युक्तिवाद असा की भूतकाळात असंख्य हिंदूंना जुलूम जबरदस्तीने अथवा प्रलोभनें देऊन मुस्लीम व ख्रिस्ती बनवण्यात आले असल्याने त्यांना पुन्हा हिंदू धर्मात आणणे यात काहीच गैर नाही. सरसंघचालकांनी तर हे आमचे हिंदुराष्ट्र आहे अशी घोषणापण केली.

या ऐतिहासिक जखमांवर विव्हळायचे असेल तर जरा अगदी हल्लीच्या धर्मांतराकडे नजर टाकूया. भारतरत्न बाबासाहेब आंबेडकरांचे एक वाक्य इथे आठवते. ते म्हणत, ''मी हिंदू म्हणून जन्मास आलो पण हिंदू म्हणून मरणार नाही.'' आणि त्यांनी आपले म्हणणे खरे करत बौद्ध धर्म स्वीकारला. १९५६ सालच्या विजयादशमीला नागपुरात झालेला तो सोहळा मी प्रत्यक्ष पाहिला आहे. 'बाबासाहेब करे पुकार, बौद्ध धर्म का करो स्वीकार' असे नारे देत हजारो दलितांनी बौद्ध धर्म स्वीकारला. ती खरी हिंदुत्वाच्या स्वघोषित रक्षकांसाठी आत्म परीक्षणाची वेळ होती. विचारमंथन गरजेचे होते कि धर्मांतराची ही वेळ का आली? हिंदू धर्म अथवा समाजाने तथाकथित खालच्या वर्गातील लोकांना हजारो वर्षे इतकी हीन वागणूक दिली आणि त्यामुळे त्यांच्यावर इतर धर्म स्वीकारण्याची वेळ आली. या परिस्थितीत

या धर्मांतरास जबाबदार कोण? आणि हिंदू धर्मात परतल्यावर त्यांना चांगली वागणूक व स्थान मिळेल याची शाश्वती काय? संघ परिवार तशी हमी देईल का? दलितांचे जीवन सुधारण्यास संघ परिवाराने काय केले हा प्रश्नदेखील अनुत्तरितच आहे. समाजात फूट पाडणाऱ्या अशा मोहिमा राबवून देशाची सुरक्षितता व अंतर्गत स्वास्थ्य धोक्यात टाकणे या कृतीचे समर्थन होणे शक्य नाही. हिंदू समाजातील अनेक अनिष्ट प्रवाह आणि जाती पातीचे विष नाहीसे करण्याकडे संघाने आपला मोर्चा वळवला असता तर फार बरे झाले नसते का?

इथे एक गोष्ट ध्यानात ठेवावी. वरील प्रकारचे धर्मांतर बव्हंशी मोगल काळात आणि नंतर ब्रिटिश राजवटीत झालेले आहे आणि आजची मुस्लीम व ख्रिश्चन जनता ही त्यानंतर ची १५/२० वी पिढी आहे आणि ते जन्माने मुस्लीम किंवा ख्रिस्ती आहेत. अशा परिस्थितीत त्यांच्या हिंदुकरणाला 'घर वापसी' कसे म्हणता येईल? घर वापसी करायची इतकीच खुमखुमी परिवारास असेल तर भूतकाळातील त्या दिवंगत धर्म परिवर्तित मंडळींचे (स्वतःची पाठ थोपटत) लाक्षणिक शुद्धीकरण करून हिंदू पद्धतीने श्राद्ध पण करावे व समाधान मानावे जेणे करून त्या आत्म्यांचे जन्नत किंवा जहन्नुममधून स्वर्ग किंवा नरकात काल्पनिक स्थलांतर होईल. आजच्या जन्मतःच मुस्लीम अथवा ख्रिस्ती असलेल्या पिढीवर हा घर वापसीचा मूर्ख अत्याचार अजिबात समर्थनीय नाही. देशाच्या बऱ्याच राज्यात आधीच धर्म परिवर्तन प्रतिबंधक कायदा अस्तित्वात असून केंद्र शासनाने या विषयावर सर्वसमावेशक कायदा करण्याचे आश्वासनही दिले असतां मुद्दा जास्त चिघळवण्यात अर्थ उरलेला नाही.

व्यूहात्मक दृष्टिकोनातून पाहिले तर असे वाटते कि संघ परिवाराने काळ आणि वेळ साफ चुकीची निवडली. सर्वसाधारण जनतेला गोडसे, राम मंदिर अथवा घर वापसी असल्या चेष्टांशी आता काहीही सोयरसुतक नाही. या मुद्द्यांवर भर दिल्यास पुढील निवडणुकांत भाजप आपटेल

हे नक्की. (मार्च २०१५ मध्ये झालेल्या दिल्ली निवडणुकीत झालेला भाजपचा केविलवाणा पराभव आठवा) त्याऐवजी संघ शक्ती भारत स्वच्छता अभियानात लावली असती तर जनतेचा चांगला प्रतिसाद मिळाला असता. मोदींच्या शौचालये बांधण्याच्या हाकेला दिलेल्या सक्रीय प्रतिसादाने ग्रामीण भागात संघास लोकांच्या जास्त जवळ नेले असते. प्रत्येक ग्रामीण शौचालय संकुलावर एक स्वयंसेवक जरी प्रबंधक म्हणून नेमला असता तरी ते ग्रामस्थांच्या नजरेत भरले असते. प्रचार तंत्रात हातखंडा असलेल्या संघ नेतृत्वाला ही साधी बाब कशी कळली नाही? प्रामुख्याने शहरांत अस्तित्व असलेल्या संघाने ही संधी आता तरी दवडू नये. मोदींच्या सुशासनाच्या आश्वासनांशी ते सुसंगत होईल. या संधीमुळे वाढलेल्या जनसंपर्काचा फायदा पुढील निवडणुकीत नक्की होण्यासारखा आहे. वेळेची आणि काळाची ही गरज संघ परिवार ओळखेल? तूर्तास तरी असे दिसते की दुष्काळातून सुटलेली शेळी जशी हिरव्यागार कुरणावर तुटून पडते त्याप्रमाणे संघ परिवाराचे नेतृत्त्व मिळालेल्या सत्तेचा फायदा अधाशीपणे घेत आहे. अशा मडळींना आपण इतकेच सांगू शकतो कि कारभारी जरा दमाने. प्रथम पुढील निवडणुकीत सत्ता टिकवण्याकडे लक्ष द्या. जनतेला गृहीत धरू नका.

○○○

विभाग ३ :

अराजकाची लक्षणे

२७

नाराज नोकरशाही: एक अनिष्ट प्रवाह

आणखी एका सार्वत्रिक निवडणुकीच्या (सन २०१४) अंतिम टप्प्यावर आपण आहोत. रंगाऐवजी चिखल वापरल्या गेलेल्या या धुळवडीत निवडणूक प्रचार आतापर्यंतच्या सर्वात खालच्या आणि हीन पातळीवर घसरलेला आपण बघितला. जनतेचा प्रचंड सहभाग व जागरुकता ही केवळ एकच जमेची बाजू सोडली तर प्रशासनात रुजलेल्या काही अनिष्ट प्रवृत्ती मात्र चिंतित करणाऱ्या आहेत.

स्वातंत्र्यप्राप्तीसोबत देशाला काही उपयुक्त वारसे मिळाले. सुसंघटित लढाऊ सेना, न्याय यंत्रणा आणि कार्यक्षम प्रशासन देणारी नोकरशाही. त्यापकी पहिल्या दोन अद्याप आपली कार्यक्षमता, विश्वासार्हता टिकवून आहेत असे म्हणता येईल. नोकरशाहीबद्दल मात्र असे प्रशस्तीपत्र देण्यास कोणी धजावेल असे वाटत नाही. केंद्रीय आणि राज्य लोकसेवा आयोगामार्फत प्रशासकीय सेवांसाठी उपयुक्त अधिकाऱ्यांची कसोशीने निवड आणि नेमणूक होत असते. या अधिकाऱ्यांचा पुढील तीन दशकांचा प्रवास निरनिराळ्या राज्यांच्या आणि केंद्राच्या म्हणजेच तेथील राज्यकर्त्यांच्या अखत्यारीत होत असतो. सनदी अधिकाऱ्यांचे आद्य आणि प्रमुख कर्तव्य असते राजकारण्यांच्या धोरणांची व्यावसायिक सल्ला देऊन घटनेच्या

चौकटीत बसेल अशी अंमलबजावणी करणे. या व्यवस्थेची आपण मात्र चक्क वाट लावली हे मान्य करायला हवे. या अक्षम्य अपराधाला राज्यकर्त्यांनी अधिकारांचा स्वार्थासाठी केलेला सर्रास गैरवापर आणि या दुष्कृत्यात त्यांना अधिकाऱ्यांची नाईलाजापोटी किंवा उत्स्फूर्तपणे मिळालेली साथ जबाबदार आहे.

गेल्या ६७ वर्षात प्रशासनाच्या या विटंबनेस १९७५ सालच्या आणीबाणीत प्रोत्साहन मिळाले असे म्हणावे लागेल. त्या दुर्दैवी कालखंडात रुजले नोकरशाहीचे बीज. ते पुढे वेगाने ढासळणाऱ्या मूल्यांवर फोफावले. त्याचे देशहितास घातक परिणाम आपण पाहतोच आहोत. स्वातंत्र्याच्या पहिल्या दशकात भ्रष्ट वरिष्ठ अधिकारी अपवादाने, हाताच्या बोटावरील पेराने मोजण्याइतकेच दिसायचे. आज हे अत्यल्प प्रमाण कर्तव्यनिष्ठ, प्रामाणिक अधिकाऱ्यांचे झाले आहे. त्यांच्याच उद्विग्न मनःस्थितीचे हे विवेचन. आणि सावधगिरीचा इशाराही.

काँग्रेसच्या अनभिषिक्त राजवटीत होयबा प्रवृत्तीच्या अधिकाऱ्यांचे चांगलेच फावले. त्यामुळे नकळत रुजणाऱ्या या रोगाकडे कोणाचे फारसे लक्ष गेले नाही. पण जसजसे निर्भीड व स्वतंत्र मतांचे कर्तबगार अधिकारी राजकारण्यांच्या मनमानी निर्णयांना विरोध करू लागले तसे प्रशासनातील हे तडे प्रकर्षाने दिसू लागले. कार्यक्षम अधिकाऱ्यांच्या अवास्तव आणि सतत बदल्या, त्यांना डावलणे, वरिष्ठ पदांवरील नियुक्तीत त्यांच्यावर अन्याय अशा अप्रिय घटना घडणे सर्वसामान्य झाले. जागरूक प्रसार माध्यमांनी अशी प्रकरणे जनतेसमोर आणण्याचे सत्कार्य केले पण त्याचा फारसा काही परिणाम झाला नाही.

शेवटी उंटाची पाठ एका काडीने मोडते असे म्हणतात, तसे झाले. प्रशासनातील होणारी गुदमर असह्य होऊन अधिकारी आपली नाराजी निरनिराळ्या मार्गाने व्यक्त करू लागले. काहीनी स्वेच्छानिवृत्ती

घेतली व स्वत: राजकरणात शिरले; तर कांहींनी आपली व्यथा उघड करण्यास प्रसिद्धीमाध्यमांची कास धरली. लेखनात रुची असलेल्यांनी आपल्या सविस्तर आत्मवृत्तात प्रशासनातील मोगलाईचे वस्त्रहरण केले. गेल्या वर्षभरातील घडामोडी यापैकी कोणत्या ना कोणत्या प्रकारात मोडतात. निवडणुकीच्या रणधुमाळीत तर या प्रकारांमुळे शासनकर्त्यांना पळता भुई थोडी झाली आहे आणि या दुरवस्थेस ते स्वत:च जबाबदार आहेत, हे काय सांगायला हवे?

दर पाच वर्षांनी सार्वत्रिक निवडणुका होतात. नवीन सरकार सत्तेवर आले की पुन्हा 'येरे माझ्या मागल्या.' राज्यकर्त्यांच्या सोयीप्रमाणे वरिष्ठ अधिकाऱ्यांच्या नेमणुका अथवा बदल्यांचे सत्र सुरू होते. अधिकाऱ्यांच्या मनोबलाची पर्वा कोण करतो? शासनातील ही कीड एका पक्षातून दुसऱ्याकडे असा प्रवास करत अवघी शासन व्यवस्था पोखरून काढते. बेजबाबदार राजकारणाचे हे अनिष्ट परिणाम देशाच्या सुरक्षिततेस किती घातक आहेत. याची कल्पनाच केलेली बरी.

उदाहरणच द्यायचे झाले तर राज्यकर्त्यांच्या नसत्या मानसिक छ्ळाला प्रत्युत्तर म्हणून कांही अधिकाऱ्यांमध्ये पुरावे निर्माण करण्याची व जपून ठेवण्याची प्रवृत्ती वाढत चालली आहे. एखाद्या प्रश्नावर मंत्र्यांशी झालेले गोपनीय वार्तालाप त्यांचे मनाविरुद्ध, चुकीचे, न पटणारे तोंडी आदेश गुपचूप ध्वनिमुद्रित करून ठेवण्याचे प्रसंग उघडकीस येऊ लागले आहेत. अशा गोष्टींची डायरीत नोंद ठेवणे हे तर पूर्वापार होतच आहे. (त्याच्याच आधारावर तर आत्मवृत्तें लिहिली जातात). ही खबरदारी स्वत:चा बचाव म्हणून घेतली गेली तर एक वेळ आपण समजू शकतो परंतु ही नाजुक क्षेत्रातील छुपी माहिती जर शत्रू देशाला दिली, अथवा मिळाली, तर देशाची सुरक्षितता धुळीस मिळालीच म्हणून समजा. नोकरशाहीत, विरळा असल्या तरी, अशा अधिकाऱ्यांना प्रकाशात आणणे कोणत्याही सुरक्षा व्यवस्थेस अशक्य आहे हे ध्यानात असावे. लोकप्रतिनिधींची प्रामाणिक, निष्कलंक

वर्तणूक हा एकच वरील रोगावर उपाय आहे. अन्यथा; ढेकणांनी बुजबुजलेल्या फर्निचरप्रमाणे आपली प्रशासन व्यवस्था त्रासदायक होईल आणि जनता या महत्त्वाच्या हक्कास मुकेल.

या काळ्या ढगांना पण एक रुपेरी किनार आहे. जरा सकारात्मक दृष्टीने पाहिल्यास कळेल की बेफाम, भ्रष्ट राज्यकर्त्यांना नोकरशाही आता इतकी कंटाळली आहे की आपली नाराजी व्यक्त करण्यास ते अधिकाधिक प्रमाणात पुढे येत आहेत. राज्यकर्त्यांवर त्यामुळे एक प्रकारचा अंकुश राहील आणि हे लोकशाहीला पोषकच आहे. फक्त या कृतीत संयम असावा. देश हित, सुरक्षिततेचे भान असावे एवढीच अपेक्षा.

OOO

२८

च्युईंगम प्रकरण

राजकारणात गेल्या काही महिन्यात जनतेला, म्हणजे प्रेक्षकांना, एका वेगळ्याच आणि विविध प्रकारच्या सरकत्या रंगमंचांची अनुभूती मिळत आहे. काही हास्यास्पद (अतिरेक्यांची चुकीची यादी), कांही राजघाटा वरील 'आयटेम डांस' सारखी कीव येणारी, कधी दसऱ्याआधीच 'रामलीलेचे' दर्शन घडवून उद्विग्न करणारी; तर ११000 ची फौज उभी करण्याची वीट आणणारी वल्गना. सतत नावीन्य कायम राखणे हे तर आपल्या राजकारणाचे वेगळेपणच आहे. य़ात नुकतीच आणखी एका विचित्र देखाव्याची भर पडली आहे. ती म्हणजे अर्थ मंत्रालयात अनेक जागी च्युंईंगगम सारखी वस्तू चिटकवल्याचे उघडकीस आले आहे.

एकंदरीत प्रसंग विचार करायला भाग पाडतो. अर्थ मंत्रालयासारख्या सुरक्षित जागी असे घडलेच कसे? उघडकीस आल्यावर छ्डा लावण्यासाठी हक्काच्या सुरक्षा तंत्रास पाचारण करण्याऐवजी खाजगी एजंसीला बोलावण्याचे कारण काय? मंत्रालयाचे सुरक्षा अधिकारी गाफिल कसे राहिले? अर्थमंत्र्यांना गृहमंत्र्यांना विश्वासात घेण्याऐवजी थेट पंतप्रधांना साकडे घालण्याची गरज कां भासली? आपले टेलिफोन 'टॅप' होत असल्याचे आरोप तर सतत होत असतातच

आणि कळस म्हणजे गृहमंत्री म्हणतात की हे असे काही घडले हे त्यांना प्रसारमाध्यमांकडूनच कळले. आय. बी डायरेक्टर सदोदित संपर्कात असताना या विधानाला काय म्हणावे? एकंदरीत समस्त प्रशासनात कुठे काय घडतेय, कोण काय करतेय याचा कोणालाच थांगपत्ता नाही? आपापसात संशय कल्लोळ व गैरविश्वास माजल्याचा हा स्पष्ट संकेत नव्हे तर काय? आणि या पार्श्वभूमीवर गृहमंत्र्यांची 'नॅशनल इंटेलिजंस ग्रिड' स्थापण्याची कल्पना किती अव्यवहार्य आहे हे उघड आहे.

सदैव जागरूक असणाऱ्या, क्षुल्लक गोष्टींची पण सविस्तर चिकित्सा करणाऱ्या पत्रकारांनी वरील सर्व बाबतीत साहजिकच प्रश्नांची झोड उठवली आहे. पण त्यांचे सर्व सवाल छुपी श्रवण यंत्रे, चोरून वार्तालाप, चर्चा करण्यासंबंधी आहे, हे पाहून मात्र जरा आश्चर्य वाटते. इतक्या बुद्धिमान पत्रकारांना या सर्व प्रकरणांत घातपाताच्या शक्यतेची जरादेखील शंका कशी आली नाही? सुतावरून स्वर्ग गाठण्याचे आणि सर्वांच्या आधी बातमी देण्याच्या त्यांच्या चढाओढीचे हे द्योतक आहे. या बाबतीत जरा सविस्तर विचार करूया.

अमेरिकेतील वर्ल्ड ट्रेड सेंटर वरील हल्ला, १९९३ सालच्या मुंबईतील स्टॉक एक्स्चेंज व इतरत्र केलेले बाँब स्फोट, २६/११ चा मुंबईवरील हल्ला हे सर्व प्रामुख्याने आर्थिक महाकेंद्रांवरील आघात होते हे विसरून चालणार नाही.

या पार्श्वभूमीवर, च्युईंगम प्रकरणाचे विश्लेषण केले तर त्याच्या गांभीर्याचे आकलन होईल. यासंबंधी चौकशी करणाऱ्या व्यक्तींच्या मते च्युईंगम लावण्याचे काम अगदीच ओबडधोबड व नवख्या पद्धतीचे होते. कबूल, पण हे काम करण्यास सराईताची गरज नाही. मंत्रालयातीलच छुप्या हस्तकाकरवी ते उरकले गेले असावे असा तर्क रास्त आहे. शिवाय हे एका दिवसाचे काम पण नव्हे. उघडकीस न

येता अशी कामें टप्प्याटप्प्यानेच होत असतात. मंत्रालयात कोणाला शंका तर आली नाही ना याची खातरजमा होते आणि नंतरच छुपी श्रवण यंत्रे अथवा स्फोटके लावली जातात. अंततः हा सर्व बंदोबस्त झाला म्हणजेच ठरल्या वेळी प्रत्यक्ष 'बार' उडवला जातो. अर्थ मंत्रालयासारख्या सुरक्षित, संवेदनशील व देशाच्या आर्थिक सूत्रसंचालन केंद्रात एकाच वेळी जर असे स्फोट झाले तर त्याचा काय कोलाहल माजेल याची कल्पनाच केलेली बरी. २६/११ ची मुंबई हल्ल्याची योजना जर आखता येते आणि पार पाडता येते, तर त्याच्या पुढील धाडसी योजना म्हणून वरील कल्पनेकडे बघणे चुकीचे ठरणार नाही. तशी नियत, बेदरकारपणा व कौशल्य अल् कायदा व आय. एस.आयच्या ठायी नक्कीच आहे. हेडली, राणा इत्यादींच्या बिनबोभाटपणे पार पाडलेल्या मोहिमांपासून इतकासुद्धा बोध आपण घेऊ नये? वरील संकल्पना अंमलात आणण्यासाठी शत्रूला हवेत अंतर्गत हस्तक, जे आपल्याकडे उपलब्ध असतात, केले पण जातात. मंत्रालयातील सुरक्षा अधिकारी गाफिल असतात हे तर वरील घटनेने सिद्ध केलेच आहे आणि भारतीयांत सुरक्षिततेविषयीच्या मानसिकतेच्या बाबतीत आनंदी आनंद आहेच. शत्रूला आणखी काय हवे?

तात्पर्य, च्युईंगम प्रकरणाकडे केवळ वरील पातळीवर चाललेल्या अंतर्गत स्पर्धेची फलश्रुती या द्रुष्टिकोनातून बघणे चुकीचे आहे. सरकार तिकडे दुर्लक्ष करत आहे असे म्हणणे पण आततायीपणाचे ठरेल. आपली गुप्तचर व्यवस्था कार्यक्षम आहे. त्यात कर्तबगार, कुशल अधिकारी कार्यरत असतात. वरील घटनेचा आमूलाग्र तपास नक्कीच होत असणार हे स्वानुभवाने सांगावेसे वाटते. (पांडुरंगा, माझा विश्वास सार्थ ठरव!) तरीपण केवळ नोकरशाहीवर विसंबून राहू नये. घटनेचे गांभीर्य लक्षात घेता संसद सदस्यांनी संसदेत प्रश्न विचारावेत आणि संसदेच्या संयुक्त समितीने त्यात लक्ष घालावे.

गेल्या वर्षभरातील घडामोडींचे सिंहावलोकन करता एक निष्कर्ष नक्कीच काढता येईल. जगातील आर्थिक संकटाला समर्थपणे सामोरे जाणाऱ्या भारताकडे परदेशी गुंतवणूक आकर्षित होत होती. वरील घटनाक्रमामुळे, राज्यकर्त्यांतील समन्वयाच्या अभावामुळे आणि सुंदोपसुंदीमुळे या गुंतवणुकीचे आकर्षण ओसरत आहे. यू.पी.ए. सरकारचे हे प्रमुख अपयश आहे. एका विद्वान अर्थशास्त्रज्ञाच्या नेतृत्वाखाली असे का व्हावे? खरे तर हेच आपले दुर्दैव आहे!

२१

राजकारणाचे गुन्हेगारीकरण

मूळ मुद्याकडते येण्याआधी जरा इतर देशांतील नैतिक मापदंडांकडे लक्ष देऊया. कांही दशकांपूर्वी अमेरिकन राष्ट्राध्यक्ष निक्सन यांच्यावर, प्रतिस्पर्ध्यांचे फोन टॅप करण्याच्या आरोपांवरून, महाभियोग अभियान झाले. नंतर बिल क्लिंटन यांनादेखील एका महिलेबरोबर असलेल्या त्यांच्या कथित अनैतिक संबंधाच्या निमित्ताने जाहीर चौकशीस तोंड द्यावे लागले. ब्रिटनमध्ये कायद्याची अंमलबजावणी करताना लहान थोर, उच्चपदस्थ वगैरे गोष्टींचा विचार केला जात नाही. असे करडे नैतिक सामर्थ्यच देशाच्या सुरक्षिततेची हमी देतात. या पार्श्वभूमीवर आपल्या देशातील परिस्थिती बघा. बड्या धेंडांना येथे कायदा हात लावू शकत नाही. कायदा फक्त सर्वसामान्यांसाठी असतो. भ्रष्टाचार व गुन्हेगारीत लडबडलेल्या आपल्या राजकारण्यांना कायद्याच्या चौकटीत शिक्षा होण्यास वर्षानुवर्षे लागतात. परिणामी, संसद व विधानसभेतील सदस्यांमध्ये गुन्हेगारी पार्श्वभूमी असलेले अनेक दिग्गज सापडतात. देश अशा लोकांच्या मगरमिठीत सुरक्षित राहील?

समाजजीवन निष्कलंक रहाण्यास प्रशासन पारदर्शक हवे. त्या प्रयत्नांतील पहिले पाऊल म्हणजे माहिती अधिकार कायदा. परंतु तो करण्यास आपल्याला दशकें लागली. राजकीय पक्षांना मिळणाऱ्या

काळ्या पैशांवर चाप बसावा म्हणून निवडणूक आयोगाने हा कायदा राजकीय पक्षांनादेखील लागू करावा असा काढलेला आदेश सर्व पक्षांनी धुडकावून लावला.

राजकारणावरचा गुन्हेगारीचा पगडा नष्ट करण्यासाठी सर्वोच्च न्यायालयाने शिक्षा झालेल्या व्यक्तीस निवडणुकीस अपात्र ठरवणारे निर्देश दिले आणि राजकारण्यांचे धाबेच दणाणले. या आदेशांचा विपरीत परिणाम थेट आपल्या समर्थक नेत्यांनाच भोगावा लागणार आणि सत्ता गमवावी लागणार या भीतीने तत्कालीन सत्ताधारी काँग्रेस पक्षाने सर्वोच्च न्यायालयाकडे पुनर्विचाराची याचना केली. ती फेटाळली गेल्यावर अध्यादेश काढून त्या आदेशांची वाट लावण्याचा कावा पण रचला. काँग्रेसच्या या प्रयत्नांची यथेच्छ निंदा झाल्यावर तो प्रस्ताव बारगळला. परंतु या प्रकरणात त्या पक्षाचे मात्र वस्त्रहरण झाले, कारण पक्षाच्या उपाध्यक्षांची सद्सद्विवेकबुद्धी अचानकच जागृत झाली. त्यांनी नाट्यमय पद्धतीने मंत्रिमंडळाने मंजूर केलेला अध्यादेशाचा मसुदा जाहीररित्या फाडून पंतप्रधानांचे आणि स्वतःच्याच पक्षाचे नाकच कापले.

भ्रष्टाचार निर्मूलनासाठी प्रशासनात लोकपाल असावा या सर्वसंमत मागणीचे केविलवाणे रामायण पण बरेच कांही सांगून जाते. बरीच टाळाटाळ केल्यावर लोकपाल विधेयकासाठी अण्णा हजारे प्रभृती समाजसेवकांनी केलेल्या आंदोलनाला जनतेचा प्रचंड प्रतिसाद मिळाला हे पाहता शेवटी निवडणुका तोंडाशी आल्यावर नाईलाजाने हे विधेयक संसदेत संमत करण्यात आले.

एकंदरीत काय; तर देशाच्या सुरक्षिततेशी निगडीत प्रत्येक बाबतीत जे अडथळे आणले ते भ्रष्ट राजकारण्यांनीच.

भारतीय राजकारणाचा गेल्या सहा दशकांचा आढावा घेतल्यास असे आढळते की प्रारंभी जनतेचा प्रतिनिधी निवडून येण्यासाठी गुन्हेगारी प्रवृत्तीच्या लोकांचा उपयोग केला जात असे. परंतु गुन्हेगार मंडळी काही मूर्ख नाहीत. त्यांनी आपला गैरवापर राजकारण्यांना करू देण्याऐवजी ते स्वतःच राजकारणात सहभागी होऊ लागले आहेत. संसद व विधिमंडळें अशा तऱ्हेने जणू कांही भ्रष्ट लोकांच्याच अधीन झाली आहेत हे त्यांच्यातील गुन्हेगारी पार्श्वभूमी असलेल्यांचे प्रमाण पाहता दिसून येईल. देशाचे हे केवढे दुर्दैव!

OOO

सुवर्ण मंदिर आणि बाबरी मस्जिद

जून १९८४ मध्ये अमृतसर येथील सुवर्ण मंदिरावर झालेली लष्करी कारवाई आणि डिसेंबर १९९२ मध्ये बेभान झालेल्या हिंदू जमावाने अयोध्येतील बाबरी मशिदीचा केलेला विध्वंस या दोन्ही ऐतिहासिक दुर्घटनांनी देशाच्या इतिहासाला एक हिंसक वळण दिले. तत्कालीन पंतप्रधान इंदिरा गांधी यांनी सुवर्ण मंदिरावर लष्करी कारवाई केल्याने आधीच गंभीर रूप धारण केलेला शीख दहशतवाद अक्षरश: उफाळला. त्याचे पर्यवसान इंदिराजींच्या हत्येत व नंतर शीख हत्याकांडात झाले. दुसरीकडे बाबरी मशीद पाडल्यामुळे संतापलेल्या मुस्लीम बांधवांची देशभर हिंसक प्रतिक्रिया उमटली आणि त्याच प्रक्षोभक वातावरणाच्या पार्श्वभूमीवर मुंबईत भीषण जातीय दंगली झाल्या आणि नंतर मुंबईत साखळी बॉम्बस्फोट घडले. त्यामुळे तर देशाचे अंतर्गत जनजीवन ढवळून निघाले. या सुवर्णसंधीचा पाकिस्तानने पुरेपूर फायदा घेऊन दहशतवादाची हिंसक मालिकाच आपल्या गळ्यात टाकली. या दोन्ही दुखद घटनांच्या आठवणींचे राजकारणी हुंदके आपण वेळोवेळी ऐकतो आहोतच.

वरील दोन्ही घटनांच्या ऐतिहासिक आणि भावनिक पार्श्वभूमीचे तुलनात्मक विश्लेषण मात्र आपल्याला अंतर्मुख करेल. उभय घटनांच्या

मुळाशी गलिच्छ धार्मिक राजकारण दडले असल्याची लज्जास्पद जाणीव आपल्याला पुढील सविस्तर विश्लेषणाअंती झाल्याशिवाय राहणार नाही.

भारतावर वायव्येकडून आक्रमकांच्या एकामागून एक झालेल्या हल्ल्यांचा इतिहास साक्षीदार आहे. पुन्हा सविस्तर निवेदनाची गरज नाही. या हिंसक, आक्रमणांचे, लुटालूट व अत्याचारांचे स्वरूप इतके भयानक होते कि जनतेच्या जिवाची, मालमत्तेची आणि इतकेच नव्हे; तर महिलांच्या पावित्र्याची पण शाश्वती उरली नाही. अजूनदेखील पंजाबात एक म्हण प्रचलित आहे. ती अशी: 'खाया पीया लाहेदा बाकी अहमद शाहदा' म्हणजे जे काय खाल प्याल तेवढेच आपले बाकी अहमद शाहचे. हा अहमद शाह म्हणजे अहमद शाह अब्दालीच हे वेगळे सांगणे नको. हे गंभीर आव्हान झेलण्यासाठी, प्रतिकार करण्यासाठी पंजाबात एक मजबूत आघाडी अस्तित्वात आली. घरटी एक पुरुष या आघाडीत सहभागी व्हावा असे आवाहन त्या काळच्या जनतेच्या पुढाऱ्यांनी केले. याच संघटनेला एका वेगळ्या पंथाचे व कालांतराने शीख धर्माचे स्वरूप प्राप्त झाले. धर्म म्हटला की त्याची श्रद्धास्थळे, मंदिरे, धर्म गुरू, धार्मिक प्रथा व धार्मिक ग्रंथ पण आलेच. धर्म गुरूंच्या संघटन कौशल्याने धर्माचा देशभर प्रसार पण झाला आणि देशभर गुरुद्वारांची म्हणजेच अशा धर्मस्थळांची उभारणी झाली. या तीर्थ क्षेत्रांमधील सर्वात श्रेष्ठ म्हणजेच अमृतसरचे सुवर्ण मंदिर. एकूणच सर्व गुरुद्वारांमधे एक गोष्ट लक्षणीय आहे, ती म्हणजे तेथील कमालीची स्वच्छता, शिस्त आणि श्रद्धाळूंचा सेवाभाव. तेथील एकंदरीत वातावरणच पाहणाऱ्याला नतमस्तक करते. सुवर्ण मंदिराबद्दल बोलायचे म्हटले तर त्याविषयी देशातील इतर सर्वच संस्थांना, लोकांना त्याविषयी आदर आहे. भारतीय लष्कराची कोणतीही तुकडी सुवर्ण मंदिराच्या दर्शनास आली तर भक्तिभावाने मस्तक टेकून श्रद्धा व्यक्त करते आणि त्यानिमित्त एक

संगमरवरी शीला भिंतीवर लावते. साहजिकच प्रत्येक शीख व्यक्तीस या तीर्थक्षेत्रांचे पावित्र्य प्राणापलीकडे प्रिय आहे. या तीर्थाचा जरादेखील अवमान तो कधीच सहन करत नाही. सुवर्ण मंदिरावर हल्ला करणाऱ्या अथवा त्याचा अवमान करणाऱ्याचा वध हा निश्चित. तसे अनेक ऐतिहासिक दाखलेही आहेत.

असे असतांना इंदिराजींसारख्या विचारी व धुरंधर व्यक्तीने या मंदिरावर लष्करी हल्ला करण्याची ऐतिहासिक घोडचूक केलीच कशी?

१९७७ साली, आणीबाणी नंतर झालेल्या निवडणुकांत कॉंग्रेसचा मोठा पराभव झाला. त्यांच्या हातून पंजाबही गेले. पंजाबात गुरुद्वारा प्रबंधक कमिटी व अकाली दल यांचे वर्चस्व असल्याने त्याला धार्मिक पातळीवरच प्रतिशह देण्याची घातक कल्पना कॉंग्रेस नेतृत्वाला सुचली व संत जनरलसिंग भिंद्रनवाले या धर्मगुरुच्या नेतृत्त्वाखाली दल खालसा या शीख धर्म संघटनेचा उदय झाला. शीख दहशतवादाचा उदय त्यातूनच झाला. भिंद्रनवाले व दल खालसाचा प्रभाव सतत वाढत जाऊन ते डोईजड झाले. तोपर्यंत बराच उशीर झाला होता. भिंद्रनवालेच्या महत्त्वाकांक्षी डोक्यात वेगळ्या खलिस्तान देशाची कल्पना रुजायला वेळ लागला नाही. त्याचबरोबर दल खालसाचे रूपांतरदेखील एका धार्मिक संघटनेतून दहशतवादी संघटनेत झाले. पंजाबातील हिंसाचार उत्तरोत्तर वाढत जाऊन जेव्हा आटोक्याबाहेर गेला तसे प्रसंगाचे गांभीर्य ओळखून केंद्र शासनाने कठोर कारवाई करायला सुरुवात केली. त्याचे पर्यवसान भिंद्रनवालेने आश्रय घेतलेल्या सुवर्ण मंदिरावरील लष्करी कारवाईत झाले. कारवाईच्या योग्यायोग्यतेबद्दल कितीही चर्चा केली तरी एक गोष्ट मान्य करावीच लागेल, की शीख धर्माच्या स्थापनेच्या ऐतिहासिक पार्श्वभूमीवर त्या धर्माच्या सर्वात पवित्र व सर्वांना आदरणीय अशा तीर्थस्थलावर आक्रमण करणे आणि तेदेखील सैन्य धाडून, ही अतिशय दुर्भाग्यपूर्ण, ऐतिहासिक घोडचूक होती. देशाला ती चूक किती महागात पडली

हे पुढील इतिहासच सांगतो. राजकीय स्वार्थापोटी धार्मिक भावनांचा उपयोग करून घेणे देशहिताला किती मारक ठरते याचे हे ज्वलंत उदाहरण.

जगाच्या इतिहासात असेच उदाहरण आपल्याला अफगाणिस्तनचे देता येईल. १९७९ साली सोविएत रशियाने अफगाणिस्तानात आपले बस्तान बसवले. आपले जागतिक राजकारण आणि वर्चस्व त्यामुळे धोक्यात आले या भीतीपोटी अमेरिकेने प्रतिकारात्मक पावलें उचलली. पाकिस्तानचे त्याला उत्स्फूर्त सहकार्य मिळाले. धार्मिक भावनांच्या आधारावर तालिबान जन्माला आले. कालांतराने रशियाने जरी अफगाणिस्तानातून माघार घेतली तरी तोवर ओसामा बिन लादेन व अल् कायदा, तालिबान हे धर्मांध राक्षस सक्रीय झाले होतेच. ९/११ चा वर्ल्ड ट्रेड सेंटरवरील हल्ला हा अशाच धर्माच्या दुरुपयोगाची एक शोकांतिका.

आता बाबरी मशिदीच्या इतिहासाकडे नजर टाकूया. भारतातील मोगल साम्राज्याच्या इतिहासातदेखील इतर धर्मांप्रमाणे धर्मस्थळें (मशीदी) बांधण्याचा प्रघात होता. फरक एवढाच की अनेक ठिकाणी हिंदूंची मंदिरें पाडून त्यावर मशिदींची उभारणी केली गेली. वाराणसी, मथुरा व अयोध्या ही अशा शेकडोमधील प्रमुख उदाहरणे. त्यातील अयोध्येतील मशीद आद्य मोगल बाबराच्या स्मृतीप्रित्यर्थ त्याचा सेनापती मीर बाकी याने बांधली. हिंदूंचा असा विश्वास आहे की याच ठिकाणी आधी प्रभु रामचंद्राचे जन्मस्थळ व मंदिर होते. ते पाडून बाबरी मशीद बांधली गेली. भारतातील धार्मिक वैमनस्याची बीजे अशाच भावनिक, हळव्या घटनांमध्ये आहेत.

इंदिरा गांधींच्या हत्येनंतर झालेल्या सार्वत्रिक निवडणुकांत काँग्रेस अभूतपूर्व बहुमताने सत्तेवर आली. निवडणुकीत इतर पक्षांची पार धूळधाण झाली. भारतीय जनता पक्षास केवळ दोन जागा मिळाल्या

आणि अशा विनाश काली विपरीत बुद्धी सुचली तर तो राजकीय पक्षच नव्हे. भाजपने धर्माचे ब्रह्मास्त्र उपसले. अयोध्येतील बाबरी मशीद प्रभु रामचंद्रांच्या जन्मस्थानी उभारलेले राम मंदिर पाडून त्या जागी बांधली असल्याचा दावा व प्रचार झाला आणि या धार्मिक कुबड्यांच्या जोरावर भाजपच्या निवडणूक रणनीतीने जोर धरला. या धार्मिक राजनीतीचे पर्यवसान १९९२ साली एका विस्तृत चळवळीत झाले. बाबरीच्या वास्तूवर कारसेवा करण्याच्या नैमित्तिक मोहिमेचा शेवट ६ डिसेंबर १९९२ रोजी मशिदीशेजारी जमलेल्या विशाल जनसमुदायाने भाजप नेत्यांच्या प्रक्षोभक भाषणांच्या आहारी जाऊन बाबरीवर हल्ला करून ती उध्वस्त करण्यात झाला. बाबरी अस्तित्वात असेपर्यंत ती निवडणुकीत मतरूपी सोन्याची अंडी देणारी कोंबडी होती. ती अशा आततायी पद्धतीने मारून भाजपने स्वत:चे नुकसान तर केलेच; शिवाय देशात आधीच धुमसत असलेल्या धार्मिक असंतोषाला बळकट केले.

देशाच्या जनजीवनात धार्मिक राजकारणाचा कर्करोग नष्ट होण्याची चिन्हे दिसत नाहीत हे दुर्भाग्य नव्हे तर आणखी काय?

OOO

लष्करी गोंधळ

जगातील सर्वात मोठी भारतीय लोकशाही आणि तिच्यात सुरळीतपणे होणाऱ्या सार्वत्रिक निवडणुका हा जगभर कौतुकाचा आणि कुतूहलाचा विषय ठरला आहे. निवडणूकपूर्व प्रचार धुमाळी म्हणजे तर सर्वार्थाने जास्तच चमचमीत मेजवानी असते. हा पंचवार्षिक सोहळा सुफळ संपूर्ण झाला की आपणदेखील अभिमानाचा आणि सुटकेचा निःश्वास सोडू आणि पुढे कोणते ताट वाढून ठेवले आहे त्याची वाट बघू. यंदाचा प्रयोग अगदी वेगळा, मुलखावेगळा ठरत आहे, कारण या युद्धात प्रचार मात्र अतिशय हीन व खालच्या पातळीवर घसरला आहे. युद्धात सर्व माफ असले तरी कमरेचे सोडून मुख्य प्रतिस्पर्धी पक्षांनी घातलेला अश्लील हुडदंग पाहिला कि जग काय म्हणत असेल असा ओशाळवाणा प्रश्न मनात येतो. देशाच्या इभ्रतीच्या इतक्या चिंधड्या पूर्वी कधीच उडाल्या नव्हत्या.

नुकत्याच एका प्रमुख वृत्तपत्राने गौप्यस्फोट केला व खळबळ माजली. त्याचा सारांश असा: माजी लष्कर प्रमुख जनरल व्ही.के.सिंग यांनी आपल्या कारकीर्दीच्या अंतिम काळात एका 'तांत्रिक साहाय्य गटाची' स्थापना केली. जम्मू काश्मीर सरकार उलथून पाडण्यासाठी गोपनीय षड्यंत्र रचले. या गटामार्फत सुरक्षा निधीचा गैरवापर करून

परदेशातून गुप्तहेरीची यंत्रसामुग्री आयात केली व तिचा उपयोग करून विरोधकांची व अधिकाऱ्यांची संभाषणे चोरून ऐकण्याची व्यवस्था केली. तसेच काश्मीरमध्ये एक स्वयंसेवी संस्था स्थापन करून त्यांच्यानंतर होणाऱ्या सेनाप्रमुखांविरुद्ध सर्वोच्च न्यायालयात याचिका दाखल केली वगैरे.

जनरल व्ही.के.सिंग यांनी हे आरोप पूर्णपणे धुडकावून लावले असून हे सर्व आरोप राजकीय दुष्टाव्याने प्रेरित असल्याचा त्यांचा दावा आहे. या प्रकरणाची लष्कराने सविस्तर चौकशीही केली असल्याचे वर्तमानपत्रातील बातमीद्वारे समजते. या आरोप - प्रत्यारोपांच्या गटारात प्रमुख प्रतिस्पर्धी पक्षांनी तत्काल मासेमारी सुरू केली हे काय नव्याने सांगावयास हवे ?

आता खरे काय अन् खोटे काय हा प्रश्न गौण आहे. खेदाची आणि चिंता करण्यासारखी बाब अशी की या वादंगाचे दूरगामी अत्यंत अनिष्ट परिणाम कोणीच लक्षात घेतलेले दिसत नाही. घरातील अश्लील भांडणाची चर्चा शेजारी पाजारी किती चवीने करत असतील याची कल्पना करा.

या चिखलफेकीत प्रामुख्याने खटकते ती बाब म्हणजे सैन्यातील अति वरिष्ठ पातळीवर चाललेली सुंदोपसुंदी. भावी सेनाध्यक्षाला बरबाद करण्याच्या लांडेलबाडीसाठी गोपनीय सेवा निधीचा दुरूपयोग होणे हा आरोप खरा असेल तर अक्षम्य आहे. केंद्रात व राज्यांत सर्वोच्च पदासाठी अथवा मोक्याच्या जागेसाठी सनदी अधिकाऱ्यांमध्ये सदैव होत असलेली अनिष्ट खेचाखेच, केसाने गळे कापण्याची वाढती प्रवृत्ती सर्वश्रुत आहेच. किंबहुना; याच दुर्गुणाचा राजकारणी मंडळी त्यांच्या स्वार्थासाठी पुरेपूर फायदा घेतात. परंतु सैन्य दलांमध्ये रोग फैलावणे मात्र अतिशय गंभीर आहे, त्याकडे दुर्लक्ष करून चालणार नाही. भारतीय सैन्य संपूर्ण धर्मनिरपेक्ष, राजकारणापासून अगदी अलिप्त

आणि कार्यक्षम असल्याबद्दल प्रसिद्ध आहे. सैन्याच्या मनोबलावर अशा आरोप प्रत्यारोपांचा किती विपरीत परिणाम होतो, सैनिकी नेतृत्त्वाबद्दल जवानांच्या मनात असलेल्या निष्ठेस किती ठेच पोहोचते, देशाच्या सुरक्षेची किती हानी होते ह्याची कल्पनाच केलेली बरी. एकंदरच हा सर्व तमाशा पाहून पाकिस्तानच्या मनात नक्कीच उकळ्या फुटत असतील.

देशाच्या सुरक्षा व्यवस्थेसाठी प्रत्येक महत्त्वाच्या व नाजुक जबाबदारीसाठी वेगवेगळ्या संस्थांची उभारणी केलेली आहे. सेना दलें सीमा सुरक्षेसाठी तर अत्यावश्यक असलेल्या गुप्तहेरी गरजांसाठी आय.बी. आणि रॉ आहेत. गोपनीय मोहिमा हा त्यांच्या नित्य जबाबदाऱ्यांचा भागच असतो आणि त्यासाठी लागणारी कल्पकता, प्रावीण्य व कौशल्य प्रदीर्घ अनुभवांती त्यांच्यात येते. खरे व्यावसायिक नाजुक गुप्तचर मोहिमांत मागे पाउलखुणा सोडत नसतात. हे येरा गबाळ्यांचे काम नव्हे. तात्पर्य, असल्या उठाठेवी करण्याची सेनाधिकाऱ्यांना गरजच नाही. त्यांचे कर्तृत्त्व त्यांनी शत्रूच्या हालचाली, व्यूहरचनेची माहिती, तांत्रिक क्षमतेची जाण इत्यादी क्षेत्रांत पणाला लावावे. सैन्याचा लष्करी गुप्तचर विभाग त्यासाठीच आहे. देशाच्या अंतर्गत राजकारणाच्या भानगडीत या विभागाने चोंबडेपणा करू नये. तसा विचार पण करू नये. आपल्या हितशत्रूंचे, वरिष्ठ अधिकाऱ्यांचे टेलिफोन टॅपिंग, कायदेशीररित्या स्थापन झालेल्या राज्यांच्या उलथापालथीत (ज्याबद्दल आरोप आहेत) तर अजिबात नव्हे. ते काम राजकारणी मंडळी करताहेत तेवढे पुरे.

अशा भानगडी झाल्या आणि राजकारण्यांनी त्यात आपली पोळी नाही भाजली तर नवलच. सैन्यातील या सर्व घडामोडी केंद्र शासनाच्या लक्षात सहा महिन्यांपूर्वीच आल्या होत्या, त्यासंबंधी अंतर्गत चौकशीही झाली असे ऐकिवात आहे. असे असता त्यावेळीच कठोर उपाययोजना व कृती का झाली नाही? त्यासाठी निवडणूकपूर्व

काळ कसा काय निवडला गेला? माजी सेनाध्यक्ष जनरल व्ही.के. सिंग यांच्या कारकीर्दीचा उत्तरार्ध विवादास्पद परिस्थितीत झाला. त्यांनी अण्णा हजारेंच्या भ्रष्टाचार विरोधी मोहिमेचे केलेले समर्थन, सरकारविरोधी आक्रमक पवित्रा सरकारला खटकला हे उघड आहे. त्यात सिंग यांची माजी सनिकांच्या सभेत नरेंद्र मोदीं समवेत मंचावर उपस्थिती म्हणजे तर कळसच झाला. एरवी पण सध्या काँग्रेसला नरेंद्र मोदींचा प्रचंड धसका बसला आहे. म्हणूनच नेमका हाच मुहूर्त गाठणे याचे कारण राजकारण असावे असा संशय साहजिकच येतो. काही महिन्यापूर्वी इशरत जहान चकमक प्रकरणी केंद्राने स्वतःच्याच अखत्यारीत असलेल्या आय.बी. आणि सी.बी.आय. या महत्त्वाच्या संवेदनशील संस्थांना गलिच्छ राजकारणापायी परस्परांविरुद्ध लढवले होते. आता आपल्याच अधिकारातील सैन्य दलातील कुलंगडी रस्त्यावर आणण्यात कुठला शहाणपणा? विरोधकांना चिडवण्यासाठी स्वतःचे नाक कापण्यासारखे हे झाले दुसरे काय? निवडणूक प्रचारात आरोप प्रत्यारोप आपल्या परीने ठीक आहेत. परंतु त्यात देशाच्या सुरक्षिततेचा असा बळी देणे घृणास्पद आहे.

वरील सर्व 'लफड्यांचा' सविस्तर व दैनंदिन वृत्तांत नेहमी एकाच वर्तमान पत्रात, (कंत्राट दिल्या प्रमाणे) येणे हा देखील निव्वळ योगायोग नव्हे. अशा भानगडींचा गौप्यस्फोट करणे हा तर पत्रकारितेचा अनिवार्य भागच आहे. अशा आतल्या गोटातल्या बातम्या दोन मार्गांनी मिळतात. एक तर संबंधित विभागातील माहिती बाहेर फुटणे किंवा ती हेतुपुरस्सर वृत्तपत्रांत छापून आणणे. यांतील पहिला पर्याय खरा असल्यास संवेदनशील माहितीची गळती ही अति गंभीर बाब नजरेआड करून चालणार नाही. त्या गळतीचा छडा लावणे आणि शिस्तभंगाची कारवाई होणे ओघाने आलेच. हा छडा लावणे हे तर आय.बी चे काम. ते आय.बी कडे सुपूर्द करावे. हे घडेल? वाट बघा! बरें दुसरा पर्याय, जाणून बुजून वर्तमानपत्रात माहिती प्रसिद्धीस

दिली जात असेल तर तो अत्यंत लाजिरवाणा, आक्षेपार्ह प्रकार आहे. इशरत जहाँन प्रकरणी पण नेमके असेच घडलेय. सत्ताधारी पक्ष हे सर्व का आणि कशासाठी करतो आहे? विरोधकांच्या हाती आयते कोलीत देण्यात कुठले चातुर्य? विनाश काले विपरीत बुद्धी म्हणतात ते हेच!

या घडामोडींची खळबळजनक बातमी म्हणून असलेली उपयुक्तता चालू प्रचार प्रवाहात लवकरच संपेल. परंतु झालेले नुकसान? त्याचे काय? शिवाय या घटनांमुळे उजेडात आलेल्या आपल्या व्यवस्थेतील उणीवा? त्यावर उपचार व पुनरावृत्ती न होण्यासाठीची उपाययोजना आवश्यक नाही का? हे सर्व करायला सरकारला वेळ मिळेल? पण आता हे मोहोळ उठलेच आहे तेव्हां सत्य परिस्थिती तरी जाणून घेणे हा मात्र जनतेचा हक्क आहे. तात्पर्य, केंद्राने या संपूर्ण प्रकरणाची इत्थंभूत शहानिशा करणारी, विश्वासार्ह श्वेतपत्रिका जनतेसमोर ठेवावी. तसे झाले नाही, आणि समजा विरोधी पक्ष सत्तेवर आला तर या लफड्याचे एक नवीनच पोस्ट मॉर्टेम आपल्याला बघायला मिळणार आणि प्रसार माध्यमांची चंगळ होणार. वाह!

OOO

सक्षम पोलीस यंत्रणा: सुरक्षेचा प्राणवायू

सुमारे दीडशे वर्षांपूर्वी ब्रिटिश राजवटीत एक वाक्प्रचार प्रचलित होता. इंग्रजांच्या राज्यात काठीला सोने बांधून काशी यात्रा करावी. त्या काळी समाजातील कायदा व सुव्यवस्थेची परिस्थिती कशी होती यावर ते एक भाष्य होते. आज अशा प्रकारचे प्रशस्तीपत्र आपण देऊ शकू? अजिबात नाही. वाढलेली गुन्हेगारी, हिंसा, जनसामान्यांना वाटणारी एकूणच असुरक्षितता याची असंख्य उदाहरणे यासंबंधी देता येतील. परिस्थिती इतक्या विकोपाला का व कशी गेली या प्रश्नांवर विद्वानांमध्ये केवळ चर्चा होते इतकेच. प्रत्यक्ष उपाययोजनेच्या बाबतीत मात्र आनंदीआनंद आहे, ही सत्य परिस्थिती आहे. अंतर्गत सुरक्षा स्वास्थ्य हे देशाच्या सुरक्षिततेसाठी अनिवार्य आहे हे वेगळे सांगायला नको. 'पोलीस यंत्रणा' या विषयावर जरा परखड विचार करू या.

सन १८५७ मध्ये इंग्लंडच्या राणीने भारताचा राज्यकारभार हाती घेतल्यावर इंग्रजांनी सर्व प्रथम काय केले तर सामाजिक सुरक्षा व कुशल प्रशासन अस्तित्वात आणण्यासाठी तातडीने पावले उचलली. आवश्यक कायदे बनविले आणि अंमलात आणले. १८६१ साली भारतीय पोलीस कायदा अमलात आणला आणि एक कार्यक्षम

पोलीस व्यवस्था जनतेला दिली.

स्वातंत्र्यप्राप्तीनंतर काळ झपाट्याने बदलत गेला. समाजव्यवस्था आमूलाग्र बदलली, वाढत्या नागरीकरणामुळे कायदा व सुरक्षेची नवीन आव्हानें उभी झाली. काळाच्या गरजांनुसार या कायद्यात बदल व सुधारणा आवश्यक होत्या, पण गेल्या दीडशे वर्षात त्यासाठी मुहूर्त लाभला नाही. आपली पाटी कोरीच राहिली, नव्हे फुटली, असेच कबूल करावे लागेल. कोणतीही समस्या उभी ठाकली की चौकशी आयोग नेमायचा पण आयोगाच्या शिफारशींकडे मात्र दुर्लक्ष करायचे हा आपल्या कार्य पद्धतीचा अनोखा खाक्याच बनला आहे. पोलीस यंत्रणेत सुधारणा करण्याच्या उदात्त हेतूने अनेक पोलीस आयोग नेमण्यात आले खरे; पण त्यांचे अहवाल लाल फितीत धूळ खात पडले.

वाढती आव्हानें पेलण्यासाठी पुरेसे मनुष्यबळ उपलब्ध नाही. आहे त्या मनुष्यबळाचा योग्य त्या कामांसाठी उपयोग न करता भलत्या कामगिरीवर दुरुपयोग होतो. आधुनिक सुरक्षा यंत्रसामुग्रीची खरेदी दप्तर दिरंगाईच्या बेड्यांमध्ये जखडली गेली आहे; तर उपलब्ध उपकरणे बिघडलेल्या स्थितीत. हे निराशाजनक चित्र सर्वत्र दिसते.

भारतीय राज्य घटनेनुसार, पोलीस व्यवस्था ही संबंधित राज्यांच्या अखत्यारीत येते. यंत्रणा कौशल्याने राबवणे तर दूरच; परंतु तिचा दुरुपयोग राजकारण्यांच्या वयक्तिक स्वार्थासाठी व राजकीय पक्षांच्या हितासाठी सर्रास केला जात आहे. पोलीस यंत्रणा ही केवळ घटनेशीच कटिबद्ध असायला हवी पण ती दुर्दैवाने राजकारण्यांच्या ढवळाढवळीची शिकार झाल्याचे आपण बघतो. परिणामी, गुन्ह्यांना प्रतिबंध करणे आणि तपास करणे या मूलभूत कर्तव्यांपासून पोलीस दल केंव्हाच भरकटले आहे. गुन्ह्यांच्या तपासातील ढवळाढवळ, पोलीस अधिकाऱ्यांच्या बदल्यांचा सवंग उपयोग आणि भ्रष्टाचार या

तीन रोगांमुळे पोलीस दले बेजार झाली आहेत. एकंदरीत या रोगांच्या निवारणांसाठीचे उपाय तडकाफडकी करण्याखेरीज आता पर्याय नाही.

काही पावलें तत्काळ उचलावीत. पोलीस यंत्रणेतील सुधारणांसंबंधी पोलीस आयोगाने केलेल्या शिफारशींची त्वरित अंमलबजावणी करावी. हे सहजशक्य आहे कारण सर्वोच्च न्यायालयानेदेखील तत्सम निर्देश दिले आहेत. पोलीस खात्याच्या रचनेत कांही दूरगामी बदल करणे बरेच परिणामकारक ठरेल. पोलीस खात्याचे दोन वेगळे विभाग करावे: १) गुन्ह्यांचा तपास, आणि पुढील न्यायालयीन कारवाई न्याय यंत्रणेच्या अखत्यारीत आणावी (अमेरिकेत एफ.बी.आय.ही संस्था न्याय संस्थेच्या अधीन आहे) जेणेकरून या संवेदनशील बाबीत राजकारण्यांची ढवळाढवळ नाहीशी होईल, तपास व खटल्यांवर न्यायालयात यशस्वी कारवाई होण्याचे प्रमाण वाढेल. गुन्हेगारीला आळा बसण्यास मदत होईल आणि कायद्याची जरब बसून जनतेचा पोलिसांवरील विश्वास वाढेल. भ्रष्टाचाराचे खरे मूळ तिथेच आहे. या बदलांमुळे पोलीस खात्यातील व्यावसायिकता सुधारून भ्रष्टाचार बऱ्याच प्रमाणात कमी होईल हे निश्चित. २) दुसऱ्या विभागात पोलीस खात्याकडे असलेली उर्वरित सर्व जबाबदारी सोपवावी. (सुव्यवस्था, वाहतूक नियंत्रण, व्ही.आय.पी सुरक्षा इ.) केंद्र शासनातदेखील तपास यंत्रणेस स्वातंत्र्य मिळावे यासाठी सी.बी.आय. केंद्राच्या अधिपत्यातून मोकळी करावी. सी.बी.आय.च्या गैरवापराबद्दल होणारी चिखलफेक सर्वश्रुत आहे.

राज्यकर्त्यांना हे बदल अजिबात रुचणार नाहीत हे उघड आहे, परंतु आता या शस्त्रक्रियेविना पर्याय नाही. जनतेच्या सहनशक्तीलादेखील मर्यादा आहेत.

OOO

राज्यकर्ते विरुद्ध राज्यपाल

नरेंद्र मोदींच्या राज्यारोहणास महिना झाला. इतक्या लवकर नवीन शासनाचे मूल्यमापन करणे म्हणजे अन्याय होईल. परंतू या अल्प काळातील घडलेल्या कांही घटनांचा आढावा मात्र नक्कीच उद्बोधक ठरेल. एकंदरीत मोदी सरकारला अगदी सुरुवाती पासूनच झटके बसत आहेत हे नक्की. निवडणुकीत सपशेल आपटी खाल्लेल्या विरोधकांनी मानव संसाधन मंत्री स्मृति इराणींच्या शैक्षणिक पात्रते सारख्या क्षुल्लक कारणावरून टीकेची झोड उठवली. तो बार फुसका ठरतो तोच इराक संकटामुळे निर्माण झालेले तेल भाववाढीचे आणि राष्ट्रीय सुरक्षेचे काळे ढग भेडसावू लागलेत. मॉन्सूनच्या काळ्या ढगांनी दडी मारून देशाची सत्वपरिक्षा घ्यायचे ठरवलेले दिसते आणि काँग्रेस शासनाने पाय उतार होण्या आधी रिकामी तिजोरी आणि जाणून टाळलेली रेल्वेभाड्यांची वाढ मोदींना वारसा म्हणून ठेवली ते वेगळेच. हे अपुरे पडू नये म्हणून यूपीए सरकारने आपल्या शासन कालात केलेल्या राज्यपालांच्या नेमणुकींची डोकेदुखी जरा किचकट प्रकरण होत आहे. या पार्श्वभूमीवर येणारे आगामी अंदाजपत्रक काय दक्षिणा देईल इकडे आता सर्वांचे डोळे लागले आहेत. एक दशक यूपीए शासनात पूर्ण पिळवटलेल्या जनतेस कठोर निर्णय आणि औषधांचे कडू घोट गिळावे लागण्याचा सूतोवाच मोदींना त्यामुळेच करावा लागला. यापैकी

कांही गोष्टी अनिवार्य आहेत आणि कांहींच्या बाबतीत मात्र केंद्राला आर्थिक काटकसरीचे दूरगामी धाडसी निर्णय घ्यावे लागतील. या संदर्भात योजना आयोग आणि राज्यपाल या दोन संस्थांची बदललेल्या काळातील उपयुक्तता, नव्हे आवश्यकता या विषयांकडे जरा नजर टाकू या.

रशियन पद्धतीच्या योजनाबद्ध प्रगतीच्या प्रयोगाने भारावून नेहरूंनी योजना आयोगाची स्थापना केली. दर पाच वर्षांने पंच वार्षिक योजनांचे सत्र सुरू झाले जे सपशेल अयशस्वी ठरले असे स्वत: जाणकारांचेच मत आहे. आजमितीला योजना आयोग हे कांही प्रतिष्ठित मंडळींचे निवृत्ती सदन उरले आहे असे म्हणता येईल. त्याचे निरपेक्ष लेखा परीक्षण केल्यास योजना आयोग बरखास्त करणेच श्रेयस्कर असल्याचा निष्कर्ष निघेल.

केंद्रात सरकारच्या प्रत्येक निर्णयास राष्ट्रपतींच्या आदेशानुसार व हुकुमावरून अशी पुस्ती जोडली जाते. त्याच प्रमाणे राज्यामधे राष्ट्रपती ऐवजी राज्यपाल असा शब्द प्रयोग केला जातो. थोडक्यात म्हणजे निर्णय जनतेने निवडलेल्या शासनाने घ्यावयाचा परंतू त्यावर केवळ मंजूरीचे शिक्कामोर्तब राष्ट्रपती किंवा राज्यपाल यांनी मुकाट्याने करावयाचे. हे लोकतंत्राच्या व्याख्येत कितपत बसते? राष्ट्रपती निदान संसद व विधान सभा सदस्यां कडून निवडले जाण्याचे घटनेत प्रावधान आहे. राज्यपालांच्या बाबतीत तसा काहीही निर्देश नाही. तात्पर्य राज्यपालांची नेमणूक ही केवळ आणि निवळ केंद्रातील सरकारच्या मर्जीवर (किंवा लहरी वर?) होत असते. आणि याच प्रथेचा स्वैर (गैर) वापर झालेला आपण गेले सहा दशके पाहात आलो आहोत. राज्यपाल हा प्रतिष्ठित, विद्वान, सामाजिक मान मान्यतेचा वगरे असतो अशी जनसामान्यांची भाबडी समजूत असते. पण आणीबाणीनंतर हा भ्रमाचा भोपळा फुटला तो कायमचाच. आधी काँग्रेस व नंतर यूपीए सरकारने आपले सोयीस्कर समर्थक राज्यपाल म्हणून नेमले. आता मोदी सरकार

नेमके तेच करण्याचे संकेत मिळताच विरोधकांच्या उलट्या बोंबा आपण ऐकतो याला काय म्हणावे? स्थानिक राजकारणात अडचण बनणाऱ्याची प्रतिष्ठितपणे उचल बांगडी करून राज्यपाल पदी नेमणूक होते. (जरा महाराष्ट्रातील राजकारण्यांच्या इतर राज्यांचे राज्यपाल म्हणून झालेल्या नेमणुका आठवा). सेवाकालात मंत्र्यांची पुरेपूर सेवा करून मर्जी संपादन करणाऱ्या अधिकार्यांची त्या प्रतिष्ठेच्या जागी वर्णी लागते. मंत्रिमंडळात समावेश न झालेल्या पक्षाच्या दिग्गजांच्या दुखावलेल्या मनावर त्यांना एखाद्या राज भवनात पाठवून फुंकर मारली जाते. हा इतिहास आहे पण आदर्श नाही.

कुशल प्रशासनाच्या गरजेच्या दृष्टीने पाहिल्यास विरोधी सरकारने त्यांच्या आधीच्या कार्यकालात नेमलेले राज्यपाल नव निर्वाचित शासनाची डोकेदुखी ठरू शकतात. तेव्हा त्यांची उचलबांगडी होणे ही एक प्रशासनिक अनिवार्यता बनू शकते. तात्पर्य सत्तांतर होताच तत्कालीन राज्यपालांनी समजुतदार पणे स्वतः राजीनामा देणे प्रशस्त आहे. त्यांना बरखास्त करण्याने निर्माण होणारी कटुता त्यायोगे टळेल पण तसे न झाल्याने सांप्रतचे दुखणे उद्भवले आहे.

कोणत्याही क्षेत्रातील प्रकल्प कार्यान्वित करतांना त्याच्या आर्थिक व्यवहार्यतेची तपासणी होते. देशाच्या तिजोरीस तो प्रकल्प परवडणार आहे का याचा सविस्तर विचार होतो कारण शेवटी तो आर्थिक भार जनतेवर पडतो. योजना आयोग व राज्यपाल या संस्थांचा त्या दृष्टिकोनातून पण विचार करण्याची वेळ आली आहे असे म्हणावे लागते.

सध्या देशात एकूण २९ राज्ये आहेत आणि प्रशासनिक आणि राजकीय अनिवार्यते मुळे ही संख्या अजून वाढणार हे नक्की. योजना आयोग आणि इतक्या राज्यपालांच्या व्यवस्थेपोटी शेकडो कोटींचा सालाना खर्च जनतेला परवडेल? त्याच रकमेचा विनिमय ग्रामीण

स्वास्थ्य सुधार योजनांत केल्यास चांगले दिवस झटपट येतील यात शंका नसावी.

राज्यपालांच्या भूमिकेत काही नाजुक जबाबदाऱ्या आहेत मान्य. उदा: त्रिशंकू अवस्थेत निवडलेल्या विधान सभेच्या संदर्भात सरकार कसे व कोणाचे ठेवावे हा कठिण निर्णय, घटनात्मक संकटें हाताळणे इत्यादी नाजुक जबाबदाऱ्यांचा समावेश होतो. ही जबाबदारी खुद्द राष्ट्रपतींनी सांभाळण्यास काय हरकत आहे? असे प्रसंग कांही सारखे येत नसतात. राज्यात राष्ट्रपती शासन अमलात आणायचा निर्णय घेतल्यावर राज्यकारभार चालवण्यासाठी केंद्रात राष्ट्रपती शासन मंत्री ची कायम स्वरूपी व्यवस्था असू शकते ज्यांच्या हाताखाली सनदी अधिकाऱ्यांचा गट अंमल बजावणी करेल. आज देखील राष्ट्रपती शासनाच्या वेळी प्रशासन केंद्रच सांभाळते आणि अनुभवी सल्लागारांच्या मदतीने राज्यपाल प्रशासनाची धुरा संभाळतात. नाही का? एकूण काय तर राज्यपाल खऱ्या अर्थाने सक्रीय होणे हे अपवादानेच घडते. नवनिर्वाचित सरकारचा शपथ विधी राज्याचे मुख्य न्यायाधीश यांनी संपन्न करण्याची सोय सध्या पण आहेच. त्याच्या साठी राज्यपालच का हवा? केवळ समारंभिक अस्तित्वाची गरजच काय?

गेल्या प्रशासनात सरकारी यंत्रणेत बरीच चर्बी गोळा झाली. ती कमी करण्याच्या दिशेने मोदी सरकारने निर्भीड पणे पावलें उचलली आहेत. त्याच परंपरेत योजना आयोग व राज्यपाल ह्या संस्था रद्द करण्याचे ऐतिहासिक पाऊल त्यांनी उचलावे ही आता काळाची गरज आहे.

स्वातंत्र्य प्राप्ती नंतर घटनाकारांनी प्रदीर्घ आणि सर्वांगीण चर्चे अंती देशाला संविधान दिले. काळाच्या गरजेनुसार त्यात आवश्यक ते संशोधन करण्याची सोय पण त्यात ठेवली यात त्यांच्या दूरदर्शीपणाचा व परिपक्वतेचा प्रत्यय येतो. आपण त्याचा वेळोवेळी पुरेपूर उपयोग केलेला आहे तेव्हा वरील शिफारशीवर देश पातळीवर सर्व स्तरांवर

विचार विनिमय करून अंमलबजावणीत कोणताच अडथळा दिसत नाही. फक्त निर्धार हवा. अंगावर पडलेल्या पाली सारखे राज्यपाल झटकून टाकण्याचे ओंगळ राजकारण आता पुरे.

OOO

३४

चाणक्य विसरलेला देश

अखेर ओसमा मारला गेला. या घटनेचे विविध पडसाद जगभर उमटले. पश्चिमेत जल्लोश; तर मध्य पूर्वेत दबलेला राग व असंतोष. जगातील भारतासारख्या मुस्लीम लोकवस्ती असलेल्या देशात अंतर्गत सुरक्षेसंबंधी काळजी निर्माण झाली. अशा संमिश्र अवस्थेत एक वेगळी विचारधारापण दिसते, ती भारतीयांनी वेळीच ध्यानात घ्यावी. ती म्हणजे ओसामा आणि भिंद्रनवाले या दोन पर्वांमधील भयानक साम्य आणि दहशतवादविरोधी व्यूहरचनेतील आपल्या उणीवा. जरा विचार करा.

१९७० ते १९८० या दशकाच्या उत्तरार्धातील घटना जगाच्या दृष्टीने दूरगामी होत्या. अफगाणिस्तानात सोविएत हस्तक्षेप आणि पंजाबमधील दहशतवाद. एकीकडे सोविएत कुरघोडीने धास्तावलेली अमेरिका; तर दुसरीकडे अकाली दलाच्या वाढत्या प्रभावाने घाबरलेली काँग्रेस. अमेरिकेने पाकिस्तानला हाताशी धरून जन्मास घातलेले तालिबान तर काँग्रेसने भिंद्रनवालेला वापरून उभारलेले दल खालसा. अमेरिकेने अफगाणी जनतेस हाताशी धरून, धर्मभावना भडकावून, तालिबानच्या मदतीने सोविएत विरोधी प्रतिकार शक्ती निर्माण केली. ओसामा नावाच्या राक्षसाने अफगाणी मंच काबीज केला; तर

पंजाबमध्ये भिंद्रनवाले नावाचा भस्मासुर धुडगूस घालू लागला. ओसामाच्या अल् कायदाने मुस्लीम कट्टरवाद फोफावला व जगाची झोप उडाली; तर पंजाबमधील दहशतवादाने भारताच्या एकते विषयीच संकट निर्माण झाले होते.

कालांतराने सोविएत सैन्याच्या माघारीनंतर निर्माण झालेली पोकळी पूर्णपणे व्यापून अल् कायदाने अमेरिकेला जेरीस आणले. अमेरिकेने स्वतःच निर्माण केलेला ओसामा अमेरिकेच्याच मुळावर उठला, ९/११ च्या हल्ल्याने तर अमेरिका हादरून गेली आणि दहशतवादाच्या दुष्परिणामाचे जगाला धडे देऊ लागली.

इकडे भारतात सुवर्ण मंदिरावरील कारवाईने संतापलेल्या दहशतवाद्यांनी इंदिराजींचीच हत्या केली. सूडाग्नीने पेटलेल्या काँग्रेसने शीख समुदायावर सामूहिक व अनन्वित अत्याचार केले. (त्या सात दिवसांत बळी पडलेल्या शिखांची संख्या गेल्या अनेक वर्षात जातीय दंगलीत दगावलेल्या मुस्लिमांच्या आकड्याइतकी असेल. पण ही माहिती संसदेत कोण खासदार विचारणार?) ९/११ नंतर खडबडून जागे झालेल्या अमेरिकेने तत्परतेने पावले उचलली. अफगाणिस्तान व इराकवर एका मागून एक असे सुनियोजित हल्ले झाले. आता ओसामाची पाळी.

इंदिरा हत्येनंतर राजीवजी पंतप्रधान झाले व आपल्या पहिल्याच देशव्यापी संदेशात म्हणाले, ''महावृक्ष जब गिरता है तो धरती थोडी हिलती ही है।'' या अघोरी विधानाने शीख समुदाय खवळला नसता तरच नवल. पंजाबात दहशतवाद बेसुमार फोफावला. देशात इतरत्र पण त्याची झळ लागली. असो, दहशतवादाचा धोका किती गंभीर आहे याचा कांग्रेसला साक्षात्कार झाला खरा. परंतु जरा उशीराच.

अखेर अमेरिकेला ओसामाचा काटा काढण्यात यश आले (ज्याचा ओबामाना पुढील निवडणुकीत नक्कीच फायदा होईल). भारतात

इंदिरा गांधी हत्येने उफाळलेल्या सहानुभूतीच्या लाटेवर काँग्रेस पण तरली. सहानभूतीचा फायदा राजीव हत्येनंतर १९९१ च्या सार्वत्रिक निवडणुकीत पण तिला पुरेपूर मिळाला. मृत्यूच्या सुतकाचे फायद्यात रूपांतर करण्यात काँग्रेस तरबेज आहे.

आता दहशतवादाच्या निर्मूलनासाठी अमेरिकेने व भारताने उचललेल्या पावलांमधील तफावतीबद्दल विचार करूया. ही तफावत आपल्याला उद्विग्न करते. अमेरिका बेधडक कारवाई करते, जागतिक प्रतिक्रियेची तिला सुतराम फिकीर नसते. या उलट आपण नैतिकेतेचे कठोर पालनकर्ते बनतो. आपल्या कारवाईवर जगाच्या व खास करून आपल्याच मानवाधिकार आंदोलनकर्त्यांचा डोळा असतो. टीकेची झोड उठते. अमेरिकेने ग्वाटेनमोबे व अबूग्रेब तुरुंगात केलेल्या निर्दयी अत्याचारांकडे मात्र सोईस्करपणे आपण कानाडोळा होतो.

अमेरिकेचे अध्यक्ष अमेरिकाविरोधी शत्रूला जिवे मारण्याचे आदेश बेधडक देतात. आपल्याकडे मात्र न्यायाने फाशी ठोठावलेला अफजल गुरु कागदी दिरंगाईमुळे (की अल्पसंख्यांकांना खुश करण्यासाठी?) कित्येक वर्षे जिवंत राहतो. कसाब पण आपल्या निवडणूक राजकारणाचा व एकगठ्ठा मतदानाच्या लोभाच्या उदारतेचा उपभोग घेत राहिला. अमेरिका ९/११ च्या दोषींवर आणि सद्दामवर तत्परतेने खटले भरून व त्यांना मृत्युदंड देऊन मोकळी झाली. आपल्या दीर्घसूत्री कायदेप्रणालीबद्दल बोलावे तेवढे कमीच. संसदेवर हल्ला होत असताना आपले खासदार आत दहशतवाद निर्मूलक पोटा कायदाच रद्द करण्याची खटपट करत होते. य़ा करंटेपणाला काय म्हणावे?

थोडक्यात काय, तर आपण एक नरम देश आहोत. न्यायी, दयाशील, क्षमाशील राष्ट्र आहोत. अशा तर्हेने आपण स्वत:च्याच भ्रमात गुरफटलेलो आहोत. जगाला त्याची कदर तर नाहीच; पण पर्वादेखील नाही. मानवाधिकार इत्यादी संकल्पना बलिष्ठांनीच ठरवायच्या असतात व

सोयीनुसार अमलात आणायच्या असतात. आर्य चाणक्यांना हे तत्त्व अवगत होते व त्यांनी तशी नीती राबवलीही होती. पण चाणक्यांच्या २१व्या शतकातील वारसदारांना त्याचा गंध नाही, कदर नाही. युद्धात जिंकलेले वाटाघाटीत गमावणाऱ्यांकडून काय अपेक्षा करणार?.

ओसामा व भिंद्रनवाले या दोन पर्वांतील साम्य व विरोधाभास एक ऐतिहासिक धडा मात्र शिकवतो. संकुचित ध्येयप्राप्तीसाठी धार्मिक भावनेचे हत्यार उपसू नये. तो एक दुर्धर कर्करोग आहे व त्याचे परिणाम अण्वस्त्रापेक्षाही भयानक होतील.

ooo

३५

भरकटलेला संघ आणि गळकी प्रशासन व्यवस्था

मोदी राजवटीला एकंदरीत पहिल्याच वर्षी साडेसाती लागली की काय अशा घटना घडत आहेत. त्यांच्या राज्यारोहणाची संधी साधून संघ परिवाराच्या दिग्गजांनी जिभेवरचा आणि सारासार विवेकाचा ताळतंत्र सोडलेली वक्तव्ये केली. त्यांची दखल मोदींनी वेळीच घ्यायला हवी होती पण तसे झाले नाही. कारण काय असेल ते असो, जरा उशीरा कां होईना; (कदाचित मातृ संस्थेची नाडी तपासून), नुकत्याच झालेल्या एका समारंभात, धर्मांधता खपवून घेणार नाही असे त्यांनी ठणकावून सांगितले. त्याचा जनमानसावर कितपत परिणाम झाला ते जाऊ द्या, पण उशीरा कां होईना आलेले शहाणपण असा भास नक्कीच झाला. त्याच्या आठवणी ताज्या असतानाच सरसंघ चालकांनी मदर तेरेसांविरुद्ध केलेले भाष्य प्रसृत होताच मात्र धक्काच बसला. मोहन भागवतांच्या त्या विधानाने संघ समर्थकांची आणि सहानुभूती असणाऱ्यांची पण नक्कीच निराशा झाली असेल. धर्मप्रसार, धर्माचरण हा प्रत्येक भारतीयाचा घटनात्मक हक्क आहे. चर्चचा तर तो कार्यक्रमच आहे. ते तो हेतुपुरस्सर जगभर राबवते. मग त्यात हा हेतू ते कसा साध्य करते यावर मात्र बंधनें असू शकतात व आहेत. अशाच धर्म प्रसाराच्या निषिद्ध कृतींबद्दल शासनाने चर्चच्या काही रेव्हरंडना देशाबाहेर हाकलले होते. (रेव्ह. मायकेल स्कॉट व फादर फेरार यांची

उदाहरणे आठवा). म्हणून केवळ निरपेक्ष बुद्धीने तेरेसांची समाजसेवा नव्हती या बोलण्यात अर्थ नाही. रा.स्व. संघाने पण तशी समाजसेवा केल्यास त्यांची पण कदर होईल.

भागवतजींनी ते संदर्भ देऊन मागासलेल्या व वनवासी, आदिवासींच्या क्षेत्रात चर्चच्या कांही आक्षेपार्ह उपद्व्यापांबद्दल टीकेची झड उठवली असती तर कदाचित त्यात अर्थ होता असे म्हणता येईल. पण त्या टीकास्त्रात मदर तेरेसांना भरडणे हा मात्र अन्याय आहे. तेरेसांची समाजसेवा सर्वमान्य व आदरणीय आहे या बद्दल दुमत नसावे. तात्पर्य त्यांची टीका ही घर वापसी मोहिमेचाच एक भाग आहे असे वाटते. पण या सर्व वेडेपणात देशाची जगात आपण काय प्रतिमा निर्माण करत आहोत याची या मान्यवरांना चिंता नसावी.

सहिष्णुता मुळातच भारतीय संस्कृतीचा गाभा असल्याने परकीय धर्मप्रसाराची झळ हिंदुत्वाला अनेक शतकें सोसावी लागली हा इतिहास आहे. वायव्येतील धार्मिक आक्रमणांचा प्रतिकार शीख धर्माच्या उदयाने झाला. ब्रिटिश राजवटीत चर्चने पण राजश्रयाचा भरपूर फायदा घेतला. त्यांचा सामना तशाच समाजसेवी मोहिमांचा आधार घेऊन करणेच योग्य ठरेल आणि तसे करणाऱ्या समाजसेवी संस्था पण संघ परिवारात आहेत. (उदाः विवेकानंद स्मारक समिती, वनवासी कल्याण संस्था इ.) देशात अनेक ठिकाणी घडणाऱ्या नैसर्गिक आपत्तींच्या वेळी संघाचे स्वयंसेवक जी लक्षणीय सेवा करतात त्याचे सर्वत्र कौतुक होते नाही का? असे असतांना सर संघचालकांना वरील विधान करण्याचे काय प्रयोजन होते? त्यांनी वेळ चुकीची निवडली असे वाटते.

एक ऐतिहासिक सत्य आणखी लक्षात घ्यावे. ईशान्येतील राज्यांकडे हिंदू धर्मियांनी साफ दुर्लक्ष केले. चर्चने ती पोकळी भरून काढली. नागालँडमधील इंपूर येथील चर्च सर्वात पुरातन, दीडशे वर्षाहून अधिक

जुनी आहे. त्यामुळेच ईशान्येकडच्या राज्यांतील जनता सर्वस्वी ख्रिस्ती आहे. हिंदुत्वाचे स्वयंघोषित रक्षक घोडा पळाल्यावर खडबडून जागे झाले व आता तबेल्याला कुलूप लावण्याचा प्रयत्न करत आहेत.

इतर धर्मांप्रमाणे हिंदू धर्मात धर्म प्रसाराला स्थान नाही. कबूल; पण इतर धर्म प्रसाराला हिंदू समाजातील सुधारणा हिरीरिने करून आळा घालणे याकडे त्यांनी साफ दुर्लक्ष केले हे सत्य नजरेआड करता येणार नाही. डॉक्टर आंबेडकरांनी हिंदू धर्माचा त्याग करून बद्ध धर्माचा स्वीकार कां केला यावर त्यांनी अंतर्मुख होऊन विचार करण्याची गरज आहे.

एकंदरीत काय; तर मोदींचे हितशत्रू त्यांच्याच गोटात आहेत. त्यांना वेसण घालण्याचे द्रर्ष्टेपण मोदींमधे यावे अशी आशा बाळगू या.

आता दुसऱ्या डोकेदुखीकडे वळूया. नुकत्याच पेट्रोलियम मंत्रालयातील महत्त्वाच्या गोपनीय गोष्टी त्या व्यवसाया संबंधित उद्योजक घराण्यांच्या हाती पडल्या आणि हे सर्व अंदाजपत्रक लोकसभेत मांडण्याच्याआधी घडल्यामुळे तर खळबळ उडाली. प्रसारमाध्यमांना मेजवानी; तर विरोधकांना सरकारचे वस्त्रहरण करण्याची संधी मिळाली. सुरक्षासंस्थांची नेहमीप्रमाणे चीरफाड झाली हे सांगणे नकोच. निष्कर्षाप्रत पोहोचण्याआधी आपल्या प्रशासकीय व्यवस्थेचे वास्तविक विश्लेषण करणे योग्य ठरेल.

सरकारी कार्यालयांत गोपनीय बातम्या फुटू नयेत याची खबरदारी घेण्यासाठी जबाबदार अधिकाऱ्यांच्या हाता खाली कार्यालय सुरक्षा विभाग असतो. महत्त्वाच्या मंत्रालयांमधील गोपनीय बातम्यांसाठी अनेक बाजूनी अविरत धडपड सुरू असते. परदेशी गुप्तहेर, देशातील उद्योग व उद्योजक आणि उद्योजक प्रतिस्पर्धी सक्रीय असतात. साहजिकच खासगी हस्तकांना यासाठी कामाला लावले जाते. प्रत्येक

बातमीला आपापल्या परीने महत्त्व असते व किंमत पण, जी देणे वरील मंडळींना सहज शक्य असते. इथे खेळ सुरू होतो मानवाच्या झटपट पैसे मिळवण्याच्या हव्यासाचा. हा मोह साध्या कारकुनापासून अगदी वरिष्ठ अधिकाऱ्यांपर्यंत सर्वांमध्ये (काही अपवाद वगळता) दिसून येतो. कार्यालयात हस्तक पेरले जातात, किंमत दिली जाते व बातम्या फुटतात. अशात एखाद्या निष्णात सुरक्षा यंत्रणेच्या हाती क्षुल्लक धागादोरा जरी सापडला तरी त्याचा गुप्ततेने, कौशल्याने व नेटाने पाठपुरावा केला जातो व यथासमयी त्यावर कायदेशीर कारवाई सुरू होते. हे सर्व दीर्घसूत्री तंत्र असल्याने मधल्या काळात बरीच गळती होणे अपरिहार्य असते, त्याला इलाज नाही. सांप्रत घटनेत तसेच झाले असावे असे म्हणता येईल.

आता हा रोग फार जुना व मुरलेला आहे हे काय सांगायला हवे? राजीव गांधी पंतप्रधान झाल्यावर त्यांच्याच खासगी कार्यालयातील अनेक दस्तावेज असेच गहाळ झाले होते. ते प्रकरण कुमार नारायण प्रकरण म्हणून कुप्रसिद्ध आहे. दुर्दैव असे की अशा भ्रष्ट मंडळींना आपल्या शिथिल न्यायप्रणालीमुळे तातडीने शिक्षा होत नाही आणि आता तर या प्रकरणात मोठे मासे असणार. त्यांना शासन करण्याचे धाडस आपल्या राज्यकर्त्यांमध्ये आहे?

अनुभवाने सांगतो की केवळ एका साध्या कारकुनाच्या प्रामाणिकपणामुळे एका पाश्चात्य वकिलातीतील वरिष्ठ अधिकाऱ्याची हेरगिरीबद्दल एके काळी हकालपट्टी झाली होती. पण हा अपवाद आहे हेच दुर्दैव नाही का? म्हणून अगदी खालच्या पातळीवरील कर्मचाऱ्यांनासुद्धा या संवेदनक्षम बाबतीत जागरूक राहण्याची समज दिली पाहिजे. प्रशासनात रुजलेली ही गळती सर्व सामान्यांच्या मानसिकतेत आमूलाग्र सुधारणा झाल्याशिवाय बंद होणार नाही. अण्णा हजारे ही किमया साधू शकतील?

मुळात आपली यंत्रणा ही अशी आहे. पांडुरंगा, आता तुम्हीच काही तरी करा!

ooo

विभाग ४ :

प्रशासन

परस्परा लाच देऊ, अवघे होऊ श्रीमंत

अण्णांनी अखेर 'स्वातंत्र्याची' नवी लढाई छेडलीच. तिला दुसरी अथवा तिसरी हा क्रम देण्यात वेळ वाया घालवण्याची गरज नाही. देशभरातून त्यांना भरभरून प्रतिसाद मिळणे यात नवल पण नाही. त्यांचे आंदोलन वैतागलेल्या जनतेच्या प्रचंड असंतोषाचा, अगतिकतेचा अंतिम दृष्य परिणाम आहे. नेमक्या अशा वेळी अण्णांसारख्या प्रतिमेची मंडळी मैदानात उतरली तर दुसरे काय होणार?

सरकारबद्दल आकस असल्याची वदंता असलेल्या काही माजी सनदी/पोलीस अधिकाऱ्यांवर आंदोलनाची धुरा आहे. त्यांच्या तथाकथित समाजसेवी संस्था या लाटेत आपले हात धुऊन घेत आहेत. 'हजारे टोपी' व मेणबत्ती निर्माते/विक्रेते खुशीत आहेत. आंदोलनाच्या नेतृत्वांत फूट पाडण्याचे शासनाचे प्रयत्न निष्फळ ठरत आहेत. गांगरलेले प्रशासन जनक्षोभाची ही त्सुनामी ओसरण्याची असाहाय्यपणे वाट बघते आहे. प्रसारमाध्यमांना तर ही दीर्घकाल पुरणारी पर्वणीच मिळाली. ॲक्युप्रेशरच्या तत्त्वानुसार प्रसारमाध्यमांच्या इतर महत्त्वाच्या घडामोडींबद्दलच्या संवेदना तूर्त थंडावल्या आहेत. इतरत्र जगात व देशात जणू काही होतच नसावे असा भास वृत्तपत्र वाचकांना झाल्यास नवल नाही. या मोहिमेत भाग घेणारा अथवा त्यावर भाष्य करणारा

प्रत्येक विद्वान मात्र मेंढरांच्या कळपातील शेळीप्रमाणे वाहवत चालला गेला आहे असे दिसते. मोहिमेत सक्रीय भाग घेणारे हजारो 'हजारे टोपी' धारक, मेणबत्त्या/ मशाल पेटवणारे, मोर्चे, फेसबुक व ट्विटर बहाद्दर, नाष्टा झाल्यावर रात्रीच्या भोजनापर्यंत उपोषण करणारे; परंतु निवडणुकीत मतदान न करता सहलींवर जाणारे तुम्हा आम्हा सारखे पांढरपेशे मध्यमवर्गीय व आर्थिक सुधारणांपासून लाभ झालेले नवश्रीमंत आहेत असे म्हटल्यास राग येईल, पण ते खरे आहे. त्यामुळेच या मोहिमेकडे वेगळ्या नजरेने पाहण्याची कोणाची इच्छा पण नाही.

अण्णांच्या आंदोलनाची परिणती कशातही झाली तरी त्याचा एक दीर्घकालीन दुष्परिणाम उघड आहे. तो म्हणजे त्याचा भारतीय अर्थव्यवस्थेवर झालेला विपरीत परिणाम. जगात आता भारतातील गुंतवणुकीबद्दल उत्साह व आकर्षण राहिलेले नाही. नित्य उघडकीस येणाऱ्या घोटाळ्यांमुळे प्रशासन बिचकून निष्क्रीय झाले आहे. महत्त्वाचे आर्थिक निर्णय बासनात गुंडाळले गेले आहेत; तर उद्योजकांना त्यांच्यावर कधी धाड पडणार याची धास्ती लागून राहिली आहे आणि या सर्व औदासिन्याचा चटका शेवटी मेणबत्त्या विझल्यानंतर वरील मंडळींनाच बसणार आहे.

अण्णांनी पुरस्कृत केलेले विधेयक संमत झाले म्हणजे देशातील भ्रष्टाचार नष्ट होईल अशी समजूत बाळगणे चुकीचे होईल. कारण भ्रष्टाचार या व्याधीचे बीज देशाच्या संपूर्ण जनतेच्या मनातच खोलवर रुजले आहे हे एक कटू सत्य आहे. प्रत्येक नागरिकाने प्रामाणिकपणे अंतर्मुख होऊन काम केल्याशिवाय तो दूर होणे कठीण आहे.

ध्वनी / रेडिओ लहरी जशा निरनिराळ्या पातळ्यांवर कार्यरत असतात, तसेच भ्रष्टाचार आणि काळा पैसा निर्मितीचेही आहे. 'तिहार' वासी बड्या मंडळींची भूक, गरजा, हांव फार प्रचंड. साहजिकच ती

भागवणे केवळ उद्योजकांनाच शक्य असते. शासनातील 'लायसेंस परमिट' वहिवाट हा महामार्ग त्यासाठीच सोयीचा ठरतो. राजकीय पक्ष, नेते प्रभृती मंडळींसाठी उपलब्ध या मार्गाला सोईसाठी आपण 'ब्रॉड बँड' म्हणूया. या धनलाभावर एक दिडकीही कर दिला जात नसल्याने तो काळा पैसाच झाला. तो परदेशी 'लपवून' ठेवल्यामुळेच तर सध्याचे महाभारत घडत आहे. या प्रकल्पात सहभागी असलेल्या वरील मंडळींची संख्या संपूर्ण देशात जरी जेमतेम असली तरी एकूण उलाढाल मात्र अनेक अब्जांची असते हे सर्वश्रुत आहे.

या उच्चभृ मंडळींना साहाय्यक असणारी उच्च सनदी अधिकाऱ्यांची मधली फळी वैयक्तिक महत्त्वाकांक्षेपोटी अथवा आर्थिक हांव भागवण्यासाठी वरील बड्या धेंडांचे हौशीने मध्यस्थ बनते. हा झाला 'मीडियम बॅन्ड'. बिल्डर, उद्योजक घराणी व राजकारणी मंडळी यांमधील महत्त्वाचा दुवा. उपरर्निर्दिष्ट धबधब्यामध्ये यथेच्छ न्हाणारा हा वर्ग जनसामान्याला एक 'आदर्श' वहिवट देतो; सरकारी तिजोरीत कर नाही. 'तिहारवासियांच्या' तुलनेत या वर्गाची भूक सौम्यच म्हणावी लागेल.

आता आपल्यासारख्या म्हणजेच 'आम आदमी' कडे बघा. आपल्याला 'लोअर बॅन्डचे' घटक म्हणता येईल. हम भी कुछ कम नही. फरक इतकाच की वरील दोन वर्गातील मंडळींच्या स्वत:च्या खिशाला चुना लागत नसतो. जनसामान्याची गोष्ट मात्र वेगळी. आपणच एकाला लाच देतो अन् दुसऱ्याकडून घेतो. 'परस्परा लाच देऊ अवघे धरू सुपंथ'. उदाहरणें असंख्य देता येतील. पासपोर्ट पोहोचवणारे पोस्टमन, घरगुती गॅस वितरक, आरटीओ कचेरीत परवाने देणारे अधिकारी व तो घेणारे वाहन चालक, वर्गात न शिकवणारे; पण विद्यार्थ्यांना आपल्या क्लासमध्ये येण्यास भाग पाडणारे शिक्षक/प्राध्यापक, इस्पितळातील ओपीडी मध्ये येणाऱ्या रुग्णाला आपल्या क्लिनिकम ध्ये बोलावणारे, किंवा त्याला 'सर्व' प्रकारच्या वैद्यकीय तपासण्या

करण्यासाठी 'स्पेशलिस्ट' ची चार धाम यात्रा करण्यास भाग पाडणारे (व नंतर कमिशन घेणारे) डॉक्टर, नोकऱ्यांमध्ये नेमणुकीसाठी येणाऱ्या उमेदवारांकडून पैसे उकळणारे मध्यस्थ. मंत्रालयातील, कलेक्टर कचेरीतील, नगरपालिकांतील वरपासून खालपर्यंतचे कर्मचारी, पावती न घेता माल खरेदी करून विक्री कर चुकवणारे ग्राहक, विमानतळावर 'कार्यरत' अबकारी अधिकारी. पोलीस यंत्रणेतील घटक हे सर्व काय संत तुकारामांचे अवतार आहेत? या गटातील बहुतेक जण कर प्रणालीच्या जाळ्यातून निसटण्याच्या धडपडीत असतात. त्यांचा कल कर देण्याऐवजी येन केन प्रकारेण कर चुकवण्याकडेच असतो. आणि थेंबे थेंबे तळे साचे या न्यायाने देशाची गंगाजळी अब्जावधी रुपयांना मुकते. मध्यम व खालच्या पातळीवरील भ्रष्टाचार आर्थिक चणचण व गरजेपोटी असतो हा युक्तिवाद केला तरी त्यामागची मूळ वृत्ती बेईमानीचीच असते.

वरील तिन्ही गटांनी निर्माण केलेल्या काळ्या संपत्तीची तुलना नक्कीच आश्चर्यजनक आहे. गवगवा जरी बड्या धेंडांचा होत असला तरी त्यांच्या अनेक पट विस्तृत व संख्येने कोट्यवधी अशा मध्यम वर्गाचा सामुहिक विचार केल्यास हेच चित्र दिसेल की त्यांनी निर्माण केलेले, रिचवलेले, पचवलेले काळे धन बरेच जास्त आहे. ते फक्त देशाबाहेर जात नाही, देशाच्या अर्थव्यवस्थेतच जिरून जाते इतकेच. या उलट बड्या 'तिहारी' धेंडांचा काळा पैसा देशाबाहेर जातो, त्याचा आपल्या अर्थव्यवस्थेत समावेशच होत नाही. हा फरक वगळला तर आपण सारे एकाच माळेचे मणी म्हणजे हाडाचे करबुडवे आहोत हे प्रांजळपणे कबूल करण्याखेरीज गत्यंतर नाही.

सरते शेवटी, लोकपाल विधेयक जरी संसदेत मंजूर झाले तरी ते आपल्या विशाल मध्यमवर्गीयांची भ्रष्ट मानसिकता बदलू शकेल? हा सवाल मेणबत्ती ब्रिगेडने स्वतःला करावा. आपले हात एकमेकांच्याच

खिशात आहेत, या दारुण सत्याकडे आपण किती काळ दुर्लक्ष करणार ?

एकंदरीत काय; तर एकूण एक, प्रत्येक स्तरावर ''लांच मागू नका-घेऊ नका-देऊ नका, प्रचंड संख्येने मतदान करा, प्रामाणिक उमेदवारच निवडा'' हे ब्रीद जनसामान्यांच्या मनात रुजवण्याकरिता अण्णांनी आपले उपोषणास्त्र वापरले तर जनलोकपाल विधेयका च्या अनेक पटीने भ्रष्टाचार निर्मूलन शक्य होईल हे नि:संशय. अशा उपोषणाच्या समर्थनार्थ किती मेणबत्त्या पेटतील हे मात्र विचारू नका!

OOO

३७

न शिकलेले धडे: खोब्रागडे

देवयानी खोब्रागडे प्रकरणाची माध्यमांमध्ये (२०१३) एव्हाना प्रचंड प्रसिद्धी झाली आहे. अनेक चर्चासत्रांत अमेरिकेची घोर निंदा झाली आणि या उफाळून आलेल्या जनक्षोभात केंद्र सरकारने उचललेल्या पावलांचे एकमुखाने समर्थन पण झाले. इतकी एकात्मता नक्कीच कौतुकास्पद आहे, पण ती योग्य मुद्यांवर व योग्य कारणास्तव असली तरच फायदेशीर असते. सांप्रत प्रकरणी चर्चेची धुळवड संपल्यावर, भावना आटोक्यात आल्यावर स्थितीचे शांत मनाने परिपक्व विश्लेषण केल्यास असे आढळेल की हे जरा अवास्तवच होते. आंतरराष्ट्रीय व्यवहारात आपण काही धडे शिकलोच नाही असे वाटते. विधान जरा अतिरेकी वाटेल पण त्याला अनुभवाचे पाठबळ आहे.

१) प्रथम अमेरिकन प्रशासन व व्यवस्थेतील अवाजवी कठोरपणाकडे बघूया. देवयानी यांच्याकडून व्हिसा नियमांचे उल्लंघन झाले असले तरी त्या काही अतिरेकी, अंमली पदार्थांची तस्कर वगैरे गंभीर गुन्ह्यातील आरोपी, अथवा फरारी होणाऱ्यांपैकी नक्कीच नव्हत्या. तरीपण तिच्या, एका महिलेच्या, अटकेची पद्धत व नंतर तिला दिलेली वागणूक मात्र अजिबात सभ्य अथवा शिष्टसंमत नव्हती.

२) परदेशी वकिलातीतील कर्मचाऱ्यांकडून काही बेकायदेशीर कृत्य

घडल्यास उभय देशांच्या सलोख्याच्या संबंधांची पार्श्वभूमी बघता भारतीय वकिलातीच्या वरिष्ठांशी आधी संपर्क साधून पुढील कारवाई करणे उचित ठरले असते. तसे झाले नाही.

३) देवयानी यांची मदतनीस संगीता रिचर्डस बद्दलची तक्रार आपल्या परराष्ट्र खात्याने अमेरिकेस कळवली होती. असे असताना तिच्या नवऱ्याला व मुलांना अमेरिकेने इतक्या सहजासहजी व्हिसा का व कसा दिला हे जरा गूढच आहे. अमेरिकन व्हिसासाठी किती नाकदुऱ्या काढाव्या लागतात हे सर्वश्रुत आहे. संगीता आता भारतात येणे नाही. तिला अमेरिकन नागरिकत्व मिळण्याचा हा प्रशस्त मार्ग आहे हे उघड असून तिच्याबद्दलचा हा पुळका जरा विचित्रच वाटतो!

अमेरिकेच्या या कृतीअंतर्गत आपल्या घोडचुका मात्र झाकल्या जाणार नाहीत. ६७ वर्षांच्या अनुभवांती आपण काही मूलभूत धडे शिकलोच नाही की काय असे वाटते.

१) परराष्ट्रीय संबंध हे बहुतेक जशास तसे या तत्त्वावर आधारित असतात. आपण मात्र पाश्चिमात्य, विकसित देशांशी खुशामती व्यवहार करतो पण त्या देशांमध्ये तशी वागणूक आपल्यास मिळत नाही. आणि का मिळावी?

२) भारतीय वेतन परदेशातील महागड्या वेतन व्यवस्थेत न बसणारे आहे. याची पूर्ण जाणीव असूनदेखील परराष्ट्र खात्यातील अधिकारी सोबत नोकर चाकर नेण्याचा ऐषाराम का करतात? पाश्चात्य देशांचे अंधानुकरण होते; पण स्वावलंबन अंगिकारता येत नाही ही चूक कोणाची? आपलीच.

३) मोलकरणी पुरवणाऱ्या विवादास्पद संस्था अनेक आहेत. माफक पगारावर गरजू महिला तयार होतात कारण त्यांचा प्रवास व

राहण्या - खाण्याचा खर्च अधिकाऱ्यांतर्फे परभारे होतो. परदेशात काही काळ तेथील व्यवस्थेत रुळल्यावर बऱ्याच नोकरांना पंख व शिंगे फुटतात, कुरबुर सुरु होते आणि नोकर बेपत्ता होतात. या सर्व लफड्यांची पूर्ण कल्पना आपल्या अधिकाऱ्यांना असूनसुद्धा सोबत नोकर नेण्याचा हव्यास कशाला? पूर्वीदेखील अशी प्रकरणे झालेली आहेत पण आपले अधिकारी त्यातून काहीच शिकलेले दिसत नाहीत. परराष्ट्र मंत्रालयानेसुद्धा या नेहमीच्या डोकेदुखीकडे दुर्लक्ष केले.

४) पाश्चात्य देशांत नियम आणि कायद्यांची अंमलबजावणी अतिशय काटेकोरपणे व नि:पक्षपातीपणे होते. आपल्यासारखी फालतू व्ही.आय.पी. संस्कृती तिकडे अस्तित्वात नाही. ज्या देशात रहावयाचे तेथील प्रथा पाळण्याचे वेगळे शिक्षण या मुरलेल्या मुत्सद्यांना द्यावयास हवे काय?

५) भारत वगळता जगातील सर्व देश अवैध घुसखोरीस प्रतिबंध करण्याचे कसोशीने प्रयत्न करतात. पाश्चात्य देशात याविषयी कमालीची जागरुकता व कडक कायदे आहेत. मग नोकरांसाठीचा व्हिसा मिळवण्यासाठी हेतुपूर्वक खोटी माहिती देण्याचा मूर्खपणा अधिकारी का करतात? ‘चलता है’ मानसिकता पाश्चात्य देशात नाही हे त्यांच्या लक्षात येऊ नये?

६) आपल्या परदेशी वकालतीतील निम्नस्तरीय कर्मचारी व नोकरवर्ग यांच्यावर तेथील गुप्तहेर यंत्रणेचा कायम डोळा असतो. वरील प्रकरणांमुळे त्यांना सावज टिपण्यात सहज मदत मिळते हे आपल्या मुत्सद्यांना कळू नये?

एकंदरीत काय; तर आपलाच दाम खोटा. मग अस्मिताभंगाचा साळसूद देखावा व आरडाओरड कशाला?

अमेरिकेच्या कठोर कारवाईनंतर आपला स्वाभिमान नेमका आताच जागृत झाला? यापूर्वी याहून अधिक मान्यवरांना अशा अपमानास्पद वागणुकीस तोंड द्यावे लागले तेव्हा आपण मूग गिळून स्वस्थ का बसलो? तेव्हां निवडणुका नव्हत्या म्हणून की काय?

केंद्राने जी काय प्रतिशोधात्मक कारवाई केली ती वाजवीपेक्षा जरा अधिकच आणि जाहिरातबाजी प्रकारची होती असे वाटते. ज्या सोयी सवलती आपल्याला परदेशी मिळत नाहीत त्या आपण त्यांच्या इथल्या अधिकाऱ्यांना मुळातम दिल्याच कशाला आणि आता कणखरपणाचा देखावा करत त्या आपण रद्द केल्या. याचा काय अर्थ?

गुळगुळीत, पडखाऊपणा हा आपल्या परराष्ट्र व्यवहारात वेळोवेळी दिसतो. आपल्याकडील गुन्हेगारांना परदेशात बेधडक राजाश्रय दिला जातो. आपण तसे धोरण अमलात कां आणत नाही? संगीता रिचर्डसला अमेरिका उघड आश्रय देते. अमेरिकेला हवा असलेला त्यांच्या सुरक्षा संस्थेतला उच्च अधिकारी परागंदा झाल्यावर देशोदेशी आश्रयासाठी भटकत होता. त्याला राजाश्रय द्यायचे धाडस आपल्यात आहे? तसली प्रतिशोधात्मक कारवाई जास्त परिणामकारक व बोलकी ठरली असती.

आता प्रश्न येतो मानवाधिकाराचा. देवयानी या महिलेवरील कारवाई व तिच्या मोलकरणीची कथित पिळवणूक या दोन्ही गोष्टी उघड मानवाधिकार भंग आहे. परंतु याबाबतीत भारता विरुद्ध वेळोवेळी टाहो फोडणाऱ्या अमेरिकी मानवाधिकार संस्थांनी फक्त संगीताचीच बाजू उचलून धरली आहे. एरवी दहशतवादाविरुद्धच्या आपल्या प्रत्येक कारवाईवर आगपाखड करणाऱ्या भारतातील संस्थांनी तरी कांही निषेध केला? मानवाधिकाराचे स्तोम हे पाश्चात्यांजवळचे हत्यार आहे, त्याचा उपयोग भारतासारख्या नरम देशाविरुद्ध त्यांच्या सोयीनुसार केला जातो, हे आपल्याला कधी कळणार?

देवयानीचे पती भारतीय वंशाचे अमेरिकेत जन्मलेले अमेरिकन नागरिक आहेत असे कळते, त्यामुळे हे प्रकरण अधिकच नाजुक व गुंतागुंतीचे होणार यात शंका नाही. अशी प्रकरणे आय.एफ.एस.सेवेत नवीन नाहीत. परराष्ट्र खात्याने या सर्व गोष्टींचा सखोल अभ्यास करावा आणि भविष्यात असल्या कटकटी टाळाव्यात.

OOO

नॅशनल ग्रिड – गरज की ओझे?

आपल्या देशात एक फॅशन आहे. कोणताही अनर्थ घडला की सुरक्षा यंत्रणांवर आणि त्यातही विषेषतः गुप्तचर संस्थांच्या नावाने शंख करून मोकळे होणे. अत्यंत नाजुक परिस्थितीतून जात असलेल्या आपल्या देशात असे प्रसंग वेळोवेळी घडत असतात. मोठा अनर्थ घडला की चर्चेचे गुऱ्हाळ उठते, दोषारोपणाची चढाओढ लागते, एखादा मंत्री अथवा अधिकारी बळी जातो, एका नवीन सुरक्षा संस्थेची स्थापना होते. स्वतःचे समाधान (कि फसवणूक?) करून पुढील दुर्घटनेपर्यंत शासन निश्चिंत बसते. हा क्रम अविरत सुरू असतो.

कारगिल, २६/११ प्रकरणानंतरच्या शासनाच्या कृती याला दुजोरा देतात. गेल्या दीड वर्षात असेच एक पिल्लू केंद्रीय गृह मंत्रालयाच्या पोतडीतून बाहेर पडले. 'नॅशनल ग्रीड' असे त्याचे भारदस्त नाव आहे. देशातील अनेक संस्थांनी मिळवलेल्या बातम्या वेळीच व तत्काळ उपलब्ध व्हाव्यात, जेणेकरून प्रतिबंधात्मक उपाय योजता यावेत, हा त्यामागील उदात्त हेतू. परदेशी जाणकारांशी सल्लामसलत झाली. (कारण सर्व बुद्धिमत्ता त्यांच्याच ठायी असते हा आपला पक्का समज आणि आपण ठरलो अनुकरणप्रिय!) नवीन योजनेचा आराखडा बनवण्यासाठी लठ्ठ पगारावर एका विद्वान प्रबंधकाची नेमणूक झाली.

त्यांना मुदतवाढपण (शिरस्त्या प्रमाणे) मिळत गेली. पण अद्याप 'बाळंतपणा'चा पत्ता नाही. केंद्रीय ग्रुह सचिवांनी येत्या जूनच्या मध्यात जन्म अपेक्षित असल्याचे भाकित पण केले आहे. ते कितपत खरे ठरते ते बघायचे! मूल आडवे येण्याचे कारण असे की संबंधित सुरक्षा संस्थांचे या ना त्या कारणांवरून असलेले आक्षेप. त्यातील काही यथार्थ; तर काही स्वार्थाने प्रेरित. या समस्त 'नाटकाचे' समीक्षण करण्यासाठी हा प्रपंच.

हे विश्लेषण नकारात्मक नाही. केवळ पुढील समस्यांची जाणीव करून देणारे आहे हे लक्षात घ्यावे. घुशी बिळें करतील म्हणून कोणी घर बांधण्याचे टाळत नाही. तर वेळीच प्रतिबंधक उपाय योजले जातात. आपल्या प्रायोजित घरात कोणत्या घुशी असतील ते प्रथम पाहूया

तसे पाहिले तर नॅशनल ग्रिडची संकल्पना पुरोगामी, महत्वाकांक्षी, दूरदर्शी, धडाडीची आणि म्हणूनच स्तुत्य आहे. अनेक सुरक्षा समस्यांचा एकाच वेळी सामना करणाऱ्या आपल्या देशासाठी ती अत्यंत निकडीचीच आहे यावर दुमत नसावे. पण, पण, पण!! कांही यक्ष प्रश्न उभे ठाकतात आणि त्यांच्याकडे दुर्लक्ष करून चालणार नाही.

सुरक्षा संस्थांमधील स्पर्धा व सवतासुभा जगात सर्वत्र दिसतो. नोकरशाहीतील अंतर्गत कलह व कुरघोडीच्या राजकारणाची डोकेदुखी इतर देशांप्रमाणे आपणदेखील अनुभवतो आहोत. उदा: राष्ट्रीय सुरक्षा सल्लागार म्हणून श्री. नारायणन यांची नेमणूक परराष्ट्र खात्याच्या अधिकारी वर्गाला रुचली नाही, पचली नाही. नवीन ग्रिडच्या प्रमुखाचे नोकरशाहीच्या प्रभावळीत कोणते स्थान असेल? तो कोणत्या सेवेतील (आय. ए. एस, कि आय.पी.एस इ.) व त्याची पात्रता काय असेल? याविषयी कुतुहूल आहे व भविष्यात संघर्ष होणारच आणि

ती पोटदुखी कायमची असेल.

भारतात जवळपास डझनभर केंद्रीय सुरक्षा संस्था आहेत. देशापुढील आव्हाने, जागतिक घडामोडी इत्यादींच्या सबळ पार्श्वभूमीवर प्रत्येकीची स्थापना झाली. योग्य व कर्तबगार अधिकाऱ्यांची त्यांच्या प्रमुखपदी नेमणूकही होत आहे. परंतु महत्त्वाची गोपनीय माहिती संबंधित इतर संस्थांना देण्याबाबतीतील संकोच, अधिकारी मंडळींची संकुचित मानसिकता आणि गोपनीयतेचा भंग होण्याची भीती नेमकी इथेच आड येते. जी माहिती इतर खात्यांना उपयुक्त आहे ती देण्यात जणू काही स्वतःच्या खिशातील संपत्ती देण्यासारखे दुःख त्यांना वाटते. पदोन्नतीच्या शर्यतीत दुसरा बाजी मारेल की काय ही अनाठायी धास्ती पण त्यामागे सदैव असते. परिणामतः कारवाईयोग्य माहिती तिथेच गुदमरून नष्ट होते. या मानसिक रोगावर अद्याप इलाज होऊ शकला नाही आणि या रोगाने इतर समस्त नोकरशाही पण ग्रासलेली आहे हेच विदारक सत्य आहे.

माहिती आदान प्रदानातील व तिच्यावर होऊ शकणाऱ्या कारवाईबाबतीतील हा दोष दूर व्हावा म्हणूनच केंद्राने 'मल्टी एजंसी सेंटर' ची योजना कार्यान्वित केली असून ती अस्तित्वात पण आहे. त्या योजनेला प्रबळ करून, स्थैर्य देण्याऐवजी व भरपूर राबवण्याऐवजी आणखी एका संस्थेची निर्मिती करण्यात काय हशील आहे? तडफ जरूर असावी; पण फाजील घाई नको.

माहिती तंत्रज्ञान क्षेत्रात सर्वश्रुत असलेल्या 'गूगल' शोध तंत्रासारखा नॅशनल ग्रीडचा उपयोग सुरक्षा यंत्रणेच्या विभिन्न संस्थांना गोपनीय व उपयुक्त माहिती मिळवण्याकरिता करता यावा, मार्गदर्शनपर व्हावा हा या योजनेमागील प्रांजळ हेतू आहे हे मान्य केले तरी मूळ ग्यानबाची मेख आड येणारच. ती म्हणजे अधिकारी वर्गाची मानसिकता. शिवाय या योजनेत आणखी एक रास्त अडचण आहे ती म्हणजे ग्रीडला

पुरवलेली माहिती ही फक्त एका विशिष्ट खात्याच्याच उपयोगाची असू शकेल व इतरांनी तिचा गैरवापर केला तर? ती दाट शक्यता उरतेच उदाः आयकर खात्याजवळ असलेली माहिती ग्रीडच्या चव्हाट्यावर कां यावी हे त्यांना वाटणे साहजिकच आहे. ती माहिती केवळ सी.बी.आयनेच वापरावी. कारण गुप्तचर प्रबंधनाचा हा नियमच आहे कि गोपनीय माहिती 'फक्त गरजू संस्थेलाच, गरज असेल तेंव्हांच आणि तितकीच' द्यावी. ग्रीड ही काही गोपनीय माहितीची खुली बाजारपेठ नाही. हे केवळ एका संस्थेचे उदाहरण झाले. इतरांना पण हे लागू पडते हे वेगळे सांगण्याची गरज नाही.

सुरक्षा संस्थांची विश्वासार्हता ही देखील या संशयकल्लोळासाठी कारणीभूत असू शकते. या दुरवस्थेला मात्र राजकारण्यांनाच जबाबदार धरावे लागेल. स्वार्थासाठी या संस्थांना राबवले जाते हा आक्षेप सर्वश्रुत आहे. सी.बी.आय. ही कांग्रेस ब्युरो ऑफ इन्व्हेस्टिगेशन आहे असे आरोप भाजप व इतर विरोधी पक्ष करतात, नाही का? प्राप्तीकर विभागातील अंडी पिल्ली आपल्या विरुद्ध वापरली जातील अशी रास्त शंका प्रत्येक राजनेत्याला भेडसावत असते. शासनाविरुद्ध टेलिफोन टॅपिंगचे आरोप सतत होतच असतात. नॅशनल ग्रीड मुळे व्यक्तिस्वातंत्र्यावर घाला घातला जाण्याची भीतीही आहेच. व्ही.आय. पी. सुरक्षिततेचा स्वैर गैरवापर नित्याचाच झाला आहे. परंतु त्याची विश्वसनीयता राजकारण्यांच्या मनात नाही. ममता दीदी बंगाल पोलिसांऐवजी रेल्वे सुरक्षा दलाचा उपयोग कां करतात? निवडणुकीत पायउतार झालेल्या मुख्यमंत्र्याला एके काळी त्याच्याच बोटावर नाचणाऱ्या पोलिसांची सुरक्षा अचानक कां नको होते? ते केंद्रीय दलाची मागणी करतात. एक ना दोन; अशी प्रत्यक्ष अनुभवावर आधारित अनेक उदाहरणे देता येतील.

राजकारण्यांचीच विश्वसनीयता अशी नष्ट झाली तर अधिकारी वर्गाच्या दूषित मानसिकतेला का दोष द्यावा? सुरक्षा संस्थांच्या

मनातील या अविश्वासाच्या खोल दरीमुळेच नॅशनल ग्रीडची संकल्पना तूर्तास तरी प्रासंगिक वाटत नाही. पाश्चात्य देशांत लोकशाहीची मुळें खोलवर रुजली आहेत. लोकशाहीचे आधारस्तंभ भक्कम आहेत. चहू बाजूंनी वेढलेल्या अराजकात भारतीय लोकशाही दिमाखाने व ताठ मानेने वाटचाल करत असली तरी ती अद्याप प्रायोगिक अवस्थेत व अपरिपक्व आहे हे सत्य कबूल करावे लागेल. ह्या नाजुक वाटचालीत देशाला आणखी अंतर्गत कटकटी नकोत. आपल्या राजकारणी मंडळींनी अद्याप राष्ट्रहितास प्राधान्य दिलेले दिसत नाही. इंग्रजीत 'ग्रीड'चा अर्थ हाव असाही होतो. आपल्या राजकारण्यांच्या ठायी ही ग्रीड भरपूर आहे पण पैशासाठी. ती नाहीशी झाली की मग गोपनीय माहितीची नॅशनल ग्रीड राबवणे सहजशक्य होईल यात वाद नाही. त्या आधी अधिकारी वर्गाची मानसिकता बदलण्याचे कसोशीचे प्रयत्नही आवश्यक आहेत. तूर्तास इतर खात्यांस उपयुक्त अशी माहिती स्वत: संबंधितांना उपलब्ध करून देण्याची जबाबदारी त्यांच्यावर लादली पाहिजे. तसेच सध्या अस्तित्वात असलेल्या मल्टी एजन्सी सेंटरचा पुरेपूर उपयोग होणे नितांत गरजेचे आहे.

इंग्रजी म्हणींपासून आपण लवकर बोध घेतो नाही का? साहेबाच्या भाषेत म्हण आहे, 'टू मेनी कुक्स स्पॉइल द ब्रॉथ'. भारतातील निरनिराळ्या सुरक्षा यंत्रणांबद्दलही असेच म्हणता येईल.

OOO

३९

निवृत्त अधिकाऱ्यांवर शिस्तीचा बडगा?

श्रद्धांजली आणि आमदारांचे पगार, भत्तेवाढ या व्यतिरिक्त इतर कोणत्याही विषयावर विधानसभेत / परिषदेत सदस्यांचे एकमत होऊ शकते? एरवी अशक्य वाटणारी अशीच घटना २९ जुलै रोजी घडली. दुसऱ्या दिवशी वृत्तपत्रांत ठळक मथळ्यानिशी बातमी आली, 'निवृत्त पोलीस अधिकाऱ्यांची पोपटपंची आवरा'. त्या आधी गृहमंत्र्यांनी पण निवृत्त अधिकाऱ्यांवर खवचट टीका केली असे म्हणतात. विधान परिषदेत एका आमदाराच्या प्रस्तावावर बहुतेक सर्वांनी सहमती दर्शवली. निवृत्त अधिकाऱ्यांच्या जिभेला लगाम घालण्याची निकड दर्शवली. माननीय सभापतींनी सदर चर्चेची दखल घ्यावी अशी सरकारला शिफारसही केली. बातमी वाचून एक निवृत्त पोलीस अधिकारी म्हणून मन विषण्ण झाले आणि झपाट्याने अधोगती होत असलेल्या राजकारणाची कींव पण आली.

आमदार इतके अस्वस्थ होण्याचे कारण काही निवृत्त पोलीस अधिकाऱ्यांनी द्रुक् श्राव्य माध्यमांतील चर्चेत सरकारवर केलेली टीका. नोकरीत असताना तुम्ही काय केले? असा उलट सवाल त्यांनी टीका करणाऱ्या अधिकाऱ्यांना केला. ते कुचकामी होते तर तुम्ही त्यांना खपवून का घेतले? आणि कर्तबगार अधिकाऱ्यांची शासन तरी

किती कदर करते?, त्यांना काय वागणूक देते हा प्रश्न मग सहजच उद्‌भवतो. त्याचे नेत्यांजवळ उत्तर नसते. साहजिकच अधिकाऱ्यांच्या वक्तव्यांमुळे गोपनीयतेचा भंग होत असल्याचा जावईशोध आमदारांनी लावला. चर्चेत विशिष्ट अधिकाऱ्यांचे नामनिर्देश पण झाले. मुंबई स्फोटांसंदर्भात माध्यमांनी आयोजित चर्चेत एरवी सरकारला ओरबाडणाऱ्या याच आमदारांना या अधिकाऱ्यांनी शासनावर टीकास्त्र सोडलेले मात्र झोंबले. या मागे कदाचित वैयक्तिक हेवेदावे व खासगी कारणेही असू शकतील. याही पलिकडे जाऊन विचार केल्यास मात्र ही घटना इतकी क्षुल्लक नाही तर राजकारणातील वाढत असलेल्या असहिष्णुतेची गंभीर द्योतक आहे हे लक्षात येईल.

भारतीय संविधानात संपूर्ण अभिव्यक्तिस्वातंत्र्य, मत स्वातंत्र्य असून ते व्यक्त करण्याची मोकळीक आहे. तात्पर्य ही बंधनें निवृत्तीनंतर लागू करणे घटनाबाह्य नाही का? शासनातील सेवाकालात मात्र सनदी अधिकाऱ्यांच्या या स्वातंत्र्यावर लगाम असतात जे रास्त असून कटाक्षाने पाळले पण जातात. निवृत्तीनंतर देखील बहुतेक अधिकारी व्यक्ती स्वातंत्र्याचा जबाबदारीनेच वापर करतात. कांही वाचाळ अधिकाऱ्यांच्या वल्गनांकडे 'मूर्खोक्ती' म्हणून दुर्लक्ष करण्यातच शहाणपणा असतो जो अनेक नेत्यांमधे आढळणे जरा कठीणच. सार्वजनिक मंचावरील चर्चेचा मूळ हेतू जनतेला एखाद्या मुद्यासंबंधी सर्वकष, चौफेर माहिती देण्याचा असतो. जनतेचा पण तो मूलभूत हक्क आहे आणि त्यासंबंधी संतुलित माहिती संपूर्ण कारकीर्द शासकीय सेवेत घालविलेल्या अधिकाऱ्याशिवाय कोणाला असणार? परंतु राज्यकर्त्यांना धास्ती असते निवृत्त अधिकाऱ्यांच्या तोंडून उघडकीस येणाऱ्या त्यांच्या भ्रष्टाचाराची, गलथानपणाची. (आजकालच्या घोटाळा पर्वाच्या संदर्भात हे समजणे सोपे आहे.) दहशतवाद विरोधी मोहिमेत लागणाऱ्या सामुग्रीच्या खरेदीत झालेल्या दिरंगाईसाठी सत्ताधारी पक्षाचे वाभाडे विरोधी पक्षांनी चव्हाट्यावर आणलेले

चालतील पण निवृत्त अधिकाऱ्यांनी मात्र त्या विषयावर मौन बाळगावे ही त्यांची अपेक्षा कितपत रास्त आहे? निवृत्त अधिकारी म्हणजे दुय्यम नागरिक आहेत की काय?

आपली लोकशाही जसजशी प्रगत होत आहे त्या बरोबरच समाज व प्रशासन पारदर्शी करण्याचे प्रयत्न पण सुरू आहेत. त्या संदर्भात बोलायचे झाले तर गोपनीयतेसंबंधीच्या कायद्याचा सरकार आपली कुलंगडी व अकार्यक्षमता लपविण्यासाठी उपयोग करत असल्याचा बोलबाला आहेच. तो कायदा शिथिल करण्याचे प्रयत्न एकीकडे सुरू असताना मराठी लोकप्रतिनिधींनी त्याच्या विपरीत सूर काढावा हे महाराष्ट्राचे आणि सनदी अधिकाऱ्यांचे दुर्भाग्य. दुसरे काय? व्ही आय पी सुरक्षेचे स्तोम सामान्य जनतेला किती त्रासदायक होते ते दिसतेच आहे. आमदार, खासदार, मंत्री इत्यादिकांच्या दिमतीला व सुरक्षेला नेमलेले पोलिस बळ अर्धे जरी काढून कायदा व सुव्यवस्थेसाठी नेमले तर समाजातील वाढत्या गुन्हेगारीला आळा बसण्यास लक्षणीय मदत होईल. पोलीस यंत्रणेचा यथेच्छ (गैर) वापर करून घेऊन नंतर वरील मुक्ताफळे उधळणाऱ्यांना काय विषेषण लावावे?

पोलीस यंत्रणेत बोकाळलेल्या फाजील हस्तक्षेपाचे आणखी एक उदाहरण देणे गरजेचे आहे. राज्य शासनाने कांही वर्षांपूर्वी सर्व पोलीस ठाण्यांना आदेश दिला की, मंत्री व इतर नेत्यांकडून फोनवर किंवा एरवी आलेल्या आदेशांचा पोलिस ठाण्यांत असलेल्या स्टेशन डायरीत उल्लेख करू नये. स्टेशन डायरीत ठाण्यातील पोलीस कामासंबंधीच्या घटनांची क्रमवार नोंद नियमानुसार करावी लागते. पोलिसांबद्दल घोर अविश्वास असलेल्या आपल्या न्यायप्रणालीतसुद्धा स्टेशन डायरीतील नोंदींचा ग्राह्य पुरावा म्हणून उपयोग होतो. यावरून सुजाण वाचकांनी वरील आदेशामागील हेतूबद्दल योग्य तो अर्थ लावावा. सुदैवाने उच्च न्यायालयाने तो हल्लीच रद्द केला हे आपले नशीब.

सनदी अधिकाऱ्याच्या सेवाकालात मुसक्या आवळायच्या आणि नंतर आजीवन जिभेला चाप लावायचा. लोकशाहीचा याहून मोठा अपमान तो कोणता? मराठी पाऊल वाकडे पडते ते असे.

ooo

निवृत्तीनंतरचे साखळदंड

गेल्या वर्षभरात समाज जीवनात, एक वेगळेच वारे वाहताना दिसते आहे. ते म्हणजे सनदी नोकरांचा नोकरी सोडून, अथवा निवृत्तीनंतर राजकारण प्रवेश आणि मध्यम वर्गीय, शिक्षित मंडळींचाही वाढता राजकारण प्रवेश. गेल्या सहा दशकांत अशी वाढती प्रवृत्ती प्रथमच दिसत आहे. सनदी नोकरांच्या या प्रवृत्तीबद्दल लोकांमध्ये कुतूहल आणि त्याच्या योग्यायोग्यतेबद्दल साहजिकच उलटसुलट चर्चा सुरू आहे. या विचारमंथनाचे तत्कालिक कारण म्हणजे मुंबईचे नुकतेच स्वेच्छानिवृत्ती घेऊन लगेच राजकारणात प्रवेश करणारे पोलीस आयुक्त सत्यपाल सिंह.

गेल्या काही वर्षात प्रशासनाच्या सर्वच आघाड्यांवर केंद्र सरकारने जनतेचा प्रचंड, म्हणजे कधी नव्हे इतका भ्रमनिरास केला. यूपीए सरकारची ही कारकीर्द अनेक आर्थिक घोटाळे व भ्रष्टाचाराने कलंकित झाली. आणि त्यात देशाची खालावलेली आर्थिक स्थिती, सरकारचा धोरण लकवा, बेसुमार महागाई यात सामान्य जनता भरडली गेली. अण्णा हजारे यांच्या आंदोलनांना मिळालेला प्रचंड प्रतिसाद लोकांचा हाच प्रक्षोभ दर्शवतो. याच्या जोडीला राजकारण्यांनी स्वार्थासाठी नोकरशाहीचा केलेला स्वैर गैरवापर, राजकारणाचे वाढते

गुन्हेगारीकरण, सनदी अधिकाऱ्यांना राजकीय नेत्यांकडून मिळणारी अपमानास्पद वागणूक यांनी तर कहरच केला आहे. बड्या धेंडांविरुद्ध इमानदार अधिकाऱ्यांनी केलेल्या कारवाईतील हस्तक्षेप तर अशोभनीय होता. नुकत्याच उत्तर प्रदेशातील एका दिग्गजाच्या म्हशी चोरल्या गेल्यावर झालेले पोलिस अधिकाऱ्याचे निलंबन ही तर वरील सर्व प्रकारांना लावली गेलेली एका कुत्सित विनोदाची झालर आहे.

या सर्वाचा जनमनावर तसेच अधिकाऱ्यांवर अपेक्षेप्रमाणेच विपरीत परिणाम झाला. लोक इतके कंटाळले की येत्या निवडणुकीत दुसरे कोणीही चालेल पण काँग्रेस नको, या मानसिकतेत जनता लोटली गेली. सनदी नोकरांपैकी कर्तबगार अधिकारी वर्ग आणि मध्यम वर्गीयांमधे अशी कल्पना मूळ धरू लागली की स्वत: राजकारणात प्रवेश करून सांप्रत व्यवस्थेतील कीड नाहीशी करण्यासाठी अशा भ्रष्ट प्रतिनिधींना हाकलणे याशिवाय आता गत्यंतर नाही. केजरीवालांच्या नेतृत्त्वाखाली आम आदमी पक्ष आणि सनदी अधिकाऱ्यांचा राजकारणात प्रवेश हा या सर्व संतप्त वातावरणाचाच परिपाक आहे. गेल्या डिसेंबर महिन्यात कांही राज्यांत झालेल्या निवडणुकांचे परिणाम आणि आम आदमी पक्षाचे दिल्लीतील घवघवीत यश व त्यांना देशभरातून मिळालेले समर्थन या घटनांनी मध्यमवर्गाची ताकद प्रथमच निर्विवाद दाखवून दिली. लोकांच्या बदलत्या राजकीय दृष्टिकोनाचे हे स्पष्ट संकेत आहेत यात दुमत नसावे.

या बदलांमध्ये सनदी नोकरांनी राजकारणात प्रवेश करण्याच्या वाढत्या प्रवृत्तीबद्दल कांही विचारवंतांनी आक्षेप घेतला आहे. त्यांच्या मते ही प्रवृत्ती अनिष्ट असून त्यामुळे सेवेत असताना अधिकारी राजकीय पक्षांत लागेबांधे निर्माण करून निवृत्तीपश्चात आपले राजकीय भवितव्य बनवतील आणि या वृत्तीचा प्रशासनावर विपरीत परिणाम होईल. त्यांचे असे मत आहे की जसे सरकारी कर्मचाऱ्यांच्या निवृत्तीनंतर खासगी व्यवसायात नोकरी करण्यावर दोन वर्षांचा प्रतिबंध (संक्षिप्त

संन्यास) असतो तसाच राजकारण प्रवेशावरदेखील असावा. दिल्लीत काही मंडळींनी तर निवडणूक आयोगाला शिफारसही केली की सरकारी अधिकाऱ्यांना निवृत्तीनंतर दोन वर्षे निवडणुका लढवण्यास प्रतिबंध करावा. निवडणूक आयोगाने ही मागणी फेटाळून लावली.

या संबंधी वस्तुस्थिती मात्र वेगळीच आहे आणि तिचा न्यायबुद्धीने विचार व्हावा. सनदी सेवेतून निवृत्तीनंतर महत्त्वाच्या कामगिरीवर या आधीही राज्यकर्त्यांच्या मर्जीतील बऱ्याच अधिकाऱ्यांची वर्णी लागलेली आहे. कांही अधिकारी कॉंग्रेसमध्ये शिरले व पुढे मंत्रीही झाले. परंतु त्याचा विशेष गवगवा झाला नाही कारण ही मंडळी बहुतांशी कॉंग्रेस शासनाच्या सेवेत होती. एका वृत्तपत्राने तर अशा अधिकाऱ्यांची लांबलचक यादीच प्रसिद्ध केली होती. इंदिरा गांधींनी आणीबाणीच्या काळात 'कटिबद्ध नोकरशाही'ची संकल्पना अमलात आणली. तेंव्हापासून तर शासनाच्या मर्जीनुसार कामें करणाऱ्या अधिकाऱ्यांची संख्या वाढली हे सत्य आहे. तेव्हा वरील आक्षेप घेतले गेले नाहीत. मग आताच परिस्थिती बदलल्यावर ही कळकळ कशी आली? कारण सोपे आहे. ही निवृत्त मंडळी विरोधी पक्षात सहभागी झाली.

मुंबईचे माजी पोलीस आयुक्त सत्यपाल सिंह, माजी केंद्रीय गृह सचिव श्री. आर. के. सिंह व इतर कांही अधिकाऱ्यांनी निवृत्तीनंतर लगेच भाजपमध्ये प्रवेश केला. या आधी निवृत्त सेनाध्यक्ष जनरल व्ही.के. सिंह तर भाजपच्या मंचावर मोदींसमवेत हजर होते. अनेक सनदी अधिकाऱ्यांच्या मनातदेखील असे विचार घोळत असले तर त्यात काहीच नवल नाही. कॉंग्रेसच्या व्यथेची ही खरी मीमांसा.

आता उर्वरित शासनकालात केंद्र सरकार शासकीय अधिकाऱ्यांच्या निवृत्तीपश्चात जीवनाबद्दल नवीन निर्देश लागू करण्याच्या विचारात आहे असे कळते. अनेक वर्षे राजकारण्यांच्या तालावर नाचून

निवृत्तीनंतरदेखील या अधिकाऱ्यांना स्वेच्छेनुसार जगू न देण्याच्या या वृत्तीस काय म्हणावे?

निवृत्तीच्या उंबरठ्यावर असलेले अधिकारी नंतरचे सुखी आयुष्य सुनिश्चित करण्यासाठी खासगी कंपन्यांच्या मर्जीत येण्याकरता प्रशासनात चुकीचे निर्णय घेतील हे एक वेळ आपण समजू शकतो कारण त्याच्याशी अर्थलाभ निगडीत असतो, निवृत्तीनंतर आपल्या कार्यकालात आधी निर्माण केलेल्या सरकारी वजनाचा गैरवापर होणे शक्य असते. अशा हालचालींना आळा घालण्यासाठी निवृत्तीपश्चात दोन वर्षे संन्यासाची रास्त व्यवस्था आहे. परंतु अशी खबरदारी त्यांच्या राजकारण प्रवेशाच्या बाबतीत अजिबात आवश्यक नाही कारण हे क्षेत्र इतके क्रूर, प्रवाही, फसवे आणि अस्थिर असते, की तिथे भल्याभल्यांच्या नशिबी वनवास येतो. दुसरे म्हणजे समजा एखादा अधिकारी राजकारणात असे साटेलोटे निर्माण करण्याचा प्रयत्न करू लागला तर त्या राज्यातील नेतृत्त्व (ते विरोधी पक्षाचे असेल तर) त्याची वेळीच विल्हेवाट लावतील. आणि जर अधिकारी आणि शासनकर्ते एकाच पक्षाचे असले तर मग एकमेका साह्य करू अवघे धरू सुपंथ अशी बिनबोभाट सोय होते (जी पूर्वी काँग्रेस शासनातील अनेक अधिकाऱ्यांची झाली आहे). तात्पर्य, वरील विचारवंतांना वाटणारी काळजी अस्थायी आहे हे कोणीही मान्य करेल. आणि दुसरा मुद्दा असा की अशा फुसक्या कारणावरून सनदी अधिकाऱ्यांच्या स्वातंत्र्यावर गदा आणल्यास त्यांच्या सचोटीचा, नियतीचा अपमान होईल हे ध्यानात घ्यावे. सनदी नोकरीत तीस पस्तीस वर्षे राजकीय नेतृत्त्वाच्या तालावर नाचल्याचे हे फळ? वयाच्या साठीनंतर उर्वरित तोकड्या जीवनकालात त्याच्या आधीच्या स्वच्छ, कार्यक्षम सेवेचे आपण असे पांग फेडणार? आपल्या सामाजिक मानसिकतेस हे शोभत नाही, हे घटनाबाह्य आहे.

आता सत्यपाल सिंह यांच्याबद्दल बोलूया. ते एक उच्चशिक्षित,

कार्यक्षम, सच्चे पोलिस अधिकारी होते. अनेक महत्त्वाच्या नाजुक पदांवर त्यांची कारकीर्द निष्कलंक होती. कदाचित याच कारणास्तव बड्या मंत्र्यांची, राजकारण्यांची त्यांच्यावर वक्रदृष्टी आहे आणि त्यांची उचलबांगडी करण्याची ही धडपड असावी असे समजण्यास भरपूर वाव आहे. त्यांच्या निवृत्तीमुळे रिक्त झालेल्या जागी पोलीस आयुक्त नेमण्यास होणारा विलंब काय दर्शवितो? कर्तव्यदक्ष, स्वच्छ आणि लोकप्रिय अधिकाऱ्याची शासनाकडून होणारी परवड आपण पाहतोच आहोत. पूर्वी पण अशा काही अधिकाऱ्यांनी वैतागून स्वेच्छानिवृत्ती घेतल्याची उदाहरणें आहेत.

शेवटी न्याय यंत्रणेची नम्रपणे क्षमा मागून एक सत्य विदित करतो. मानवाधिकार आयोग, अनेक घोटाळ्याची, दुर्घटनांची चौकशी करणारे आयोग, अशा निरनिराळ्या अनेक आयोगांवर निवृत्त न्यायमूर्तींची नेमणूक होत असते. हे अगदी योग्य आहे. ही नेमणूक शासनाच्या अधिकारात आहे. त्यामुळे या व्यवस्थेत सध्या नोकरीत असणाऱ्या. न्यायाधीशांवर शासनकर्त्यांचा विपरीत प्रभाव पडण्याची शक्यता दुर्लक्षून चालणार नाही. पण म्हणून त्यांच्यावर वरील प्रतिबंध लावण्याचा वेडेपणा कोणी करेल का? करायला धजावेल का?

विचारवंताना आणखी किती उदाहरणे हवीत?

OOO

४१

सुरक्षा-व्यक्तींची कि प्रतिष्ठेची कि निव्वळ राजकारण

नरेंद्र मोदींच्या सुरक्षिततेवरून नुकतीच भाजप आणि काँग्रेसमध्ये जुंपली. भाजपचा आग्रह असा कि मोदींना असलेला धोका पाहता त्यांना पंतप्रधानांच्या तोडीची म्हणजे एस.पी.जी. दलाची सुरक्षा असावी. केंद्र सरकारने ही मागणी अमान्य करत म्हटले आहे की मोदींची सुरक्षा व्यवस्था चोख असून एस.पी.जी. दलाची सुरक्षा त्यांना देणे संबंधित कायद्यात बसत नाही. निवडणूक पूर्वप्रचाराचाच तो भाग आहे म्हणून दुर्लक्ष करण्याइतकी ही किरकोळ बाब नाही. प्रश्न पंतप्रधानांच्या सुरक्षिततेच्या मूलभूत व्यवस्थेचा आहे. या विषयीची पार्श्वभूमी आधी समजून घेणे गरजेचे आहे.

सन १९८४ मध्ये इंदिरा गांधींच्या हत्येनंतर पंतप्रधानांच्या सुरक्षिततेबद्दल फार गंभीरपणे व सखोल विचार झाला आणि त्यानुसार एस.पी.जी. ची स्थापना संसदेने संमत केलेल्या एका विशेष कायद्यांतर्गत झाली. हा विभाग केवळ पंतप्रधानांच्या आणि त्यांच्या नजीकच्या कुटुंबियांच्याच सुरक्षिततेसाठी जबाबदार असेल हे या कायद्यात स्पष्टपणे नमूदपण आहे. कालांतराने कायद्यात आवश्यकतेनुसार बदल करण्यात आले असून सध्या एस.पी.जी. सुरक्षा या पदावरून पायउतार झाल्यावरदेखील संबंधित व्यक्तीला बहाल करण्याची तरतूद

आहे. इतर कोणासही हे सुरक्षा कवच कायद्याअंतर्गत देता येत नाही हे सर्वप्रथम लक्षात घेणे आवश्यक आहे. तात्पर्य, भाजपचा हा दुराग्रह आहे हे मान्य करावे लागेल.

मोदींना सध्या मिळणारी सुरक्षा योग्य आणि चोख आहे हे मान्य करावे लागेल. सुरक्षेची तत्त्वें, नियम आणि शिस्त पाळणे हे जास्त महत्त्वाचे असते. कोणत्या सशस्त्र दलाने ते काम करावे हा प्रश्न नंतर येतो. मोदींच्या सुरक्षिततेसाठी तैनात असलेले कमांडो हे देखील कडवे सशस्त्र सैनिक आहेत हे लक्षात असावे. तरी पण एखाद्या विशिष्ट महत्त्वाच्या व्यक्ती, गटाच्या सुरक्षेसाठी कटिबद्ध असलेले सुरक्षा कवच जर त्याशिवाय इतर नेत्यांकडे लक्ष देऊ लागले तर पसारा वाढून साहजिकच मूळ सुरक्षितता शिथिल होते आणि तसे होऊ नये म्हणूनच एस.पी.जी.ची योजना केवळ पंतप्रधान आणि त्यांच्या कुटुंबीयांपुरतीच सीमित ठेवण्यात आली.

राजीव गांधींचे व्यक्तिमत्त्व, स्वच्छ प्रतिमा आणि त्यांना मिळालेले प्रचंड बहुमत पाहता गांधी घराणे अनेक वर्षे सत्तेवर राहील अशी राज्यकर्त्यांची धारणा असावी. कदाचित हाच कयास एस.पी.जी.ला एका व्यक्तीकेंद्रित ठेवण्यामागे पण (कदाचित) असावा. परंतु नियतीने वेगळेच घडवले. राजीवजी निवडणूक हरले. कायद्यानुसार एस.पी.जी. सुरक्षा कवच लगेच विश्वनाथ प्रताप सिंग यांना आणि नंतर चंद्रशेखर यांना लागू झाले. तरी पण राजीवजींना असलेले धोके लक्षात ठेवून त्यांची सुरक्षा व्यवस्था इतर निमलष्करी दलांकडून असली तरीही तितकीच चोख ठेवण्यात आली हे सत्य आहे. हा बदल काँग्रेस नेत्यांच्या पचनी पडला नाही आणि सुरक्षिततेच्या मुद्यावरून कुरबूर सुरू झाली आणि शेवटी या व इतर मतभेदांमुळे १९९१ च्या जून महिन्यात मध्यावधी निवडणुका झाल्या. कालांतराने गांधी घराण्याची भारतीय राजकारणावरील घट्ट झालेली मगरमिठी एस.पी.जी. कायद्यात वेळोवेळी बदल घडवण्यास कारणीभूत झाली.

भाजपचा मोदींसाठी पंतप्रधानांच्या दर्जाच्या सुरक्षिततेसाठीचा आग्रह या पार्श्वभूमीवर तपासावा लागेल. असो.

०००

गेला राहुल कुणीकडे?

राजकारणात सत्तारूढ पक्षावर कुरघोडी करण्यासाठी विरोधी पक्ष अनेक क्लृप्त्या लढवतो. नेत्यांवर पाळत ठेवणे, टेलिफोन टॅपिंग, चारित्र्य हनन इत्यादी खऱ्या खोट्या आरोपांची झड लागते. जगभरात याची निरनिराळी रूपें दिसतात (अमेरिकेतील वॉटरगेट प्रकरण आठवा). पण आपल्या देशात गेली सहा दशके याची पोरकट व हास्यास्पद आवृत्तीच आपल्या निदर्शनास येत आहे. वेळोवेळी टेलिफोन टॅपिंगचे आरोप तर शासनावर सर्रास झालेले आहेत. राजीव गांधी १९८७ साली निवडणूक हरल्यावर विश्वनाथ प्रताप सिंह सत्तारूढ झाले व थोड्याच दिवसात अंतर्गत दुफळीला बळी पडून पाय उतार झाले व चंद्रशेखर काँग्रेस समर्थनाच्या आधारावर पंतप्रधान झाले. राजीव गांधींवर पाळत ठेवल्याचा कांगावा करत काँग्रेसने संधी साधून त्यांचे सरकार पाडले. हा इतिहास आहे. तसल्याच आरोपांची पुनरावृती आता घडत आहे असे दिसते. फरक इतकाच की, तेव्हां सरकार पाडण्याइतके काँग्रेसजवळ संख्याबळ होते. यावेळी मात्र काँग्रेसची केविलवाणी अवस्था आहे. कोणत्याही ठोस मुद्या अभावी अस्तित्व टिकवून ठेवण्याच्या धडपडीत तिच्या माकडचेष्टा सुरू आहेत, त्यातलेच हे एक प्रकरण. पण त्याचे वरचे आवरण काढा म्हणजे राजकारणातील 'नौटंकी' किंवा तमाशा म्हणजे काय याचे

गंमतीदार उदाहरण दिसेल. त्याआधी व्ही आय पी सुरक्षे संबंधी कांही तथ्यें जाणून घेणे गरजेचे आहे.

अतिमहत्त्वाच्या व्यक्तींसाठीच्या सुरक्षा कवचाचा सर्रास गैरवापर करून आपण आधीच त्याचे तीन तेरा वाजवले आहेत. ती सुरक्षा यंत्रणा आपल्या परीने कार्यरत आहे. एसपीजी कायदा इंदिराजींच्या हत्येनंतर खास व फक्त पंतप्रधानांच्या सुरक्षिततेसाठी बनवण्यात आला. परंतु गांधी घराण्याव्यतिरिक्त इतर कोणी सत्तारूढ झाल्यास गांधी मंडळींचे काय हा प्रश्न भेडसावू लागल्यावर त्यात फेरबदल करण्यात आले. त्यात लक्षणीय बाब ही की प्रत्येक बदल हा गांधी केंद्रित सुरक्षा गरजा लक्षात ठेवून करण्यात आले.

निवडणुकीतील सपशेल पराभवानंतर काँग्रेस उपाध्यक्ष राहुलजींना अचानक आत्मचिंतनाची नितांत गरज भासू लगली व ते अक्षरशः भूमिगत झाले. त्यांच्या सुरक्षिततेची जबाबदारी असलेल्या एस.पी. जी. पथकास त्यांच्या ठाव ठिकाण्याची माहिती असणे कायद्याने आवश्यक आहे. नसल्यास सुरक्षा यंत्रणेतील ती मोठी चूक आहे असेच म्हणावे लागेल. असो. संसदेच्या अर्थसंकल्पीय अधिवेशनाची ही वेळ मतदान सोडून अदृश्य होण्याची मात्र नव्हती असे कोणीही म्हणेल. पण गांधी घराण्याबद्दल ब्र देखील काढायची कोणाची बिशाद आहे? सुरक्षा नियमावलीचे तंतोतंत पालन करत असताना सुरक्षितता प्रदान केलेल्या व्यक्तींनादेखील त्या संबंधीची कांही मूलभूत पथ्ये पाळावी लागतात. ती मात्र त्यांच्या कडून पाळली जात नाहीत हे दारुण सत्य आहे. गांधी घराणे त्यास अपवाद नाही हे पण एक दुर्दैवच म्हणाना. उदाहरणच हवे तर मागे वळून बघा.

ऑपरेशन ब्लू स्टार नंतर इंदिराजींच्या चौफेर असलेल्या सुरक्षा पथकात कांही फेरफार करण्याच्या सल्ल्याकडे त्यांनी दुर्लक्ष केले. देशाला त्याची जबर किंमत मोजावी लागली. राजीव गांधी सल्ला

न जुमानता स्वत: गाडी भन्नाट वेगात चालवायचे. त्यांच्या वाहनास मजबूत इंजिन असे, पण पाठीमागून येणाऱ्या सुरक्षा पथकाची मात्र तारांबळ उडे. त्यांच्या गाड्यांची इंजिने तापून बंद पडत. नम्रपणे त्यांच्या निदर्शनास हे आणून दिल्यावर ते रागावले. (राग तसा गांधी मंडळींच्या नाकावर असतो). तत्काळ तो सल्ला देणाऱ्या कार्यक्षम आयपीएस अधिकाऱ्याची तडकाफडकी हकालपट्टी झाली. इतकेच नव्हे; तर त्याची राजीव गांधींशी संबंध असलेल्या कोणत्याही कामावर नेमणूक करू नये असा हुकूम सुरक्षा सचिव असलेल्या शेषन साहेबांनी फर्मावला. आता बोला!

तात्पर्य, राहुलजी एसपीजी सुरक्षेस चुकवून भूमिगत होणे अशक्य वाटते. मग काँग्रेस पक्षाने शासनावर त्यांच्यावर हेरगिरी केल्याचे आरोप करणे कितपत योग्य आहे? एसपीजी कायद्याच्या तरतुदींची त्यांना विस्मृती झाली की काय? आणि त्यांनी दिलेली कारणे तर निवळ हास्यस्पद आहेत. काय तर दिल्ली पोलीस राहुलजींच्या घरी चौकशी करून त्यांच्या वैयक्तिक महितीची विचारपूस करत होते. एसपीजी सुरक्षा कवच हे केवळ प्रत्यक्ष सान्निध्यातील सुरक्षा बघते. सुरक्षेची इतर अंगे उदा: गोपनीय माहिती, मार्ग सुरक्षा, आहार सुरक्षा, व्यक्ति रेखा, आरोग्य विषयक माहिती इत्यादी विविध जबाबदाऱ्या, बाकीच्या सुरक्षा यंत्रणा म्हणजे, स्थानिक पोलीस, सी आय डी, आयबी वगैरे संस्था बघतात व त्यासाठी आवश्यक ती सर्व माहिती गोळा करतात. हे सर्व काँग्रेस पक्ष नेत्यांना चांगलेच ठाऊक आहे, कारण त्यांच्याच शासन काळात हे नियम बनवण्यात आले आहेत. दिल्ली पोलिसांनी उघडपणे केलेली चौकशी याच प्रकारची होती. त्यात आक्षेपार्ह काहीच नाही आणि हेरगिरीचा कांगावा तर खोडसाळपणाचाच आहे. राजकारणातील शून्यत्व सिद्ध झालेल्या व्यक्तीची हेरगिरी करण्यापेक्षा इतर अनेक महत्त्वाची कामें पोलिसांकडे आहेत. संसदेत काँग्रेसच्या आरोपांना अर्थमंत्री जेटली यांनी सडेतोड व चोख उत्तर दिलेलेच आहे.

तरी पण वाचकांना खरी वस्तुस्थिती व पार्श्वभूमी कळावी, म्हणून या विषयावरील प्रत्यक्ष अनुभवाच्या आधारे माहिती देत आहे.

आता काँग्रेसने प्रश्न उकरून काढलाच आहे तर त्याचा पूर्ण उलगडा करण्याची जबाबदारी पण त्या पक्षाने पार पाडायलाच हवी. सत्ताधारी पक्षाने अथवा इतर कोणीही संसदेत याविषयी मागणी करावी की राहुलजी खरोखरच आहेत तरी कुठे? देशात की देशाबाहेर? चिंतनासाठी कुठेही समाधिस्थ असण्याचा त्यांना घटनात्मक हक्क आणि स्वातंत्र्य आहे. मग ती हिमालयातील गुंफा असो किंवा एखाद्या आश्रमातील जागा. पण कायद्याने दिलेले सुरक्षा कवच असताना त्या सुरक्षा दलाच्या माहितीत राहूनच त्यांना तसे करावे लागेल आणि तसे असेल तर काँग्रेसला संसदेत अकांडतांडव करण्याचा अधिकार नाही. देशाच्या पंतप्रधानपदी बसण्यासाठी धडपडणाऱ्याला असे बेपत्ता होणे शोभते का? अशा नेत्यांना खासगी जीवन नसते. देशाला अंधारात ठेवून स्वच्छंदी भ्रमणाचा त्यांना हक्क नाही. त्यांच्या स्वैराचारास देश हितासंबंधीच्या गोपनीयतेचे संरक्षण नाही. २००४ च्या निवडणुकीतील पराभवानंतर अटलजीही चिंतनासाठी जाहीरपणे कुलू मनालीला गेले होते, आठवते?

देशाच्या सुरक्षा यंत्रणेची अशी चेष्टा करणे व त्यावरचे असे गलिच्छ राजकारण थांबायलाच हवे.

OOO

विभाग ५ :

इतर

४३

एका स्मारकाची कहाणी

राजकारण क्लिष्ट व कटकटीचे असते. आपल्या राजकारणाच्या गटारगंगेत वाहणारे प्रवाह तर मन उद्विग्न करतात. मान्य, पण ते कधी कधी कोपरखळ्यांनी मनोरंजकही होते. सध्या ते घडत आहे, असे दिसते.

केंद्राने माजी पंतप्रधान नरसिंह राव यांचे स्मारक दिल्लीत उभारण्याचा निर्णय घेतल्याने काँग्रेस बेचैन झाली आहे. काही वर्षांपूर्वी राव निवर्तल्यावर त्यांचे अंत्यसंस्कार दिल्लीत करू नयेत म्हणून तत्कालीन काँग्रेस शासनाने भरपूर प्रयत्न केले होते. त्यांमध्ये घराण्याशी इमानदार कांही दिग्गज काँग्रेस नेत्यांचाही सहभाग होता. शेवटी अंत्यविधी आंध्र प्रदेशात झाले. पण त्यात देखील अक्षम्य दुर्लक्ष होऊन दहन अर्धवट झाले व नंतर पुनर्दहनाची वेळ आली हा इतिहास आहे. देशाच्या एके काळच्या पंतप्रधानांची मृत्यूपश्चात अशी परवड भारतातच होऊ शकते. राजीव गांधी यांचा दहशतवादी हल्ल्यात मृत्यू झाल्यानंतर त्यांच्या अंत्यसंस्कारांसाठी राजघाट येथे जागा निश्चित करताना माजी पंतप्रधान चंद्रशेखर यांनी तत्कालीन गृह सचिवांना मिस्किल टोमणाही मारला होता. ते म्हणाले होते, ''आमच्या साठी पण जागा मिळेल ना?'' असो.

राव यांच्याविषयी बोलायचे म्हणजे त्यांच्यावर गांधी घराण्याचा भारी राग होता, कारण त्यांच्या कारकीर्दीच्या काळात ते सोनियाजींपासून चार हात दूरच असायचे. त्यानंतरच्या काळात घराण्याचे वर्चस्व जसे वाढले तसा राव यांच्याविरुद्धचा त्यांचा आकस पदोपदी दिसून येई. त्यांच्या अंत्यसंस्कारासंबंधीचे वरील उदाहरण हे त्यातलेच एक.

राव यांच्या काळात मी अठ्ठावीस महिने आय.बी. चा संचालक होतो. त्यांच्या कारकीर्दीचे मूल्यांकन करण्याची माझी लायकी नाही हे माहीत असूनसुद्धा मी इतके मात्र निश्चित म्हणेन कि आपल्या सत्तारूढ मंडळींनी त्यांच्यावर अन्यायच केला. वयोमानपरत्वे सार्वजनिक जीवनातून निवृत्त होऊन उर्वरित आयुष्य हैदराबादेत घालवण्याच्या हेतूने त्यांनी दिल्लीतील आपले चंबूगबाळे आवरले होते, पण नियतीच्या मनात वेगळेच होते. राजीव गांधींचा १९९१ च्या उन्हाळ्यात मृत्यू झाला. देशाची धुरा संभाळणे त्यांच्या शोकाकुल पत्नी सोनियाजींना तेव्हां शक्य नव्हते आणि राहुल बाबा वयाने लहान. काँग्रेसपुढे नेतृत्त्वाचा पडलेला यक्ष प्रश्न राव यांच्या अस्तित्वाने सुटला. त्यावेळी दोन टप्प्यांत झालेल्या सार्वत्रिक निवडणुकीच्या पहिल्या टप्प्यात काँग्रेसची पार धूळधाण झाली, पण त्यानंतर लगेच झालेल्या राजीवजींच्या हत्येमुळे दुसरा टप्पा जरा विलंबाने झाला. त्यात सहानुभूतीच्या भरघोस मतांच्या आधारावर काँग्रेसला बहुमत मिळाले नसले तरी सर्वाधिक जागांच्या जोरावर राव यांच्या नेतृत्वाखाली सरकार मात्र स्थापन झाले. अल्पमतावर सरकार चालवणे किती अवघड असते हे वेगळे सांगायला नको. पक्षातील विरोधकांचे त्यांना पाडायचे अहर्निश प्रयत्न त्यांनी आपल्या चाणक्य नीतीच्या आणि कुशाग्र बुद्धीच्या जोरावर हाणून पाडले आणि आपल्या बुद्धीचातुर्याने शासनाची धुरा यशस्वीपणे पूर्ण पाच वर्षे सांभाळली. एक व्यासंगी विद्वान आणि चाणाक्ष राज्यकर्ताच हे करू शकला असता. ते राजनीतीतील चाणक्य होते.

भारतीय अर्थव्यवस्थेस मृतप्राय स्थितीतून पुनरुज्जीवित करणे, सक्षम बनवणे हे ऐतिहासिक कार्य त्यांनी मनमोहन सिंह यांच्यासारख्या निष्णात अर्थशास्त्रज्ञाला अर्थमंत्रीपदी नेमून व त्यांना पूर्ण मोकळीक देऊन केले. काश्मीरप्रश्नी युनोमध्ये भारताची बाजू समर्थपणे मांडण्यासाठी त्यांनी विरोधी पक्ष असलेल्या भाजपचे नेते अटल बिहारी वाजपेयी यांना निवडून तर इतिहासच घडवला. राजकीय मतभेदांपलीकडे जाऊन केवळ देशहित लक्षात ठेऊन त्यांनी वरील निर्णय घेतला, यातच त्यांच्या ठायी असलेली परिपक्वता दिसून येते.

निष्पक्ष इतिहास राव यांना नक्कीच एक द्रष्टा व महान नेता म्हणून गौरवेल. त्या सत्याचा आता कुठे राज्यकर्त्यांना साक्षात्कार झालेला दिसतोय. अटलजी पंतप्रधान असताना (१९९९-२००४) त्यांचे आणि राव यांचे सौहार्दपूर्ण संबंध पाहता हे आधीच का नाही झाले असे मात्र विचारता येईल. पण जाऊ द्या. 'देर आये दुरुस्त आये.' केंद्रातील भाजप शासनाने त्यांच्या व्यक्तिमत्त्वाची आणि देशसेवेची चिरकाल टिकणारी आठवण म्हणून त्यांचे स्मारक दिल्लीत उभारण्याचा निर्णय घेतला आहे. या निर्णयावर विरोधी पक्षांनी अपेक्षित टीका, टोलेबाजी करत बाबरी मशीद पाडण्यास त्यांनी मदत केल्याबद्दलचे ते पारितोषिक असल्याचा पोरकट आरोपदेखील केला आणि तो सर्वथैव अयोग्य आहे.

एकता स्थळ समाधी संकुलात सर्व दिवंगत पंतप्रधानांच्या (मोरारजी देसाई यांच्यासह) गौरवार्थ संगमरवरी शिलापट बसवण्याचेही शासनाने ठरवले आहे. शासनाचा हा निर्णय वरकरणी जरी प्रांजळ व मोकळ्या मनाने घेतल्यासारखा वाटत असला तरी तो काँग्रेसला डिवचण्याच्या एकमेव हेतूने प्रेरित आहे हे स्पष्ट आहे. काँग्रेसने आपल्या शासनकाळात भाजप नेत्यांना टीकेचे व बदनामीचे जसे लक्ष्य केले होते ते पाहता भाजप असा प्रतिहल्ला करेल हे अपेक्षितच होते. त्या व्यूहाची चाहूल गेल्या वर्षीच गुजरातेत सरदार पटेलांचा

भव्य पूर्णाकृती पुतळा 'स्टॅच्यू ऑफ युनिटी' या नावाने उभारण्याचा निर्णय त्यांनी घेतला त्यावेळीच लागली होती. हे सर्व करण्यामागील त्यांचा हेतू हाच की स्वातंत्र्यलढा व त्यातील नेते ही कांही काँग्रेसची विषेशत: गांधी घराण्याची मक्तेदारी नाही हे दाखवून देणे.

तसेदेखील स्वातंत्र्य लढ्यातील इतर सेनानींबद्दल काँग्रेस उदासीनच राहिलेली दिसते. नेताजी सुभाष बोस यांच्या स्मृतीस मिळणारी दुय्यम वागणूक हेच दाखवते. मणिपूरमधील मोइरांग पर्यंत नेताजींच्या आझाद हिंद सेनेने धडक मारली होती. त्या ऐतिहासिक स्थळी त्यांच्या स्मारकांची दुरवस्था मी स्वत: पाहिली आहे. याहून अधिक लाजिरवाणे उदाहरण आठवा. काँग्रेस सत्तेवर असताना केंद्रीय मंत्री मणि शंकर अय्यर यांनी आपल्या अंदमान भेटीत तेथील एका स्मारकावरील सावरकरांच्या सन्मानार्थ लावलेला शीला पट काढून त्या जागी गांधीजींच्या नावाची शिळा बसवली.

आता काँग्रेसच्या जखमेवर आणखी मीठ चोळायचा असुरी आनंद घ्यायचा असेल तर केंद्राने दिल्लीतील मोतीलाल नेहरू प्लेस या विशाल वाहतूक वर्तुळाच्या मध्यभागी ते स्मारक उभारावे. अगदी शेजारीच १० जनपथ या सोनियाजींच्या निवासस्थानातून स्मारकाचे दर्शन त्यांना सतत होत राहील.

प्रतिस्पर्ध्याला झोंबणारी राजकारणातील ही चिमटेगिरी आंतरराष्ट्रीय पातळीवरही दिसून येते. पाकिस्तानात स्थायिक झालेले आपल्या स्वातंत्र्य लढ्यातील नेते खान अब्दुल गफ़ार खान यांना भारताने 'भारतरत्न'ने गरविले. त्यांचे पाकिस्तानशी कधीच जमले नव्हते. मग पाकिस्तानने तरी का गप्प बसावे? त्यांनी चित्रपट अभिनेते दिलीपकुमारला 'निशान-ए-पाकिस्तान' हा सर्वोच्च किताब प्रदान केला व पुढे त्याच सन्मानाने मोरारजींचा त्यांच्या राहत्या घरी जाऊन गौरव केला. असेच प्रयत्न गुरफटलेल्या अमेरिका व रशियात व

एकमेकांना पाण्यात पाहणाऱ्या इतर देशांतही चालू असतात.

तात्पर्य, राजकारणातील या घडामोडींकडे फक्त एक करमणूक म्हणूनच बघावे.

○○○

४४

ओबामांचा आहेर

प्रजासत्ताक दिनाच्या सोहळ्यात प्रमुख पाहुणे म्हणून अमेरिकेचे राष्ट्राध्यक्ष बराक ओबामा आल्याने प्रसंगास विशेष शोभा आली हे निर्विवाद. पंतप्रधान नरेंद्र मोदींनी त्यांची उद्योगपती, विद्यार्थी व जनतेशी भेट घडवून आणली. मोदींच्या चतुर मुत्सद्देगिरीचे ते एक उदाहरण होते हे पण कबूल करावे लागेल. पण या दुधात एक मिठाचा खडाही पडला की काय असे वाटायला जागा आहे. शेवटच्या कार्यक्रमात विद्यार्थ्यांशी संवाद साधतांना ओबामांनी एक अत्यंत सूचक विधान केले. भारतातील धार्मिक तेढ, तणाव नष्ट झाले तरच भारत सामर्थ्यवान होईल हे मत त्यांनी व्यक्त केले. जाता जाता ओबामांनी केलेले हे भाष्य म्हणजे अनाहूत सल्ला होता कि कानपिचक्या यावर चर्चेचे गुऱ्हाळच पेटले. एका यशस्वी भेटीनंतर जाता जाता दिलेला हा टोला अप्रासंगिक होता की भारताच्या अंतर्गत कारभारातील ढवळाढवळ, कळकळ की आपुलकीचा सल्ला हा नक्कीच विचार करण्याजोगा मुद्दा आहे.

नजीकच्या काळात ओबामा आणि मोदी यांच्यात निर्माण झालेल्या वैयक्तिक स्नेहसंबंधांच्या पार्श्वभूमीवर ओबामांचे उद्गार आक्षेपार्ह आहेत असे म्हणणे योग्य नाही. या बाबतीत आणखी एक ऐतिहासिक

सत्य लक्षात घेणे गरजेचे आहे. अमेरिकन राष्ट्राच्या सुरुवातीच्याच काळात एका भीषण वांशिक गृहयुद्धास त्या देशाने खंबीरतेने तोंड दिले. देशाच्या सार्वभौमत्वाला घातक अशा समस्यांना तोंड देण्याचा हा अनुभव लक्षात घेता अमेरिकेच्या गौरवर्णीय नसलेल्या पहिल्याच अध्यक्षाचे विधान स्वानुभावावर आधारित व सर्वस्वी उचित होते हे मान्य करावे लागेल.

आपल्या डोळ्यात हे अंजन ओबामांना घालायची वेळ यावी हे मात्र लज्जास्पद आहे, याविषयी दुमत नसावे. धार्मिक संघर्षाने त्रस्त असलेल्या आपल्या देशाची या दुखण्यापासून अद्याप सुटका झालेली नाही. धार्मिक संघर्षच देशाच्या फाळणीस कारणीभूत होता हे आपण विसरतो. देशाच्या ईशान्येस ख्रिस्तीबहुल राज्यांची झालर आहे आणि त्यांच्यात फुटीर प्रवृत्तीचे बीज अंकुर धरू नयेत यासाठी आपण जागरुकतेने लक्ष पुरवत आहोत. हिंदू - मुस्लीम जातीय दंगे आणि त्यातून खतपाणी मिळणाऱ्या दहशतवादाचे निखारे नित्याचे झाले आहेत. यातून धडा शिकण्याऐवजी ही चिंताजनक परिस्थिती चिघळवण्याचेच प्रयत्न सुरू असल्याचे आपण बघत आहोत. पण टोकाच्या उजव्या विचारसरणीच्या लोकांना हे कोण पटवणार?

ओबामांच्या उपदेशामृताकडे आता जरा वेगळ्या दृष्टिकोनातून पण बघूया. ९/११ च्या वर्ल्ड ट्रेड सेंटरवरील हल्ल्यापर्यंत अमेरिकेच्या राष्ट्रीय सुरक्षेस इतर कोणताच धोका नव्हता. परंतु संपूर्ण जगाची कोतवाली करण्याचा आपला हक्क आहे असे वाटणाऱ्या अमेरिकेला भारतास छळणाऱ्या शत्रूंचे कधीच सोयरसुतक वाटले नाही हे सत्य आहे. उलट या समस्यांशी झुंजतांना आपल्याकडून घडलेल्या तथाकथित मानवाधिकार उल्लंघनाचे स्तोम मात्र या देशांनी न चुकता माजवले. भारत गेली पन्नास वर्षे फुटीरतावाद, शेजारून लादला जात असलेला दहशतवाद, काश्मीरमधील हिंसक संघर्ष अशा अनेक आव्हानांना तोंड देत आहे. आंतरराष्ट्रीय राजकारणात सुरक्षिततेसंबंधीच्या गोपनीय

माहितीचे आदान प्रदान करण्याचे धोरण असते आणि त्यासाठी संपर्क यंत्रणाहीण अस्तित्वात असते. तरीही अमेरिका व ब्रिटन या दोन देशांनी मात्र या सोईकडे दुर्लक्ष करत लबाडीचा पवित्रा घेतला हे मी माझ्या कारकीर्दीतील स्वानुभववावरून सांगू शकतो. काश्मीर हा विवादास्पद मुद्दा असल्याने आम्ही त्यातील पाकिस्तानी कुरापतींबद्दल तुम्हाला कसे सांगू शकतो? हा त्यांचा युक्तिवाद. ९/११ नंतर मात्र अमेरिका व ब्रिटनला दहशतवादाच्या जागतिक धोक्याचा साक्षात्कार झाला आणि त्यांची भूमिका निवळण्याची लक्षणे दिसत असली तरी कळीच्या मुद्द्याविषयी त्यांचा पक्षपाती चेहरा दिसून येतोच. भारतात दहशतवादाला सक्रीय चिथावणी देण्याच्या पाकिस्तानी कारवायांना लगाम घालण्यासाठी त्यांच्याकडून एकही कडक कृती घडलेली नाही. दहशतवाद्यांचा अड्डाच पकिस्तानात मुक्त संचार करत आहे हे काय त्यांना दिसत नाही? पाकिस्तानच्या वायव्य प्रांतातील अमेरिकन हवाई हल्ले हे मध्य पूर्वेतील अमेरिकेचे हितसंबंध जपण्यासाठीच आहेत हे कोणीही ओळखेल. भारतीय हित रक्षणार्थ अशी कोणती परिणामकारक कारवाई अमेरिकेने केली?

भारत भेटीआधी इंडिया टूडेला दिलेल्या मुलाखतीत ओबामांनी पाकिस्तानला दहशतवाद्यांचे तळ नष्ट करण्याचा सज्जड दम भरला म्हणे! पण ते निव्वळ आपल्या तोंडाला लावलेले एक मधाचे बोट होते. बेरड पाकिस्तानला अशा इशाऱ्यांची सवय झाली आहे. त्यांना अमेरिका ही एक दुभती गाय वाटत असून अमेरिकेचे जगातील या भागातील स्वार्थ जपण्यासाठी पाकिस्तानची अमेरिकेला गरज वाटते याची पूर्ण जाणीव त्यांना आहे आणि त्यामुळेच या परिस्थितीचा ते पुरेपूर फायदा घेत आहेत.

ओबामा भेटीचे अपेक्षित पडसाद लगेच दिसले. चीनने नाक मुरडले तेव्हा त्यांचे शंका निरसन करण्यास परदेशमंत्री सुषमा स्वराज लगेच चीनला रवाना झाल्या आणि मे मध्ये मोदीही चीनला भेट देतील.

नाजुक आंतरराष्ट्रीय राजकारणात परस्पर संबंधात असे चढ उतार होतच असतात. ते सांभाळत ओबामा भेटीचा व सुधारलेल्या सबंधाचा इतर, वैज्ञानिक, तंत्रज्ञानविषयक व आर्थिक क्षेत्रात पूर्ण फायदा अवश्य घ्यावा, परंतु हुरळून जाऊ नये. भारत- पाक संबंधात आणि दहशतवाद विरोधी मोहिमेत अमेरिकेच्या मदतीवर विसंबून राहण्यात शहाणपणा नाही हे आपण ओळखून असलेले बरे. ती भारताची लढाई आहे आणि भारतानेच ती खंबीरपणे लढावी.

४५

मराठी पाऊल अडखळते - कुठे?

दर वर्षी १ मे रोजी महाराष्ट्र दिन थाटामाटात साजरा होतो. अर्धसैनिक संचलन, ध्वजवंदन, महाराष्ट्र गौरवाचे भरभरून वर्णन करणारे लेख व मराठी दैनिकांचे विशेष अंक असे सगळे होते. भरपूर सवलतीचे आमिष दाखवून बाजारास उधाण येते. टेलिव्हिजनवर खास कार्यक्रम होतात. त्यात रंगमंचावर हातात भगवा झेंडा घेऊन थकेपर्यंत 'गर्जा महाराष्ट्र माझा' च्या घोषणा देत तरुणाई थिरकते ते वेगळेच. पण महाराष्ट्राच्या दैन्यावस्थेबद्दल आत्मचिंतन होईल किंवा नाही याबद्दल मात्र मन साशंक आहे. एक मराठी प्रेमी म्हणून अंतर्मुख होऊन मनात आलेले विचार व्यक्त करावेसे वाटतात म्हणून हा प्रयत्न.

मराठी मनाला स्वाभिमानाचे इंजेक्शन देणारा महेश मांजरेकर निर्मित चित्रपट 'मी शिवाजीराजे भोसले बोलतोय' (आधी ४/५ वेळा पाहिलेला) नुकताच पुन्हा बघितला आणि मराठी बाण्याबद्दल माझ्या ठायी असलेला सार्थ अभिमान अधिकच बळकट झाला. पण चित्रपटातील शिवरायांचे आव्हान मात्र मनाला सतत अंतर्मुख करत होते. मनात विचारांचे काहूर उठले, प्रश्न पडला यातले किती आचरणात येत आहे? मन जरा खिन्नच झाले. त्यातच डोळा लागला. मनी वसे ते स्वप्नि दिसे म्हणतात त्याची प्रचीती आली. आणी

काय चमत्कार! साक्षात छत्रपतीच स्वप्नी अवतरले. विस्मयचकित मी त्यांना लवून मुजरा केला (स्वप्नातच). त्या किंचित क्षणांत त्यांच्याशी संवाद साधला. स्वप्नातीलच तो संवाद आठवून, साठवून ठेवला. तो असा:

शिवराय म्हणाले: 'तू आत्मचिंतन करता करताच झोपी गेलास म्हणून आलो. तुझ्या मनातील घालमेल मी ओळखली आणि आता मला स्वत:लाच वाटतंय की इतके सर्व मी सांगितले तरी आजच्या संदर्भातील एक अति महत्त्वाची गोष्ट तर राहूनच गेली. मी असे पण म्हणायला हवे होते कि मराठी माणसा, महाराष्ट्राच्या बाहेर नीघ. कूपमंडूक वृत्ती सोड. प्रति शिवाजी (यशवंतरावजी) म्हणाले होते, ''खडकवासला महाराष्ट्रात आहे पण खडकवासल्यात महाराष्ट्र कुठे?'' अगदी बरोबर. त्याचा परिणाम थोड्याफार प्रमाणात व निरनिराळ्या क्षेत्रांत दिसू लागला आहे, पण फारच थोडा आणि कूर्म गतीने. महाराष्ट्र निव्वळ खडकवासल्यातच नाही तर दिल्लीत, सर्व देशभर असायला हवा. विशालकाय गजराज गंडस्थलावरील अंकुशाच्या टोचणीचाच आदेश मानतो. त्याच माणे दिल्ली हेच या विशाल देशाचे गंडस्थल असे समजून मराठी माणूस त्यावर अंकुशाने आदेश देण्याऐवजी घरघुशीसारखा केवळ महाराष्ट्रातच राहून जगण्याची केविलवाणी धडपड करतो, हे पाहून माझा आत्मा तळमळतो. मराठी राजकारण्यांना दिल्लीत कोणी विचारत पण नाही रे! मायावती, ममता, चंद्राबाबू, करुणानिधी, जयललिता दिल्ली अक्षरश: वेठीस धरतात ते उघड्या डोळ्यांनी दिसतच आहे ना? काल परवापर्यंत अज्ञात असलेला नरेंद्र आज देशभर आपला अश्वमेध फिरवतो आहे. श्रीमंतांच्या लग्न सोहळ्यात गरीब आप्तेष्ट दुर्लक्षित दूर कोपऱ्यात दीनवाणे उभे राहतात तसे आपल्या दिल्लीतील नेतृत्त्वाचे अस्तित्व आहे. केंद्राच्या राजकारणात त्यांना गृहीत धरले जाते, त्यांना कवडीचीही किंमत नाही. त्यांची सर्व धडपड फक्त स्वत:ची खुर्ची टिकवण्यासाठी असते. महाराष्ट्रासाठी

त्यांचे योगदान नगण्य आहे. नावानिशी उदाहरणे देऊ का? जाऊ दे.''

छत्रपती भरभरून व कळकळीने बोलत होते. म्हणाले, ''अरे, मराठी माणूस महाराष्ट्राबाहेर पडला म्हणून तर बडोद्याचे गायकवाड, नागपूरकर भोसले, ग्वाल्हेरचे शिंदे, झाशीची राणी व माळव्यातील अनेक मराठी नरेश निर्माण झाले. बाजीरावांनी बुंदेलखंडातून मस्तानी जिंकून आणली. राघोबादादांनी फक्त शनिवारवाड्यात बसून अटकेपार झेंडे नाही लावले. त्यांनी महाराष्ट्राबाहेर मोहिमा काढल्या हे मराठी माणूस कसे विसरला, याचीच मला खंत वाटते. मराठे पानीपत हरले पण अहमदशहा अब्दालीने मात्र पुन्हा भारतात येण्याचे धाडस केले नाही. पानीपतचे दुर्भाग्य टळले असते तर आज मराठी माणसाने दिल्लीतून मराठी साम्राज्याची धुरा सांभाळली नसती का? परंतु दुर्दैव हेच की मराठ्यांच्या उज्ज्वल इतिहासाच्या अफूच्या धुंदीत जगण्यातच मराठी माणूस स्वत:ला धन्य मानतो. आमच्या काळात शाहिरांचे पोवाडे ऐकून प्रेक्षकांच्या छातीचे बंद आवेशाने तुटायचे आणि आज 'गर्जा महाराष्ट्र माझा' म्हणून अथवा भगवा झेंडा हातात धरून रंगमंचावर क्षणभर उसन्या आवेशाने नाचण्या पलीकडे कोण काय करतो? आम्ही प्राणपणाने घडवलेल्या इतिहासाची व बाबासाहेब पुरंदऱ्यांच्या प्रभावी व्यक्तिमत्वाची ही परवड? छे छे!!''

महाराज म्हणाले, ''आजचा मराठी माणूस फक्त अमेरिकेच्या ग्रीन कार्डासाठीच महराष्ट्रात जन्म घेतो व महाराष्ट्र सोडतो. याला काय म्हणावे? महाराष्ट्राबाहेर मराठी मंडळी आपापसात मराठीत संवाद साधण्यास कचरतात. एकमेकाशी तुटकपणे वागतात. परस्परांना मदत करत नाहीत. मराठी सनदी अधिकारी केंद्रात प्रतिनियुक्तीवर जाण्यास तयार नसतात. महाराष्ट्राबाहेर नियुक्ती म्हणजे शिक्षा असे त्यांना वाटते. हा पूर्वग्रह त्यांनी सोडावा. इंग्रजी, हिंदी व इतर भाषांवर प्रभुत्व मिळवावे. दिल्ली स्थित मराठी माणसाची मातृभाषेची

तहान भागवणारी मराठी वृत्तपत्रांची दिल्ली आवृत्ती निघावी. देशभरात दक्षिणी डोसे, पंजाबी छोले, गुजराती खमण फरसाण, बंगाली मिठाई मुबलक मिळते, पण थालीपीठ, कांदापोहे, साबुदाणा खिचडी मात्र कोणालाच माहीतदेखील नाही. अशा मानसिकतेने दिल्ली कशी काबीज करणार? परप्रांतात गेल्याशिवाय, 'मराठी तितुका मेळवावा महाराष्ट्र धर्म वाढवावा' हे ब्रीद जोपासल्याविना आपला दबदबा कसा निर्माण होणार? ही कंगाल मानसिकता कधी बदलणार? एक सत्य लक्षात घे. महाराष्ट्राबाहेर गेलेल्या प्रत्येकाचा उत्कर्षच झाला आहे. तात्पर्य, 'मी बाहेर जाणार नाही अन् बाहेरच्यांना आत येवू देणार नाही' ही आत्मघातकी वृत्ती जितक्या लवकर सोडशील तितकीच शीघ्र तुझी प्रगती होणार हे निश्चित. पण आता खंत वाटून फायदा काय? मांजरेकर तेवढ्यासाठी पुन्हा चित्रपट कशाला काढतील?''

अंतर्धान पावण्या आधी शिवरायांनी आदेश दिला, ''आता तूच काही कां लिहित नाहीस? तू अख्खी कारकीर्द महाराष्ट्राबाहेर घालवलीस. गेल्या ६७ वर्षात देशातील सर्वोच्च आय.पी.एस. अधिकारी झालेला तू एकुलता एक मराठी माणूस. वरील सर्व अनुभव तुलाही आले आहेत, होय ना? महाराष्ट्रात ''खुपते तिथे गुप्ते'', आहे पण पिकते तिथे विकते असे नाही. तुझे लिखाण कदाचित केराच्या टोपलीत जाईल पण प्रयत्न करायला काय हरकत आहे?''

जाग आल्यावर अनेक दिवस माझ्या मनात ते वाक्य घोळत होते. नवनवीन विचारांना चालना देत होते. वाटले छत्रपती अवतरले नसते तर स्वराज्याची स्थापनाच झाली नसती. केवळ महाराष्ट्रातच नाही तर पूर्ण देशभर स्वातंत्र्यप्रेमाची, स्वराज्याची ज्योत शिवरायांनी प्रज्वलित केली. ते संपूर्ण भारताचे आदरणीय, स्फूर्तिस्थान, भक्तिस्थान आहेत, असायला हवेत. पण आपण त्यांना महाराष्ट्राबाहेर का पडू देत नाही? मला आठवते, अनेक वर्षापूर्वी महाराष्ट्राचे तत्कालीन राज्यपाल श्रीप्रकाश म्हणाले होते, ''शिवाजी महाराज राष्ट्रपुरुष आहेत त्यांना

महाराष्ट्रात डांबून ठेवू नका. किती दारुण सत्य आहे ते! केवळ महाराष्ट्रात शिवाजी स्तोम माजवून आणि स्वत:ला महाराष्ट्रात कोंडून ठेवून शिवमहिमा देशभर पसरणार तरी कसा?''

छत्रपती अंतर्धान पावले खरे. पण पुन्हा स्वप्नात आले तर नक्कीच आपल्या मनाची आणखी एक व्यथा मांडतील. ''परमेश्वरा, मी आग्र्याहून तर निसटलो पण महाराष्ट्रातून माझी सुटका कशी होणार? कोण करणार?'' हे पुण्यकर्म आता मराठी माणसाने स्वत: बाहेर पडून करण्यास गत्यंतर नाही. छत्रपतींचे ऋण त्याशिवाय फिटणार नाही. गुजरातेस तर नरेंद्र मिळाला. महाराष्ट्राला कधी? बघा पटतंय का!

४६

सुंभ जळला, पीळ नाही

नियतीचा न्याय किती निष्ठूर पण चोख असू शकतो याचा अनुभव नुकताच पाकिस्तानातील पेशावर येथे आर्मी पब्लिक स्कूलमधील अनेक विद्यार्थ्यांच्या झालेल्या क्रूर हत्येने जगाला आला. तेहरीक-ए-तालिबान, पाकिस्तान या दहशतवादी संघटनेने या क्रूर हल्ल्याची जबाबदारी स्वीकारली आहे. दहशतवादाच्या आजवरच्या इतिहासातील सर्वात घृणास्पद अशा या घटनेने जगाला सुन्न केले आणि दीडशे निष्पाप विद्यार्थ्यांच्या माता पित्यांना दुःखाच्या खाईत लोटले.

या घटनेचे यथार्थ आकलन होण्यास गेल्या तीस वर्षात उफाळलेल्या दहशतवादाची पार्श्वभूमी समजणे गरजेचे आहे. तालिबान, आणि तत्सम इतर दहशतवादी गटांचे मूळ १९७० च्या दशकात सोविएत युनियनच्या अफगाणिस्तानातील हस्तक्षेपाचे निर्मूलन करण्यासाठी अमेरिकेने सुरू केलेल्या मोहिमांमध्ये सापडेल. मोहिमेत पाकिस्तानचे व्यूहात्मक साहाय्य महत्त्वाचे होते आणि ते देताना पाकिस्तानने मोबदला पण चोख घेतला. अमेरिकेकडून पैसा व सामरिक शस्त्रास्त्रांचा मिळालेला मुबलक पुरवठा पाकिस्तानने भारताविरुद्ध पुरेपूर वापरला हे सत्य जगजाहीर आहे. सोविएत रशियाला शह देण्यासाठी पाकिस्तानच्या सुपीक डोक्यातून निघालेली शक्कल म्हणजेच धार्मिक

भावनांचा उद्रेक करून फायदा घेण्यासाठी केलेली तालिबानची स्थापना.

कालांतराने सोविएत रशिया अफगाणिस्तानातून बाहेर पडल्याने रिकामटेकड्या झालेल्या तालेबानच्या अतिरेक्यांना पाकिस्तानने भारताकडे वळवले आणि सुरू झाले काश्मीरमधील दहशतवादाचे थैमान. अमेरिकेला या दु:स्साहसाचे फळ ९/११ च्या वर्ल्ड ट्रेड सेंटर वरील हल्ल्याने सव्याज मिळाले, पण पाकिस्तानने मात्र अतिरेक्यांचा मोर्चा भारताकडे वळवून अनेक हल्ले केले. त्यात शेकडो निष्पाप जीव गेले. इकडे इस्लाम प्रसाराच्या विकृत व अमानुष भ्रमाने पछाडलेल्या अतिरेकी गटांच्या नवनवीन आवृत्त्या निघत गेल्या. त्यांनी दहशतवादाचे लोण इतर देशांत पसरवले. या प्रसाराचा फटका पाकिस्तानलाही बसलाच. स्वत: उगाळलेली दहशतवादाची गुटी पाकिस्तानला वारंवार गिळणे भाग पडले. पण यातून बोध घेणे राहिले दूर; उलट आम्ही स्वत: देखील दहशतवादाचे बळी आहोत हा साळसूद कांगावा करून जगाची सहानुभूती मिळवण्यास पाकिस्तानचे आयतेच फावले.

बांगला देश युद्धातील पराभवाची सूड भावना आणि काश्मीरचा हव्यास या दोन हेतूंनी पछाडलेल्या पाकिस्तानने भारतात दहशतवादाचे जणू थैमानच घातले. आपल्या कारवायांना झाकण्यासाठी दहशतवादाला भला आणि बुरा अशा दोन व्याख्या दिल्या. स्वत:च्या देशाविरोधी कारवाया वाईट; तर काश्मीरमधील दहशतवादी कृत्ये म्हणजे मात्र स्वातंत्र्यलढा असा लबाड व सोईस्कर फरक त्यांनी मांडला. हे सर्व प्रयत्न जगाची टीका टाळण्यासाठी आणि वर साळसूदपणे पाकिस्तान स्वत: दहशतवादाने पीडित असल्याचा कांगावा करता यावा, सहानुभूति मिळावी म्हणून केले गेले.

पेशावर हत्याकांडाने भानावर येऊन मात्र पाकिस्तानने चांगल्या/

वाईट दहशतवादाचा भेद झुगारला व देशाला या रोगापासून मुक्त करण्याचा निर्धार जाहीर केला. पंतप्रधान नवाज़ शरीफ यांनी कठोर पावलें उचलण्याचे निर्देश देत मृत्युदंडावरील बंदी उठवली, लष्कराने उत्तर वज़ीरिस्तानात दमदार कारवाई सुरू केली आणि जगातील भोळ्या भाबड्या मंडळींना वाटले पाकिस्तान सुधारत आहे. पण कसचे काय. खरा चेहरा लगेच दुसऱ्याच दिवशी जगासमोर आला. २६/११ च्या मुंबई हल्ल्याचा म्होरक्या ज़की-उर-रेहमान लखवीला न्यायालयाने जामीनावर सोडले. लाज झाकण्यासाठी म्हणून की काय पाकिस्तानने त्याला लगेच इतर काही गुन्ह्यासंबंधात पुन्हा गजाआड केले. पण बूंदसे गयी सो हौदसे नही आती हे सत्य ते विसरलेच. शिवाय हाफिज सईद, दाऊद इब्राहिम मोकाट आहेत हे वेगळेच. सुंभ जळला तरी पीळ जळत नसतो या म्हणीची सत्यता जगाला पटली. चला, हेही नसे थोडके.

या सगळ्या घटनांनी भुरळ पडण्याइतका भारत काही खुळा नाही. पाकिस्तानचे खरे रूप त्याच्या जन्मापासून ओळखल्यामुळे तो सदैव जागृत राहील असा विश्वास बाळगण्यास हरकत नाही. परंतु जागतिक पटलावर दहशतवादासंबंधी कांही अनिष्ट व वेगळ्याच घटना हल्ली घडत आहेत, त्या दुर्लक्षून चालणार नाही. इराक, सीरिया, इस्लामिक राष्ट्र (आयसिस) या कट्टर इस्लामिक संस्थेचा जन्म हीच ती घटना. आयसिस ने येथून पुढे आपण स्वतः इस्लाम चे खलिफा असल्याचा दावा केला असून त्याने प्रेरित मुस्लिम बांधवांस या मोहिमेत सामील होण्याचे आवाहन केले आहे. त्याला जगाच्या निरनिराळ्या भागांतून तरुणाईचा प्रतिसाद मिळत असल्याचे नजरेस आले आहे. बंगळुरू, कल्याण येथील कांही तरुणांना झालेली अटक व सिडनी, बेल्जियम, ओटावासारख्या जगातील विखुरलेल्या शहरात नुकतेच झालेले अतिरेकी हल्ले हेच स्पष्ट करतात. या सर्व घटनांमध्ये एक गोष्ट नजरेस आल्याशिवाय रहात नाही. ती म्हणजे त्या संबंधित व्यक्तींचा

परस्परांशी कांहीही संबंध अथवा संपर्क नाही. इतकेच काय तर या सर्व व्यक्तीच्या मागे कोणतेही स्थानिक पाठबळ अगर गट नाहीत. हे सर्व तरुण 'आयसिस' ने प्रेरीत होऊन स्वतंत्रपणे कार्यरत आहेत आणि हाच खरा धोका, खरे नवीन आव्हान आहे.

संघटित कारवाया असतील तर खबऱ्यांमार्फत गुप्तचर संस्थांना कळू शकतात व त्यावर प्रतिबंधक कारवाई करणे शक्य होते. परंतु विखुरलेल्या भागातील एखाद- दुसऱ्या बहकलेल्या अतिरेक्याने योजलेल्या व कार्यान्वित केलेल्या गोष्टींची पूर्वसूचना मिळणे अशक्यप्राय आहे. भारतासारख्या विशाल देशात तर नक्कीच असे म्हणता येईल. वरील घटनांमध्ये आणखी एक गोष्ट दिसून आली, ती म्हणजे या लोकांनी सोशल मीडियाचा केलेला स्वैर वापर. सोशल मीडियावरील वार्तालापांची बारकाईने तपासणी केल्यास काही सुगावा लागण्याची अंधुक शक्यता आहे. परंतु या नवीन माध्यमांचा अफाट पसारा व विस्तार पाहता हे प्रकरण किती कठीण आहे याची कल्पना यावी. (उदाः भर बाजारात कांही व्यक्तींमधील बोलणी कळण्यासारखे).

जगातील सुरक्षा संस्थांना या नवीन आव्हानांचा विचार करावाच लागेल. सोशल मीडियांवर देखरेख ठेवणे इथपासून सुरुवात करण्याखेरीज गत्यंतर नाही. या माध्यमांवर बंदी आणणे मात्र वेडेपणाचे आहे. तसे केल्यास माहितीचा उपलब्ध स्रोतदेखील नष्ट व्हायचा.

या व्यतिरिक्त आणखी एका भयानक शक्यतेकडे लक्ष देणे अत्यावश्यक आहे. ज्या गतीने व आक्रमकतेने आयसिस, तालिबान यांच्यासारख्या संघटना आपला प्रभाव वाढवत आहेत त्यावरून त्यांचे पुढील लक्ष्य सता काबीज करण्याचे असेल हे अगदी उघड आहे. तसे झाल्यास त्या देशाचा शस्त्रसाठा गेलाच समजा आणि तो देश अण्वस्त्रसज्ज असला तर? नुसत्या कल्पनेनेच धडकी भरते. नाही का? आणि नेमके इथेच पुनः पुन्हा पाकिस्तान नजरेसमोर आल्याशिवाय रहात नाही.

युद्ध सामर्थ्यात भारताची बरोबरी साधण्याच्या वेडाने पाकिस्तान इतके झपाटलेले आहे कि त्या प्रयत्नात अमेरिकेच्या साहाय्याशिवाय त्याची अर्थव्यवस्थाच कोलमडली असती. या खटाटोपात त्याची अण्वस्त्रसज्जता देखील लक्षणीय झाली आहे. मुस्लीम जगतात अण्वस्त्रांचा साठा असलेले सध्या ते एकमेव राष्ट्र आहे. अशा परिस्थितीत तालेबान, आयसिस व इतर गटांपासून या सामुग्रीची सुरक्षितता राखणे ही फार महत्त्वाची गोष्ट आहे हे निर्विवाद. अशा कट्टर देशांचा अमेरिका व भारत विरोध सर्वश्रुत आहेच. तेव्हा अखिल जगाच्या सुरक्षिततेशी पाकिस्तानच्या अण्वस्त्रसाठ्याची सुरक्षितता निगडीत आहे हे काय सांगायला हवे? इराणच्या तत्सम प्रयत्नांमुळे अमेरिका किती चिंतीत आहे हे आपण पाहतोच आहोत.

आपण याबाबतीत जागरूक आहोतच; परंतु पाकिस्तानवर प्रभाव असलेल्या अमेरिका व चीन यांनाही या प्रश्नावर सावध रहावे लागेल. तसे झाले तरी भारतद्वेष हा पाकिस्तानच्या अस्तित्वाचा पायाच असल्यामुळे त्यांना हे शेपूट सरळ करता येणे जरा कठीणच दिसते.

'आयएसआय' पुरते बोलायचे तर देशातील मुस्लिम समाजाची ही कसोटीची वेळ आहे असेच म्हणावे लागेल. त्यांना तरुण पिढीकडे जास्त आपुलकीने लक्ष द्यावे लगेल व सुरक्षा व्यवस्थेच्या संपर्कात राहून साहाय्य करावे लागेल. भारतीय मुस्लिमांचे देशप्रेम निर्विवाद आहे, तेव्हा ही अपेक्षा आपण नक्कीच करू शकतो.

ооо

४७

गाठ पडली ठका ठका

डॉ. सुब्रह्मण्यम स्वामी, एक विलक्षण आणि विचित्र व्यक्तिमत्व. कुशाग्र चिकित्सक बुद्धी, सडेतोड विचार, रोखठोक संभाषण, आणि कुठे काही विपरीत व गैर दिसले तर निर्भीडपणे जाहीर टीका करण्याची प्रवृत्ती असे हे रसायन. त्यामुळे कोणी त्यांच्या वाटेला जात नाही पण स्वामी मात्र वेळ आली तर कोणाला सोडत नाहीत. साहजिकच, सार्वजनिक जीवनात त्यांच्या बाबतीत बरेच बहुचर्चित किस्से घडतात. अशा मंडळींची सुरक्षितता त्यामुळेच कधी कधी जोखमीची असते.

असेच एकदा त्यांचे आणि तमिळनाडूच्या तत्कालीन मुख्यमंत्री जयललिता यांचे कोणत्या तरी कारणावरून बिनसले व त्यांना सुरक्षिततेची गरज भासली. ती राज्य शासनाने दिलीही. परंतु स्वामींच्या साशंक स्वभावाला ती अयोग्य वाटली, (कारण खुद्द जयललितांशीच बिनसले होते ना?) झाले, स्वामींनी थेट पंतप्रधान नरसिंह रावांकडे केंद्रीय सुरक्षा दलाकडून सुरक्षितता पुरवण्याची मागणी केली. मी इंटेलिजन्स ब्युरोचा प्रमुख म्हणून प्रकरण माझ्यावर सोपवले गेले. सविस्तर तपासणीअंती राज्य शासनाने केलेली व्यवस्था मला चोख वाटली आणि मी तसा निर्वाळाही दिला. पण पिच्छा सोडला तर ते स्वामी कुठले? त्यांनी राव साहेबांना त्रस्त करून सोडले. पंतप्रधान

महोदयांनी शेवटी कंटाळून मला आदेश दिला, ''जाऊ द्या हो कटकट संपेल.''

हा तर केवळ एक प्रसंग. सरकारला डोकेदुखी झालेले मुख्य निवडणूक आयुक्त शेषन एकदा स्वामींच्या रडारवर आले आणि एक खुसखुशीत किस्साच घडला. तो असाः कांची कामकोटी पिठाचे शंकराचार्य यांचा भक्त परिवार फार मोठा आहे. अनेक दिग्गजांचा त्यांत समावेश आहे. शेषन त्यातलेच एक. पीठाचा एक महत्त्वाचा समारंभ होणार होता आणि त्याला बडी मंडळी हजेरी लावणार होती. मग शेषन त्याला अपवाद कसे असणार होते? पण ते केरळच्या दौऱ्यावर असल्याने अपुऱ्या वेळेमुळे प्रवास व्यवस्थेची अडचण होती. केरळ सरकारने सौजन्यादाखल त्यांना सरकारी विमान देऊ केले. पण शेषन सरळमार्गी, कर्मठ. अशी सोय त्यांच्या शिस्तीत बसत नव्हती. त्यांनी केरळ सरकारचा प्रस्ताव नाकारला. (केवढा हा प्रमाणिकपणा!) पण लगेचच उद्योजक अंबानींनी देऊ केलेल्या स्वत:च्या विमानाने समारंभाला हजेरी लावली. आता ही विचित्र गोष्ट नजरेतून सुटली तर ते सुब्रह्मण्यम स्वामी कुठले? त्यांनी तो प्रसंग चव्हाट्यावर आणला आणि शेषन चरकले. उगीच भानगड नको म्हणून त्यांनी लगेच आग्रह करून त्या विमानफेरीचे भाडे म्हणून काही रक्कम अंबानींना देऊ केली. इतकेच नव्हे; तर ती तत्काळ रिलायन्सच्या खात्यात जमा होण्याची तजवीजही केली. (व्वा, काय चोख व्यवहार!) पण महाराज इथेच घसरले, कारण उद्योजकांच्या खासगी विमानांना भाडे आकारता येत नाही. विमान कंपन्यांना त्यासाठी दिला जाणारा हवाई टॅक्सी परवाना खासगी विमानांना नसतो. स्वामी हे विसरले कसे हे आश्चर्यच आहे आणि प्रदीर्घ प्रशासकीय अनुभव असलेले शेषन ही साधी गोष्ट विसरले कसे हे त्याहून मोठे आश्चर्य. असो.

शिरस्त्यानुसार दिवसभरातील घडामोडींचा परामर्ष घेण्यासाठी दुसऱ्या दिवशी सकाळी गृहमंत्री शंकरराव चव्हाणांशी झालेल्या भेटीत मी

या नियमभंगाचा विषय काढला व सुचवले की सरकारला सळो की पळो करून सोडणाऱ्या शेषनना कोंडीत पकडण्याची ही उत्तम संधी आहे. चव्हाण म्हणाले, ''जाऊ द्या हो, उगीच कशाला त्यांच्या वाटेला जायचे?'' मी माझे काम केले या जाणीवेने आटोपते घेतले. नंतर सायंकाळी भेटलेले गृहसचिव डॉ. माधव गोडबोल्यांना वरील वार्तालापाबद्दल सांगितले तेव्हा त्यांनी एकच मिश्किल मल्लीनाथी केली. ते म्हणाले, ''सरकार कोणाला घाबरले? शेषनला की अंबानींना?'' त्यांचे हे एकच वाक्य बरेच कांही सांगून जाते.

 OOO

४८

दूरगामी राजकीय उलाढालींचे दशक

एकविसावे शतक उजाडले, तेव्हां पुढील दशक राजकारण ढवळून काढणारे असेल असे कोणाला वाटलेही नव्हते. अटल बिहारी वाजपेयींचा कार्यकाल निर्विघ्नपणे पार पडला खरा; परंतु २००४ सालच्या निवडणुकीत भाजपचा पराभव सर्वांना अनपेक्षित होता. त्याहून अनपेक्षित होते काँग्रेसचे पुनरागमन. विश्वासू आणि खंबीर नेतृत्त्वाअभावी बुडण्याच्या बेतात असलेल्या काँग्रेस पक्षाला सोनिया गांधींच्या रूपाने पुन्हा जीवदान मिळाले, पण लोकसभेत बहुमत मिळाले नाही. तरी भाजपला विरोध या एकाच ध्येयापोटी इतर पक्षांचे कडबोळे जेमतेम अस्तित्वात आले. सोनियाजींना सरकार स्थापनेची रीतसर संधी मिळाली. पण आपले सरकार टिकण्याची खात्री नसल्याने त्यांनी स्वार्थत्यागाचे चतुर नाटक करत ती संधी उदार मनाने नाकारली आणि आपले विश्वासू होयबा मनमोहन सिंग यांना गादीवर बसवले. १९९१-९५ च्या काळात नरसिंह राव यांच्या मंत्रिमंडळात अर्थमंत्री म्हणून त्यांनी भारतीय अर्थव्यवस्थेस दिलेले बाळसे आणि विद्वान, निष्कलंक अर्थतज्ज्ञ म्हणून त्यांची असलेली ख्याती मतदारांना भावली. यूपीए सरकारचा पाच वर्षाचा कार्यकाल अशा तऱ्हेने सुरळीत पार पडला आणि त्या पुण्याईच्या जोरावर २००९ च्या निवडणुकीत जनतेने तिला पुन्हा सत्तेवर आणले आणि

इथेच सुरू झाला राजकारणाचा एक नवीन गलिच्छ अध्याय.

एव्हाना कांही राजकीय समीकरणे स्पष्ट झाली होती. ती म्हणजे काँग्रेस पक्षावरील सोनियाजींची मजबूत पकड, त्यांचे चिरजीव राहुल हेच त्यांचे निर्विवाद वारस होणार हे स्पष्ट होते. गांधी घराण्याचे मूक निष्ठावंत कळसूत्री बाहुली अशी मनमोहन सिंग यांची प्रतिमा आणि आपल्याला आता भारतीय राजकारणात पर्याय नाही ही काँग्रेसच्या नेत्यांमध्ये निर्माण झालेली फसवी खात्रीही स्पष्ट दिसत होती. सत्ता टिकवण्यात आणि तिचा पुरेपूर उपभोग घेण्यास सरावलेल्या या मडळींना अशा तऱ्हेने भ्रष्टाचाराचे कुरण मोकळे होते. राज्यकारभाराचे सर्व निर्देश व संकेत घराण्याकडून येऊ लागले. धोरण लकव्याने सरकार अपंग झाले. मनमोहन सिंग जणू काही राहुलजींच्या राज्यारोहणापर्यंत केवळ एक काळजीवाहू पंतप्रधान आहेत की काय, असे वाटू लागले, काँग्रेस नेत्यांचा बेफाम भ्रष्टाचार उघडपणे जनतेसमोर येऊ लागला आणि देशाचा सर्वांगीण ऱ्हास झाला. महागाई व इतर दैनंदिन कटकटींमुळे बेजार जनता त्यातून सुटण्यासाठी तळमळत होती, पण गरज होती योग्य पर्यायाची.

या पार्श्वभूमीवर अण्णा हजारे यांचे सार्वजनिक मंचावर आगमन झाले आणि एका अर्थी राजकारणाच्या एका नवीन अंकाची घंटा वाजली. जन लोकपाल, भ्रष्टाचार आणि परदेशात दडवून ठेवलेला काळा पैसा परत आणणे या जनतेच्या लक्षवेधी मुद्द्यांवरून त्यांनी छेडलेले आंदोलन व उपोषण साहजिकच कमालीचे यशस्वी झाले. देशभर त्यांच्या आंदोलनास उत्स्फूर्त व प्रचंड प्रतिसाद मिळाला. त्यांना अनेक नामांकित व्यक्तींचे समर्थन लाभले. अण्णांच्या स्वच्छ व्यक्तिमत्त्वामुळे तर १९७५ सालच्या जयप्रकाश नारायण यांच्या जन आंदोलनाची आठवण ताजी झाली. परंतु अशा आंदोलनांना राजकारणाची जोड नसल्यास ते निरर्थक ठरते. अण्णांनी पण स्वतःला राजकारणात यत्किंचितही रस नसल्याचे सांगून आणखीच अनिश्चितता वाढवली.

देशाच्या सुदैवाने ती जोड नरेंद्र मोदी यांच्या रूपात मिळाली.

प्रचंड विरोध, गुजरातेतील २००२ सालच्या भीषण जातीय दंगलींमुळे झालेली बदनामी आणि राजनैतिक अस्पृश्यतेस यशस्वीपणे तोंड देऊन मोदींनी दोन निवडणुका जिंकत सलग बारा वर्षे गुजरातेत राज्य केले. राज्याचा विकास केला. इतर राज्यांच्या तुलनेत तो जास्तच उठून दिसण्यासारखा होता. अण्णांच्या प्रभावी आंदोलनामुळे निर्माण झालेल्या परिस्थितीस आवश्यक ती राजकारणाची जोड लाभली ती अशी आणि नंतर दिल्लीला श्रीराम कॉलेजच्या विद्यार्थ्यांसमोर झालेल्या मोदींच्या भाषणाने तर त्यांची केंद्रीय मंचावर तत्काळ दिमाखदार 'एंट्री' झाली. जनतेला पर्याय मिळाला. मोदींच्या या अश्वमेधासमोर काँग्रेसचा टिकाव लागणे अशक्य होते आणि अपेक्षेपेक्षाही जास्त घसरण होऊन त्याचे अस्तित्त्व लोकसभेतील एक नगण्य पक्ष एवढेच राहिले. मोदी लाटेने नंतर इतर राज्यांत झालेल्या निवडणुकांतदेखील भाजपला यश आणि देशातील एकमेव प्रमुख पक्षाचे स्थानही मिळवून दिले.

अण्णांनी निर्माण केलेल्या सुपीक वातावरणात राजकीय महत्त्वाकांक्षांचे अंकुर न फुटते तर नवलच! प्रश्न फक्त वेळेचा आणि राजकारणाची जाण असणाऱ्या नेत्याच्या उदयाचा होता. सुरुवातीला या लोभापासून दूर राहिलेल्यांचे मन बदलायला वेळ लागला नाही. सर्वात प्रथम राजकारणात उडी घेतली अण्णांच्याच विश्वासातले सहकारी अरविंद केजरीवाल यांनी. भारतीय रेव्हेन्यु सेवेतील उच्च पद भूषविलेल्या केजरीवालांनी नोकरी सोडून समाजसेवेचे व्रत घेतले होते. एक समाजसेवी संस्था पण सुरू केली होती. त्यांच्या सेवेची दखल घेतली जाऊन त्यांना बहु प्रतिष्ठित मॅगसेसे पुरस्कारही मिळाला होता. स्वच्छ प्रतिमेच्या कर्तबगार केजरीवालांनी आम आदमी पक्ष स्थापन केला. प्रभावी प्रचार तंत्र, मतदारांशी थेट संपर्क आणि जनतेचे मुद्दे उचलून २०१३ सालच्या दिल्ली निवडणुकीत त्यांनी लक्षणीय यश मिळवले,

पण भाजपच्या तितक्याच यशामुळे पूर्ण बहुमत मात्र मिळवले नाही. ते अर्ध्या हळकुंडाने पिवळे झाले आणि राष्ट्रीय स्तरावर लोकसभेच्या निवडणुकीत उडी घेऊन सपशेल पडले. काँग्रेस विरोधाच्या जोरावर निवडणूक जिंकणाऱ्या केजरीवालांना शेवटी सत्तेच्या राजकारणाचा विंचू डसलाच होता. त्यांनी काँग्रेसच्या पाठिंब्यावर दिल्लीत सरकार बनवले असले तरी केवळ ४९ दिवसांत राजीनाम देऊन मतदारांची सपशेल निराशा मात्र केली.

सुरुवातीच्या या घोडचुकांपासून केजरीवाल शिकले आणि आपल्या वेडेपणाबद्दल जनतेची क्षमा मागून आणि आता दिल्ली सोडणार नाही या वचनासह (२०१५ मार्च) पुन्हा नव्या जोमाने उतरले. त्यांच्या वाढत्या प्रभावाने व उत्तम प्रचार तंत्राने बिचकून भाजपने पण आक्रमक पावलें उचलली आणि आतापर्यंत राजकारणापासून अलिप्त राहिलेल्या निवृत्त आय.पी.एस अधिकारी किरण बेदी यांना पक्षात सहभागी करून घेऊन दिल्लीच्या मुख्यमंत्रिपदाचे दावेदार म्हणून उभे केले. बेदी स्वत: धडाडीच्या, स्वच्छ प्रतिमेच्या आणि लढाऊ स्वभावाच्या. त्यांची उमेदवारी मात्र पक्षातच असंतोष निर्माण करणारी व वादग्रस्त ठरली. लढाई अत्यंत चुरशीची झाली खरी; पण भाजपविरोधी सर्व माप केजरीवालांच्या झोळीत पडून त्यांचा अभूतपूर्व विजय झाला. मोदींची जादू या खेपेस निष्प्रभ ठरली. काँग्रेस मात्र अपेक्षेनुसार सपशेल पडली. निवडणुकीच्या निकालाचे विश्लेषण दोन्ही पक्षांत झालेच असेल, परंतु एक गोष्ट मात्र पुन्हा स्पष्ट झाली ती म्हणजे दिल्लीचे राजकारण देशाच्या इतर भागापेक्षा वेगळे आहे. मतदाराला आता गृहीत धरणे मूर्खपणाचे आहे.

लोकशाही पद्धतीने पर्यायी नेतृत्त्व निवडण्याची व्यवस्था काँग्रेसमध्ये कधीच नव्हती. सोनियाजी वयोमानपरत्वे आणि आरोग्याच्या प्रश्नांमुळे राजकारणात किती काळ टिकतील याविषयी शंकाच आहे. राहुल गांधी राजकारणात शून्य असल्याचे सिद्ध झालेच आहे. पक्षात

बंडाळी वाढण्याची स्पस्ष्ट चिन्हे दिसत आहेत. हे असेच चालत राहिले तर पुढील निवडणुकीपर्यंत काँग्रेस नामशेष होण्याची शक्यता फेटाळून लावता येत नाही. भाजपने कट्टर उजव्यांच्या आहारी जाण्याचे दुष्परिणाम वेळीच ओळखले आणि संघ परिवाराने प्रशासनातील लुडबूड करण्याचा मोह सोडला तरच त्याला पुढील निवडणुकीस तोंड देता येईल. आम आदमी पक्षाने दिल्लीतील निवडणुकीत झालेला विजय आपल्या कर्तृत्वाने सार्थ करून दाखवला तरच तो बळकट राष्ट्रीय पक्ष म्हणून उभा राहू शकेल. देशाच्या राजकारणाच्या वाटा सरड्याप्रमाणे रंग बदलणाऱ्या आणि निसरड्या आहेत हे राजकारणी मंडळी ओळखतील?

४९

कही खुशी कही गम

२६ मे रोजी नरेंद्र मोदींच्या सत्तेस एक वर्ष पूर्ण झाल्याचा सोहळा भाजपने थाटात साजरा केला.त्यात मोदींनी आपल्या नेहमीच्या प्रभावी वक्तृत्त्वाने जनतेसमोर आपल्या कारकीर्दीच्या पहिल्या वर्षातील यशाचा लेखाजोखा मांडला. दिवसभर इतर विरोधी पक्ष (विशेषतः काँग्रेस) त्या कारकीर्दीतील उणी दुणी शोधण्यात गुंतले होते. शिवाय राजकीय घडामोडींचे अनेक अभ्यासक त्या वर्षपूर्तीचे प्रगतिपुस्तक जनतेसमोर मांडण्यात आपले विश्लेषण कौशल्य पणास लावत होते. त्या पांडित्यात भर टाकण्यात वेळ न दवडता वरील सर्व चर्चांचा सारांश इतकाच मांडता येईल की मोदी पास झाले. ते नापास मात्र नक्कीच झाले नाहीत. कारण दिलेली आश्वासनें पाळण्याचा त्यांनी प्रयत्न तरी केला हे जनतेला पटले.

वर्षपूर्तीनिमित्त मोदींनी अनेक कल्पक, प्रगतीशील योजनांचा सूतोवाच केले व वर्षापूर्वी दिलेल्या ‘अच्छे दिन’ चे स्वप्न जिवंत ठेवले. ते कितपत खरे होईल हे काळच ठरवेल. अशा वेळी एक जागरुक पक्ष गंभीर आत्मचिंतन करतो जे भाजप नेतृत्वाने केले असावे असे गृहित धरू या. या चिंतनात कांही अप्रिय जाणीवा, इशारे व निर्धार पण असावेत. ते कोणते? याबद्दल कांही तर्क मांडणे इष्ट आहे.

सर्वात महत्त्वाचे म्हणजे एक पक्ष म्हणून भाजपचे अंतर्गत स्वास्थ्य. पक्ष नेतृत्व अति शक्तिमान झाले की या स्वास्थ्यास आव्हान निर्माण होते. नेतृत्त्वास विरोधी व असंतुष्ट व्यक्तींचे गट तयार होतात. मानापमानाच्या नाटकाचा पहिला अंक सुरू होतो. मोदी व पक्षाध्यक्ष अमित शहा यांची पक्षावरील मजबूत पकड त्यांनी कौशल्याने हाताळली नाही तर अंतर्गत दुफळी फोफावेल हे निश्चित. रा.स्व. संघाच्या नेतृत्त्वाला अशा घटकांवर वेळोवेळी डोळे वटारावे लागतील. तात्पर्य, संघ नेतृत्त्वाची मर्जी भाजपने जपावी. दहा वर्षांपूर्वी संघाने निवडणुकीत मदतीचा हात आखडता घेतला होता आणि अटलजींचे सरकार निवडणुकीत पडले होते, त्याची आठवण भाजपने ठेवावी.

मोदी बहुमताने निवडून येण्यात त्यांनी रंगवलेली भरभराटीची रम्य स्वप्ने कारणीभूत होती. ती पूर्ण करण्याचे प्रयत्न जनतेस सतत व ठळकपणे दिसले नाहीत तर मोदी लाटेला ओहोटी लागेल हे वेगळे सांगणे न लगे! हिंदू समाजातील कांही टोकाची मानसिकता असलेले व ती सवंगपणे व्यक्त करणारे साधू महंत पाहिले की हा इशारा देणे भाग पडते.

स्वत: मोदी अंग मोडून काम करतात हे मान्य; परंतु त्यांचे मंत्री तसेच कार्यरत असतात असे अद्याप तरी दिसत नाही. कदाचित मोदींच्या प्रतिमेसमोर त्यांचे काम झाकोळले जात असेल. तात्पर्य, मानव संसाधनाप्रमाणेच मंत्री संसाधनाकडे पक्ष नेतृत्वाने लक्ष द्यावे.

आता विरोधी पक्षांचा विचार करूया. डावी विचारसरणी झपाट्याने कालबाह्य होत असताना डाव्या पक्षांचे भवितव्य काळेकुट्ट आहे असेच म्हणावे लागेल. गरिबांना गरिबीतच ठेवणे व त्यांच्याबद्दल कळवळ्याचा देखावा करत मते मिळवायचे दिवस गेले आहेत. बंगालमधील मार्क्सवाद्यांनी लावलेले दिवे लोकांनी पाहिले आहेत. इतर विरोधी पक्षांबरोबर मोट बांधण्याचे त्यांचे प्रयत्न त्यांच्या न

सुधरणाऱ्या विचारसरणीमुळे यशस्वी होण्याची शक्यता कमीच. बंगाल आता ममतामय झाला आहे अणि तसा आणखी काही काळ तरी राहील.

आम आदमी पक्षाने दिल्लीतील निवडणूक विजय कर्तृत्त्वाने सार्थ करून दाखवला तरच तो बळकट राष्ट्रीय पक्ष म्हणून उभा राहू शकेल, हे पुन्हा एकदा सांगतो. तसे झाले तर भाजपला या पक्षाचे आव्हान स्वीकारणे जरा जडच जाईल.

राहिले जनता परिवाराचे घटक. चार पांच लंगड्यांना सत्ता लालसेच्या दोरीने बांधल्याने धडधाकट माणूस कसा तयार होईल? शिवाय जनता परिवार ही महत्त्वाकांक्षी वृद्ध नेत्यांची हातमिळवणी आहे. ती स्थायी नाही. आगामी बिहार निवडणुकीची अग्नीपरीक्षा ही मंडळी कशी निभावून नेतात यावर त्यांचे भवितव्य अवलंबून आहे. भाजपने बिहारचे राजकारण कल्पकतेने हाताळले आणि उत्तर प्रदेशात मायावती व मुलायम या परस्पर शत्रूत्व असलेल्या जोडीचा उत्तम उपयोग करून घेतला तर जनता परिवारास भवितव्य नाही.

दक्षिणेत अम्मा जयललिता पुन्हा सत्तारूढ होणे हा शुभ संकेत म्हणावा लागेल. दक्षिणेतील महाद्वार उघडणे त्यांच्या सहकार्याशिवाय शक्य नाही.

भाजप अशा तऱ्हेने राज्यारोहणाचा वाढदिवस साजरा करत असताना तिकडे सहा दशकें सत्ता भोगून आता संसदेत मुख्य विरोधी पक्ष म्हणूनदेखील मान्यता प्राप्त करू न शकलेल्या काँग्रेसच्या कंपूत मात्र सत्तावियोगाचे वर्षश्राद्ध केले जात आहे. प्रदीर्घ गैरहजेरीनंतर प्रकट झालेल्या राहुल गांधी यांच्याकडे एका मृतप्राय पक्षात संजीवनी फुंकण्याचे कसब नाही. त्यांचे शाही पुनरागमन हा फुसका बार निघाला आणि ठोस मुद्यांच्या अभावी त्यांनी केलेला देशाचा

दौरादेखील फारसा आश्वासक वाटत नाही.

एकंदरीत आगामी राजकारणाच्या नाटकात एक ब्रह्मचारी आणि तीन कन्या कुमारी (अम्मा, माया व ममता) चमकतील. या शिवाय विदूषक कोण असेल ते जनताच ठरवेल.

ooo

कहाणी : एका फाशीची

१९९३ च्या मुंबई बॉम्बस्फोटातील मुख्य आरोपी याकूब मेमनला दिलेल्या फाशीच्या शिक्षेची अंमलबजावणी सध्या बरीच चर्चेत आहे. सर्व उपलब्ध न्यायिक प्रक्रिया वापरून त्यातून निसटण्याचे त्याचे सर्व प्रयत्न निष्फळ ठरले असून आता फक्त दयेच्या अंतिम याचिकेवरील निर्णया कडे सर्वांच्या नजरा आहेत. त्याला जीवनदान मिळावे अशी भलावण करणारे लेखन व वक्तव्यांची तर माध्यमांतून व इतर मंचांवर झड लागलेली आहे. मृत्युदंडाच्या अशा इतर प्रकरणांची इतकी गंभीर दखल समाजात क्वचितच घेतली जाते. परंतु घडलेल्या भीषण हत्याकांडामुळे हे प्रकरण साहजिकच गाजते आहे आणि अशा वेळी त्याचे राजकारण घडले नाही तरच आश्चर्य! त्याला धार्मिक रंग देणे ही तर आपली खासियत आहे. याकूब मेमन प्रकरण आहे तरी काय हे प्रथम जाणून घेऊया.

आरोपी ज्या शिक्षेला पात्र असेल ती त्याला प्रत्यक्ष भोगायला लावणे ही शिक्षेच्या कठोरपणाची मात्रा ही न्याय प्रक्रियेतील शेवटची पायरी. ती ठरवतांना न्यायमूर्ती त्याची गुन्ह्यातील भूमिका, सहभाग, गुन्ह्याचे गांभीर्य, त्याचे समाजावर होणारे दुष्परिणाम, आरोपीचे वय असे एक नव्हे; अनेक पैलू विचारात घेऊनच शिक्षेचा निर्णय घेतात आणि

मृत्युदंडाची शिक्षा तर अगदी अपवादाहूनही अपवादाच्या गुन्ह्यात द्यावी असे सर्वोच्च न्यायालयाचे स्पष्ट निर्देश आहेत. साहजिकच याकूब मेमनला मृत्युदंड सुनावण्याआधी न्यायाधीशांनी या सर्व गोष्टींचा विचार केला असणारच. त्या निर्णयात फेरफार करण्यास भाग पाडणाऱ्यास अशा कोणत्याच विलक्षण घटना मधल्या कालावधीत घडलेल्या दिसत नाहीत. नाही म्हणायला नुकत्याच प्रसिद्ध झालेल्या एका लेखात याकूब याने गुन्ह्याच्या तपासादरम्यान केलेल्या महत्त्वाच्या सहकार्याबद्दल प्रशस्तीपर उल्लेख आहे आणि त्याच्या जोरावर फाशीच्या शिक्षेचे जन्मठेपेत रूपांतर करण्याचा युक्तिवाद लेखक व त्याचे समर्थक मांडत आहेत. हा लेख माजी आय.पी.एस. अधिकारी बी.रामन यांनी एक दशकापूर्वी लिहिला होता, परंतु तो नेमका आताच उजेडात येत आहे हे जरा विचित्रच वाटते. रामन हे रॉ या गुप्तहेर यंत्रणेतील एक कर्तबगार अति वरिष्ठ अधिकारी होते. याकूब मेमनचे प्रकरण त्यांनी स्वत: हाताळले होते आणि तपासादरम्यान याकूबच्या सहकार्याने प्रभावित होऊन मोबदल्यात त्याची फाशी टाळण्याची शिफारस त्यांनी लेखात केली होती. ती विचारात घेतली तरी एक गोष्ट ध्यानात असावी ती म्हणजे तपासादरम्यान गुन्ह्याचा पूर्ण छडा लावण्याच्या हेतूने अधिकारी साम, दाम, भेद अशा सर्व क्लृप्त्यांचा वापर करतात. त्यात प्रशासन सहभागी नसते व त्या प्रस्तावांना कायद्याचा आधारही नसतो. अशा सहकार्याचा प्रत्यक्ष खटल्यात सरकारी वकील न्यायालयात शिफारशीसह उल्लेख जरूर करू शकतो. न्यायाधीशही अशा शिफारशीची दखल घेऊन शिक्षेचा कठोरपणा सौम्य करू शकतात. या खटल्यात यापैकी काहीही झालेले दिसत नाही. तेव्हा आता फाशी तोंडावर आली असता हा युक्तिवाद मांडणेदेखील प्रशस्त नाही, असे वाटते.

बाँबस्फोटानंतर आजतागायत मेमनला त्याच्या दुष्कृत्याबद्दल पश्चात्ताप झाल्याचेदेखील कुठेच दिसत नाही. उलट त्याने तत्काळ सहकुटुंब

पाकिस्तानात आश्रय घेतला व शेवटी तेथील परांगदा जीवन न रुचल्याने सहानुभूती निर्माण करून व सौम्य शिक्षा पत्करून भारतात परतण्याचा सोईस्कर विचार केला. मेमन कुटुंब हे पाकिस्तानच्या आय.एस.आय.चे भारतातील पंचमस्तंभी हस्तक होते. त्याच्या या सर्व वर्तणुकीतून स्वार्थाखेरीज दुसरा कोणताही हेतू निष्पन्न होत नाही हेच सत्य आहे.

दुसरी गंभीर बाब म्हणजे या प्रकरणाचे धार्मिक राजकारण करणे. मजलिस इत्तेहादुल मुस्लमीन चे हैदराबाद येथील नेते आसदुद्दिन ओवसी यांनी तर धार्मिक कारणास्तव याकूबला फाशीची शिक्षा सुनावली असल्याचा आरोप केला आहे. हे विधान केवळ खटल्याचे धार्मिकीकरण आहे, इतकेच नाही; तर सर्वोच्च न्यायालयाचा धडधडीत अवमान आहे आणि त्याबद्दल ओवैसी यांना शासन व्हायलाच हवे. अशा विधानांना आपल्याकडे लगेच मिळणारा सकारात्मक प्रतिसाद हा तर केवळ दुर्दैवी आहे. आपल्या राजकारणात अशा प्रवृत्ती फोफावतात त्या या प्रवृत्तीमुळेच.

आपली न्याय प्रक्रिया किती रेंगाळणारी आहे हे अशा खटल्यांमुळे प्रामुख्याने दिसून येते. खटल्याचा निकाल लागायला तब्बल २२ वर्षे लागली. एका अर्थाने हत्याकांडातील आरोपीला हे प्रदीर्घ जीवदानच नाही का?

आणखी एका गोष्टीचा समाजाने गांभीर्याने विचार करावा असे वाटते. दहशतवादी आणि घातपाती कारवायांत बळी पडलेल्यांचे, त्यांच्या आप्तेष्टांचे काहीच मानवाधिकार नाहीत का? मानवाधिकारावर केवळ आरोपीचाच हक्क असतो का? अडीचशेहून जास्त जिवांचा बळी घेणाऱ्या आरोपीला सवलती तरी किती द्याव्यात आणि समाजाने त्याचे मूक समर्थन करावे?

इतकेच नाही, तर अशा वेळी तथाकथित मान्यवरांना याकूबचा पुळका आला. कांही दिग्गजांनी तर त्याची फाशी रद्द करण्याबद्दल जाहीर निवेदनच प्रसृत केले. सलमान खानने पण फाशीच्या शिक्षेवर टीकात्मक शेरे मारत तब्बल १४ ट्वीट सोशल मीडियावर लिहिले; परंतु त्यावर संतप्त प्रतिक्रिया येताच घाईने त्या मागे घेतल्या आणि माफी मागितली.

आपले जनजीवन हे असे आहे. देशविघातक प्रवृत्ती अशाच वातावरणात फोफावतात हे काय सांगायला हवे. ?

OOO

प्रसार माध्यमे: किती निर्भीड, किती प्रामाणिक, किती संयमशील?

सक्षम लोकतंत्राच्या चार भक्कम आधारस्तंभांपकी एक महत्वाचा खांब म्हणजे प्रसारमाध्यमें. दूरचित्रवाणी व वृत्तपत्रें हे प्रसारमाध्यमाचे बळकट पाय. इतर तीन खांब म्हणजे न्याय यंत्रणा, संसद आणि नोकरशाही. आपल्या देशात न्याय यंत्रणा स्वतंत्र व मजबूत आहे हे आपले अहो भाग्य! संसदेबद्दल बोलावे तितके थोडेच. त्या मंचावर आपण निवडून दिलेले प्रतिनिधी जो गोंधळ घालतात तो पाहून त्यांना निवडून दिल्याबदल पश्चात्ताप होतो, पण वेळ टळलेली असते. भ्रष्टाचाराने बजबजलेली नोकरशाही आपण सहन करतो आहोतच. भारतीयांच्या मानसिकतेत आमूलाग्र क्रांती झाल्याशिवाय हा रोग नष्ट होणे नाही. परंतु आपल्या व्यथांना वाचा फोडणारी, लोकशाहीतील उणीदुणी जनते समोर मांडणारी, प्रशासनाला चुकीच्या मार्गावरून योग्य मार्गावर आणणारी प्रसार माध्यमेच शेवटी आपली कैवारी आणि तारणहार आहेत याविषयी दुमत नसावे. म्हणूनच माध्यमांकडून सद्सद्विवेकबुद्धीनुसार आचरणाची अपेक्षा जनता करते.

निवृत्तीनंतर रिकाम्या वेळात गप्पागोष्टी करताना एकाने सहजच विचारले, ''तुम्ही कुठल्या माहितीच्या आधारावर शासनाला अहवाल पाठवता?'' मी तितक्याच सहजपणे म्हणालो, ''अर्थात वर्तमानपत्रे

वाचूनदेखील.'' सर्वांना वाटले मी मस्करी करत आहे. पण तसे अजिबात नाही.

गुप्तचर व्यवसायात माहिती मिळण्याचे अनेक स्रोत असतात. वर्तमानपत्रे हा त्यातीलच एक. हे वाचून जरा आश्चर्य वाटले तरी ते खरे आहे. देशात शेकडो वृत्तपत्रें रोज जगातील नानाविध बातम्या छापून वाचकांपर्यंत पोहोचवत असतात. गुप्तचर व्यवसायाच्या उपयोगी पडणाऱ्या किंवा आवश्यक असणाऱ्या गोष्टी या बातम्यांच्याच ढिगाऱ्यात दडलेल्या असतात. जसे वाळूच्या ढिगाऱ्यात बेमालूमपणे असंख्य लोहकण दडलेले असतात त्याप्रमाणेच. या ढिगाऱ्यावरून एक प्रभावी लोहचुंबक फिरवताच ते असंख्य लोहकण चुंबकाला चिकटतात. अनुभवाने तरबेज झालेल्या अधिकाऱ्याची निष्णात नजर अशीच चुंबकाप्रमाणे वर्तमानपत्रात दडलेली कामाची गोष्ट अचूक हेरते व विश्लेषणासाठी योग्य त्याप्रमाणे साठवून ठेवते. म्हणजे वृत्तपत्रांच्या या ढिगाऱ्याचे दैनंदिन वाचन हा क्लिष्ट व अतिशय कंटाळवाणा खटाटोप आलाच. कारण प्रत्येक दैनिक तीच एक घटना निरनिराळ्या पद्धतीने छापते. सात आंधळ्यांनी हत्ती म्हणजे काय याचा शोध घेण्यासारखेच हे जिकिरीचे काम. इतक्या नानाविध तऱ्हांनी प्रकाशित केलेल्या बातमीचा निष्पक्ष व योग्य तो अन्वय लावणे याला पर्याय नसतो आणि हे काम येरा गबाळ्याचे नव्हे. हंसाच्या नीर-क्षीर विवेकाने विश्लेषण केल्यावरच उपयुक्त माहितीचा खरा शोध लागतो. जनतेचे मन, मानसिकता व मूड या गोष्टी शासनाला योग्य निर्णय घेण्यासाठी उपयुक्त ठरतात.

कोणतेही दैनिक, साप्ताहिक अथवा मासिकाच्या सात आठ आवृत्या वाचल्या की त्यांचा बोलविता धनी कोण आहे हे सहज लक्षात येते. काही तर एखाद्या राजकीय पक्षाची मुखपत्रेंच असतात त्यामुळे त्यांनी प्रसृत केलेल्या बातमीत त्या पक्षाची राजकीय मतें अंतर्भूत असतात हे निश्चित. अशा बातम्या वाचतांना त्यांच्या मागचा खरा

अर्थ अथवा हेतू स्पष्टच दिसतो. परंतु काही वृत्तपत्रें मात्र आपण निष्पक्ष असल्याचा आव आणतात. नव्हे; तसा डांगोरा पण पिटतात. आणि हे सर्व नाटक विश्वसनीय वाटण्यासाठी स्वत:भोवती (आणि आपल्या मालकाभोवती) निर्भीड पत्रकारितेचे तेजस्वी वलय निर्माण करतात. त्यांचे अग्रलेख, वृत्तसार, सभोवतालच्या घडामोडींवरील भाष्य मात्र प्रामाणिक असतेच असे नाही. असे असूनदेखील अशी वृत्तपत्रें निर्भीड पत्रकारितेचा दावा करत स्वत:चीच पाठ थोपटत असलेली मी पाहिलेली आहे. भाबडा वाचक मात्र या फसवेगिरीला साफ भुलतो. एक गोष्ट तो विसरतो, ती म्हणजे शेवटी पत्रकारिता हादेखील एक व्यवसाय आहे. आर्थिक नफ़्या- तोट्याच्या हिशेबावर तो अवलंबून असतो. टीआरपी हाच टीव्ही वाहिन्यांचा प्राणवायू आहे. निर्भय पत्रकारितेचा टाहो हे त्यासाठीच योजलेले केवळ एक घोषवाक्य आहे. बस्स!

जनतेचा आवाज, तिचे हितसंबंध इत्यादी संबंधित राज्यकर्त्यांपर्यंत पोहोचवण्याचे महत्कार्य केवळ प्रसारमाध्यमेच करू शकतात. त्यामुळे तर निष्पक्षपातीपणाची नैतिक जबाबदारी त्यांच्यावर आपसूकच पडते. ते कर्तव्य बजावण्याची धडपड आपली प्रसारमाध्यमे करतात हे मान्य. त्या प्रयासात थोडे स्वत:चे आर्थिक हित साधण्याची त्यांची खटपटही ग्राह्य आहे; परंतु ती राजनीतीने गढूळणे मात्र अयोग्यच आहे. त्यांच्या वार्तांकनात संयम व संतुलन असणें तर अत्यावश्यक आहे.

पत्रकारितेत एखादी बातमी 'किल करण्याचे' म्हणजे नष्ट करण्याचे कसब आवश्यक असते, जेणे करून त्या बातमीचा दुष्परिणाम समाजावर होऊ नये. पण एका पत्रसमूहाने सुरू केलेला चांगला प्रकल्प अनुल्लेखाने दाबून टाकणे कितपत योग्य आहे? माध्यमांचे राजकीय धोरणांनुसार विभाजन झालेले आपण बघतोच. ते हितसंबंध सांभाळत वार्तांकन करण्यास आक्षेपही नसावा, परंतु केवळ एका

बदनाम संस्थेने राबवलेला कार्यक्रम कितीही स्तुत्य असला तरी त्याची अनुल्लेखाने गळचेपी करणे यात समाजाचे कोणते हित साध्य होते? नेपाळमधील भूकंपाने भयानक जन / संपत्ती विनाश झाला. रा.स्व. संघाचे स्वयंसेवक मोठ्या संख्येने मदतकार्यासाठी झटत असताना प्रसारमाध्यमांनी (काही अपवाद वगळता) तिकडे साफ दुर्लक्ष का केले?

सभोवतालच्या घडामोडी अनेक वेळा वाचकाच्या मनाची पकड घेतात. त्यांच्या परिणामांबद्दल वाचक अंतर्मुख होतो. प्रभावित होतो आणि त्याच्या विचारांना वाचा फुटते. प्रवाही जनजीवनातील अशा घटनांनी प्रेरित होऊन माझे विचार लेखनात उतरतात. सामान्य वाचकांपर्यंत वस्तुस्थिती व माझी मते पोहोचावीत या हेतूने असे लेख मी वृत्तपत्रांकडे प्रसिद्धीसाठी धाडतो. अनेक लेख दनिकांत झळकतात; तर काहीची उपेक्षाही होते. त्यात संबंधित दैनिकाचा कांहीही दोष नाही, कारण त्यांचेही एक विशिष्ट संपादकीय धोरण असतेच. माझी त्याबद्दल तक्रार नाही. इथेच मला त्यांच्या निकषांच्या विविधतेचा अनुभव आला. कांही विशिष्ट वृत्तपत्रांना अमुक नेत्यांवर, राजकीय पक्षांवर; तर काहींना त्यांच्या संपादकांवर केलेली टीका खपत नाही. प्रत्येकाचे जणू कुठे ना कुठे तरी पाणी मुरत असल्याचे मला स्पष्ट दिसते. निष्पक्ष विश्लेषणाच्या मूलभूत हक्कापासून वाचक अशा तऱ्हेने वंचित होतो. असे संपादकीय धोरण निर्भीड तर नाहीच, प्रामाणिकही नाही. पण प्रसारमाध्यमांना कोण शिकवणार? ते तर पडले ज्ञानी, स्वयंभू. आत्मपरीक्षणाची त्यांना गरजच वाटत नसावी किंवा कोणी त्यांच्या नाजुक भावनांवर बोट ठेवलेले त्यांना अप्रिय वाटत असावे. सामाजिक जीवनावर कधी सवंग, तर कधी बेजबाबदार वार्तांकन हा आपला जन्मसिद्ध हक्कच आहे अशी त्यांची धारणा असते. त्यांच्यावर वृत्तपत्राच्या प्रसारणाचा, आर्थिक लाभ हानीचा, टीआरपीचाच अंकुश असतो.

नोकरी दरम्यान कांही गमतीदार गोष्टी निदर्शनास येतात. पंतप्रधानांच्या परदेश दौऱ्यात त्यांच्या सोबत प्रसारमाध्यमांच्या प्रतिनिधींचा एक निवडक ताफादेखील असतो. आपल्या देशाचे हितसंबंध जपणें, वाढवणें यासाठी हे आवश्यकच असते. आणि अशा व्ही.आय. पी. दौऱ्यांत त्यांची बडदास्तदेखील चोख ठेवली जाते, हे काय सांगायला हवे? या ताफ़्यात कोणाचा समावेश करावा हे नाजुक काम पंतप्रधानांचे खासगी कार्यालय करते. साहजिकच, या ताफ़्यात कोणाची वर्णी लागते याबद्दल वार्ताहर उत्सुक असतात, इच्छुक असतात. अगदी फटकळ वार्तांकनाची सवय असलेला, निर्भीड पत्रकारितेचा वसा घेतलेला, वार्ताहरदेखील शेवटी मानवच. हा परदेश योग संपन्न झाल्यावर त्याच्या लिखाणाची धार जरा बोथट होणारच आणि ती होते पण. इतकेच नव्हे; तर त्या यात्रेतून काही पोपटही निर्माण होतात.

माध्यमांनी निर्भीड राहूनसुद्धा प्रामाणिक आणि संयमशील पण का नसावे? वस्तुस्थिती कितीही भयानक, भेसूर असली तरी जनतेच्या मनावर तिच्या खऱ्या वार्तांकनाचा जर विपरीत परिणाम होणार असेल तर तिचे वर्णन जरा जपून करणे हे सामाजिक गरजेचे आहे. उदा: ९/११ च्या अमेरिकेतील वर्ल्ड ट्रेड सेंटरवरील हल्ल्यात जबर जीवित हानी, संपत्तीची पडझड झाली. ती भयानक दृश्ये अशा जागरुक माध्यमांनी जरा सांभाळूनच प्रसारित केली होती हे लक्षात असावे. या उलट १३ सप्टेंबर १९६३ मध्ये दिलीतील युवक काँग्रेसच्या मुख्यालयावर दहशतवाद्यांच्या बाँबहल्ल्यात प्रचंड मनुष्यहानी झाली. त्यात एका व्यक्तीचे शीर त्याच्या धडापासून वेगळे झाले. केसांना धरून ते धड पिशवीसारखे नेतानाचे भीषण, भयावह दृश्य दुसऱ्याच दिवशी एका नामवंत दैनिकाने पहिल्याच पानावर छापले. ते टाळले असते तर बरे झाले असते. जातीय दंग्यांच्या वार्तांकनाचा बाबतीत हा संयम पाळलेला आपण पाहतो, तो मात्र प्रशंसनीय आहे. परंतु

कोणत्या घटनेचे वार्तांकन किती प्रमाणात व केवढे करावे याबद्दल मात्र वृत्तपत्रांनी आणि दूरचित्रवाहिन्यांनी सगळा संयम सोडलेला दिसतो. अगदी हल्लीचेच, अभिनेता सलमान खानच्या शिक्षेचे व जामिनाचेच उदाहरण घ्या. वाहिन्यांवर त्या घडामोडीचे जणू धावते समालोचनच सुरू होते. वृत्तपत्रांमध्येही पानावर पानें सलमानमय झालेली होती. देशात इतरत्र जणू काहीच घडत नव्हते. आणि सध्यातर शीना बोरा हत्या प्रकरणाच्या वार्तांकनाने संतुलनाचा नीचांकच गाठला आहे.

वार्तांकनातील संयमाच्या आवश्यकतेची ही ठळक उदाहरणे. पाश्चात्य देशांत ही जाणीव कटाक्षाने बाळगली जाते. आपल्याकडे ही समज अजून आलेली नाही.

प्रसार माध्यमांच्या स्वातंत्र्याबद्दल मात्र आपण अतिशय जागरूक आहोत आणि प्रशासनदेखील काटेकोरपणे त्याचे पालन करते हे आपल्या लोकशाहीचे खरे सामर्थ्य. आणीबाणीच्या काळात त्याला लागलेले ग्रहण वेळीच संपले. त्याची पुनरावृत्ती न होण्यासाठी प्रसार माध्यमांनी निर्भीडपणा, प्रामाणिकपणा, सामाजिक बांधिलकीचे भान, संतुलन आणि संयमाची पंचसूत्री कटाक्षाने पाळावी इतकीच त्यांच्याकडून जनतेची अपेक्षा.

ooo

५२

मुहूर्त: नेत्यांच्या निवृत्तीचा

कडोसरीचा किल्ल्यांचा जुडगा सासू सहजासहजी सुनेला देत नाही. घरोघरी सासू- सुनांमध्ये चालणारी धुसफूस आठवा, म्हणजे भाजपमध्ये तूर्त चाललेल्या अंतर्गत असंतोषाची कल्पना येईल. भारतीय संस्कृतीत गृहस्थाश्रमानंतर स्वेच्छेने निवृत्त होऊन वानप्रस्थाश्रम आणि नंतर संन्यास या चार अवस्थांचे महत्त्व विषद केले आहे. एरवी संस्कृतीचा डंका वाजवणारे आपले राजकीय नेते हे पार विसरलेले दिसतात. सत्तेपासून दूर गेल्यावर पाण्याविना तळमळणाऱ्या माशासारखी त्यांची मानसिक अवस्था झाली आहे हे उघड आहे. एके काळचे सर्वे सर्वा असलेल्या लालकृष्ण अडवाणी यांनी एका वृत्तपत्राला नुकत्याच दिलेल्या मुलाखतीत आपली व्यथा व्यक्त केली. प्रत्यक्ष नामनिर्देश टाळत ते म्हणाले कि देशातील सांप्रत परिस्थिती पाहता देशात पुन्हा आणीबाणीचे पुनरागमन होण्याची शक्यता नाकारता येत नाही. सरावलेल्या राज्यकर्त्याप्रमाणे आपण बोललो ते काँग्रेसला उद्देशून होते, ते केवळ एक तात्विक विधान होते, अशी सारवासारव त्यांनी केली खरी; परंतु लेकी बोले, सुने लागे म्हणतात त्याप्रमाणे त्यांचे भाष्य म्हणजे नरेंद्र मोदींना लगावलेला एक टोला होता असा अर्थ साहजिकच राजकीय वर्तुळात सर्व पक्षांनी काढला आणि चर्चेचे नवीन गुऱ्हाळ सुरू झाले. इतर मुद्यांअभावी दुसरे तरी काय होणार? चाळीस

वर्षापूर्वी स्वतः लादलेल्या आणीबाणीकडे सोईस्करपणे दुर्लक्ष करत काँग्रेस पक्षानेदेखील या गटारगंगेत उडी घेतली. अडवाणींसारख्या अनुभवी आणि जेष्ठ नेत्याने आपल्या वक्तव्याचे काय पडसाद उमटू शकतात याचा विचारच केला नसेल का?

त्यांच्या पाठोपाठ दुसरे ज्येष्ठ नेते यशवंत सिन्हा यांनी तर थेट मोदींवरच शरसंधान करत सूचक टोमणा मारला. अवघे पाउणशे वयमान ओलांडलेले राजकारणी पक्ष नेतृत्त्वाच्या दृष्टीने 'ब्रेन डेड' म्हणजेच 'मृत मेंदूचे' झाले आहेत काय? असा स्पष्ट सवाल त्यांनी विचारला. (सिन्हांपुरते बोलायचे तर त्यांच्या चिरंजीवांना भाजपच्या तिकीटावर निवडून आल्यावर मोदींच्या मंत्रिमंडळात स्थान मिळाले आहे. मग सिन्हांच्या पोटदुखीला काय म्हणावे?) दोन्ही दिग्गजांची ही विधाने राज्यकर्त्यांच्या मानसिकतेबद्दल बरेच कांही सांगून जातात. त्यांच्या वक्तव्यात उपेक्षित राजकीय नेत्यांच्या मनातील मळमळ दिसून येते.

मोदींची कार्यशैली पाहता त्यात आश्चर्यही वाटू नये. स्पर्धकांना खुबीने निष्प्रभ करून वाळीत टाकणे त्यांना सहज जमते. जरा आठवा. एके काळी गुजरातेतील क्षत्रियांचे शक्तिमान नेते शंकरसिंह वाघेला आणि पटेल नेते केशुभाई पटेल यांची आपल्या गुजरातेतील मुख्यमंत्रीपदाच्या कारकीर्दीत मोदींनी अक्षरशः वाट लावली. आज केशुभाई विस्मृतीत गेले; तर वाघेला यांनी मागेच काँग्रेसमध्ये प्रवेश केला.

गेल्या सार्वत्रिक निवडणुकीच्या आधी मोदींच्या प्रभावी नेतृत्त्वाचा फायदा मिळावा, या हेतूने भाजपचे अध्यक्ष राजनाथ सिंह यांनी त्यांना पंतप्रधानपदाचे उमेदवार म्हणून निवडले. मोदींनी यथासमयी आपले विश्वासू सहकारी अमित शाह यांना पक्षाध्यक्ष केले आणि आज या दोघांची पक्षाच्या यंत्रणेवर पकड मजबूत झालेली आपण पाहतोच आहोत. पक्षनेतृत्त्व अतिशक्तिमान झाले की त्याला आव्हान

निर्माण होते. नेतृत्त्वास विरोधी व असंतुष्ट व्यक्तींचे गट तयार होतात. तसे पाहिले तर वगळलेल्या नेत्यांच्या पुनर्वसनाची व्यवस्था मोदींनी केली आहे. ज्येष्ठाचे एक मार्गदर्शक मंडळ त्यासाठीच केले आहे. परंतु तोंडाला अशी पानें पुसलेली या नेत्यांना मान्य नाहीत. त्यांचा उपद्रव टाळण्याचा आणखी एक मार्ग आहे. तो वेळोवेळी वापरलेला आपण पाहतोच आहोत. डावललेल्या या मंडळींना राज्यपाल म्हणून नियुक्त केल्यास त्यांचे काही अंशी समाधान होऊ शकते. सत्तेच्या आसपास, राजकीय झगमगाटात ते रुळणे शक्य असते. शेवटी दुधाची तहान ताकावर भागवण्याशिवाय त्यांना पर्याय नसतो. त्यांनीही तो मानाने स्वीकारावा.

देशातील राजकारणाचा, देश हिताच्या दृष्टिकोनातून, विचार केल्यास मोदींनी उचललेली पावलें योग्यच वाटतील. स्वातंत्र्यप्राप्ती पासून आजतागायत देशाच्या राजकारणावर अशाच वृद्ध नेत्यांची मगरमिठी आहे. जणू काही देश हिताचे आकलन केवळ वृद्धावस्थेतच होते. वृद्ध नेतृवाने देशाचा कितपत उत्कर्ष साधला आहे हे दिसतेच आहे. शारीरिक व मानसिक लकवा आल्याशिवाय सत्तात्याग करायचा नाही असा त्यांनी चंगच बांधलेला दिसतो. अशा परिस्थितीत देशाच्या राजकीय नेतृत्वाची दुसरी फळी कशी तयार होणार, याचा विचार करण्याचे या सत्तांध नेत्यांना भानच नाही का? या उलट प्रगत, शक्तिशाली पाश्चिमात्य राष्ट्रांकडे नजर टाकल्यास चित्र वेगळेच दिसते. या सर्व देशात सत्तेची धुरा तरुण, मध्यमवयीन नेतृत्त्वाच्या हाती आहे. अमेरिकेत तर राष्ट्राध्यक्ष फक्त आठच वर्षे सलग सत्तेत राहू शकतो. वेळोवेळी सत्तांतर होणे यातच देशाच्या प्रगतीचे बीज आहे. यातच खरी लोकशाही आहे. एकाधिकारशाही वर हाच एक उपाय आहे. राज्यशास्त्राचा हा मूलमंत्र माझ्या पंजाबमधील कारकीर्दीत मला गमतीशीरपणे गवसला. लोकशाहीवरील मोठ्या प्रबंधापेक्षाही प्रभावी पद्धतीने दोन खेडुतांनी लोकशाहीचे हे रहस्य माझ्यासमोर

उलगडले. त्याचे असे झाले : शेतात राबतांना विश्रांतीसाठी बसलेल्या या दोघांपैकी एकाने विचारले, ''ओए, नेता लोग डेमोक्रसी डेमोक्रसी केहेंदे इस्दा मतलब की?'' दुसरा लगेच म्हणाला, ''तेंणू पता नही. आज्ज तुसी तो कल असी, एनू केहेंदे डेमोक्रसी. आज्ज भी तुसी होर कल भी तुसी तो कित्थे जाणां जी असी.'' आता बोला! रांगड्या शेतकऱ्याला जे कळते ते नेत्यांना कळू नये? इंदिराजी हे विसरल्या. आणीबाणीनंतरचा पंजाबमधील काँग्रेसचा पराभव त्यांना पचला नाही, भिंद्रनवाले निर्माण झाला. पुढील भीषण इतिहासाची उजळणी आवश्यक नाही.

पक्षावर निरनिराळ्या मुद्द्यांवरून असा भडिमार होत असतांना एरवी आक्रमक असलेले नरेंद्र मोदी मौन का बाळगतात हे मात्र गूढच आहे.

टोकाची व प्रक्षोभक विधाने पक्षातील कांही संत महंतांनी केली, अजून करत आहेत, तेव्हाही मोदींकडून त्यावर कसलेही भाष्य झाले नाही. मग त्यांच्यात आणि माजी प्रधान मंत्री मनमोहन सिंह यांच्यात फरक तो काय असा प्रश्न कोणीही विचारेल. भाजप नेतृत्त्वाने या प्रकरणात काही कठोर पावलें वेळीच उचलली नाहीत, तर ते जनतेचा विश्वास गमावून बसण्याची शक्यता नाकारता येणार नाही.

भाजपच्या या ग्रहदशेस एका दृष्टीने पाहिले तर तो पक्षच काही अंशी जबाबदार आहे असे वाटते, कारण धडपडणाऱ्या, बुडणाऱ्या विरोधकांना लागणारा काडीचा आधार काही अति उत्साही नेतेच वेळोवेळी देत आलेले आहेत. परदेशात आपली व देशाची प्रतिमा उजळवण्यात मोदींना चांगले यश मिळाले हे मान्य, परंतु देशातील व पक्षातील संतुलन ते कितपत आणि कसे सांभाळतात यावर पक्षाचे भवितव्य अवलंबून आहे.

(टीप: वरील लेखात कांही कमी जास्त असल्यास क्षमस्व, कारण लेखक सिन्हांच्या व्याख्येनुसार 'ब्रेन डेड' आहे !!!)

ooo